AF762454

ಜಯರಾಮಾಚಾರಿ

ಮೈಸೂರಿನಲ್ಲಿ ಜನನ. ಎಲೆಕ್ಟ್ರಿಕಲ್ ವಿಭಾಗದಲ್ಲಿ ಎಸ್.ಜೆ. ಪಾಲಿಟೆಕ್ನಿಕ್ ಸಂಸ್ಥೆಯಲ್ಲಿ ಡಿಪ್ಲೊಮಾ ಪದವೀಧರರಾದ ಮೇಲೆ (2007), ಯು.ವಿ.ಸಿ.ಇ. ಸಂಸ್ಥೆಯಲ್ಲಿ ಎಂಜಿನಿಯರಿಂಗ್ (2012) ಓದಿ ಮುಗಿಸಿದ್ದಾರೆ. 2013ರಿಂದ ನಮ್ಮ ಮೆಟ್ರೊದಲ್ಲಿ ಉದ್ಯೋಗವನ್ನು ಪಡೆದು ಸದ್ಯ ಸ್ಟೇಷನ್ ಸೂಪರಿಂಟೆಂಡೆಂಟ್ ಆಗಿದ್ದಾರೆ.

ಓದು, ಬರಹ ಮತ್ತು ಸಿನಿಮಾ ಇವರ ನೆಚ್ಚಿನ ಹವ್ಯಾಸಗಳು. ಶ್ರೀಯುತ ನಾಗತಿಹಳ್ಳಿ ಚಂದ್ರಶೇಖರ್‌ರವರ "ಟೆಂಟ್ ಶಾಲೆ"ಯಲ್ಲಿ ಡಿಪ್ಲೊಮಾ ಇನ್ ಫಿಲ್ಮ್ ಮೇಕಿಂಗ್ ತರಬೇತಿಯನ್ನು ಪಡೆದ ಲೇಖಕರು ಕೆಲವು ಕಿರುಚಿತ್ರಗಳನ್ನೂ ನಿರ್ದೇಶಿಸಿದ್ದು, ಸಿನಿಮಾಕ್ಕೆ ಸಂಭಾಷಣೆ ಮತ್ತು ಕೆಲವು ಸಿನಿಮಾಗಳಲ್ಲಿ ಸಹಾಯಕ ನಿರ್ದೇಶನ ವಿಭಾಗದಲ್ಲಿ ಕೆಲಸ ಮಾಡಿರುತ್ತಾರೆ.

"ಸುಯ್ ಟಪಕ್" ಎಂಬ, ಸಾಹಿತ್ಯ ಸಿನಿಮಾ ಹಾಸ್ಯ ಕಿರುಚಿತ್ರ ಮತ್ತಿತರ ಕಂಟೆಂಟ್ ಉಳ್ಳ ಯೂಟ್ಯೂಬ್ ಚಾನೆಲ್, ಕ್ಲಬ್‌ಹೌಸಿನಲ್ಲಿ ನಿತ್ಯ ಓದಿನ ಜಾತ್ರೆಯಾದ ಓದು ಜನಮೇಜಯ ಕಾರ್ಯಕ್ರಮ ಮತ್ತು ಅಡಕಸಬಿ ಅಡ್ಡ ಶುರುಮಾಡಿ ಅನೇಕ ಸದ್ವಿಚಾರಗಳ ಚರ್ಚೆಗೆ ದಾರಿಯಾಗಿದ್ದಾರೆ. 'ಬಾ ಗುರು ಬುಕ್ ತಗೋ' ಅಭಿಯಾನ ಶುರು ಮಾಡಿದ್ದಾರೆ.

ಕರಿಮುಗಿಲ ಕಾಡಿನಲಿ (ಕಥಾ ಸಂಕಲನ) ಇವರ ಮೊದಲ ಪುಸ್ತಕವಾದರೆ (2015), ನನ್ನವ್ವನ ಬಯೋಗ್ರಫಿ (2022) ಹೆಚ್ಚು ಪ್ರಕಟಣೆಗಳನ್ನು ಕಂಡ ಪುಸ್ತಕವಾಗಿದೆ. 'ಲೆಟ್ಸ್ ಮೇಕ್ ಎ ಶಾರ್ಟ್ ಫಿಲಂ' (2023) ಇವರ ಮೂರನೇ ಕೃತಿ.

ಮೊ: 9739082600
Email-Jayaramchari.v@gmail.com

ಹಂಸಾಕ್ಷರ

ದೇಸೀದೊರೆ, ನಾದಬ್ರಹ್ಮ, ಪದಪರಮಾತ್ಮ
ಹಂಸಲೇಖರಿಗೊಂದು ನುಡಿನಮನ

ಜಯರಾಮಾಚಾರಿ

ವೀರಲೋಕ

ವೀರಲೋಕ ಬುಕ್ಸ್ ಪ್ರೈ.ಲಿ.
207, 2ನೇ ಮಹಡಿ, 3ನೇ ಮೇನ್, ಚಾಮರಾಜಪೇಟೆ
ಬೆಂಗಳೂರು–560018. ಮೊಬೈಲ್: 70221 22121
ಇಮೇಲ್: veeralokabooks@gmail.com
ವೆಬ್‌ಸೈಟ್: www.veeralokabooks.com

HAMSAKSHARA
A book about the great legend Kannada Music Director
Sri Naadabrahma Hamsalekha written by **Jayaramachari**

Published by:
VEERALOKA BOOKS PVT. LTD.
207, 2nd Floor, 3rd Main
Chamarajpet, Bengaluru-560018

Mobile : +91 7022122121
E-mail : veeralokabooks@gmail.com
Website: www.veeralokabooks.com

Price : Rs. 160/-
Pages : 144
First Impression : 2023
Second Impression : April 2024

Paper used : 70 GSM NS Maplitho
Book size : 1/8th Demy

ISBN : 978-93-94942-77-6

Cover page illustration by : Madan C.P.
Inner pages design by : Vijaya Vikram

VEERALOKA FAMILY
Anand Rach - Anantha Kunigal - RajVishnu - Govind Vishnu
Vishwajith - Mamatha - Parvathi - Sai Raghav

ಅರ್ಪಣೆ:

ಕುಚುಕುಗಳಾದ
ಶ್ರೀಧರ್, ನಾಗಭೂಷಣ, ಮಂಜುನಾಥ್
ಮತ್ತು ನಂಜುಂಡೇಶನಿಗೆ
ಮತ್ತು
ನಮ್ಮನೆಲ್ಲ ಒಳಗಿಟ್ಟುಕೊಂಡು ಎಲ್ಲೆಲ್ಲೋ
ಅನಾಮಿಕ ರಸ್ತೆಗಳಲ್ಲಿ ತಿರುಗಾಡಿದ ಶ್ರೀಧರನ
'ಸೆಕೆಂಡ್‌ಹ್ಯಾಂಡ್ ಸ್ಯಾಂಟ್ರೋ ಕಾರಿಗೆ'.

ಆತ್ಮಕ್ಕಂಟಿದ ಸಖ ಹಂಸಲೇಖ

ನನ್ನ ಬಾಲ್ಯದ ದಿನಗಳಲ್ಲಿ ಮನೆಯಲ್ಲಿ, ಸ್ಕೂಲ್ ಡೇ ಕಾರ್ಯಕ್ರಮಗಳಲ್ಲಿ, ಮೈಕ್‌ಸೆಟ್ಟುಗಳಲ್ಲಿ, ಗಣೇಶ ಕೂರಿಸಿದ ಬೀದಿಗಳಲ್ಲಿ, ಆರ್ಕೆಸ್ಟ್ರಾಗಳಲ್ಲಿ ಎಲ್ಲ ಕಡೆಯೂ ಹಂಸಲೇಖರ ಹಾಡುಗಳೇ. '**ಈ ನಿಂಬೆ ಹಣ್ಣಿನಂತಾ ಹುಡುಗಿ ಬಂದ್ಳು ನೋಡು**' ಅಂತ ರೇಗಿಸುವುದರಿಂದ ಹಿಡಿದು ಕರೆಂಟು ಹೋದ ರಾತ್ರಿಗಳಲ್ಲಿ ಎಲ್ಲೋ ಒಂದು ಕಡೆ ಕೂತು ಕತ್ತಲಲ್ಲಿ ಹರಟುವಾಗ ಯಾವುದೋ ಮಾಯದಲ್ಲಿ ಬಂದ ಕರೆಂಟಿಗೆ ನಾವೆಲ್ಲರೂ ಥ್ರಿಲ್ ಆಗಿ '**ಬಂತು ಬಂತು ಕರೆಂಟು ಬಂತು**' ಎಂದು ಕುಣಿಯುತ್ತ ಓಡುತ್ತಿದ್ವಿ, ಕನ್ನಡ ರಾಜ್ಯೋತ್ಸವಕ್ಕೂ '**ಕನ್ನಡವೇ ನಮ್ಮಮ್ಮ, ಹುಟ್ಟಿದರೆ ಕನ್ನಡ ನಾಡಲ್ ಹುಟ್ಟಬೇಕು**', ಸಂಕ್ರಾಂತಿಗೆ '**ಸಂಕ್ರಾಂತಿ ಬಂತೋ ರತೋ ರತೋ**', ಪ್ರೀತಿಗೆ ಬಿದ್ದಾಗ '**ಬಿದ್ದೆ ಬಿದ್ದೆ ಬಾತರೂಮಲ್ಲಿ ಲವ್ವಲ್ಲಿ ಬಿದ್ದೆ**', ಅದೇ ಪ್ರೀತಿ ಸತ್ತಾಗ '**ಹುಡುಗೀರಂದ್ರೆ ಡೇಂಜರಪ್ಪೋ**' ಎಂದು ಹಿಡಿ ಶಾಪ ಹಾಕುತ್ತ, ಮೊದಲ ಮುತ್ತಿಗೂ ಅಪ್ಪುಗೆಗೂ '**ಮೊದಲ ಚುಂಬನ ನೆನೆದರೆ ಒಪ್ಪಿಗೆ ಮೊದಲ ಅಪ್ಪುಗೆ ನೆನದರೆ ಮೆಚ್ಚುಗೆ**', ದಾಂಪತ್ಯಕ್ಕೂ ಕಾಮಕ್ಕೂ ಪೋಲಿಗೂ ಫಿಲಾಸಫಿಗೂ ಎಲ್ಲದಕ್ಕೂ ಅವರದೇ ಹಾಡುಗಳು.

ಹಂಸಲೇಖ ಮ್ಯೂಸಿಕ್ ಕೊಟ್ಟ ಪುರುಷೋತ್ತಮ ಸಿನಿಮಾದ '**ಶಿವ ಶಿವ**' ಹಾಡಿಗೆ ನಾನು ನಾವಿದ್ದ ವಠಾರದಲ್ಲಿ ಕುಣಿಯುತ್ತಿದ್ದುದು ವಠಾರದವರೆಲ್ಲ ನನ್ನ ಸುತ್ತಲೂ ಕೂತು ನೋಡುತ್ತಿದ್ದ ಮಂಜು ಮಂಜಾದ ಅಸ್ಪಷ್ಟ ನೆನಪೊಂದು ನನ್ನಲ್ಲಿ ಇನ್ನೂ ಹಾಗೇ ಇದೆ. ಕ್ಯಾಸೆಟ್ಟು ಡಿವಿಡಿ ವಿಸಿಆರು ಕೊನೆಗೆ ಮೊಬೈಲಿಗೆ ಜಿಗಿದರೂ ಅವರ ಹಾಡುಗಳ ಕೇಳುವುದು ಗುನುಗುವುದು ಇನ್ನೂ ಬಿಟ್ಟಿಲ್ಲ ಬಿಡಲಾಗೋಲ್ಲ.

ಚಿಕ್ಕಂದಿನಿಂದ ಟಿವಿ ರೇಡಿಯೋಗಳಲ್ಲಿ ಕಂಡು ಕೇಳಿದ ಹಂಸಲೇಖರ ಹಾಡುಗಳು ಬೇರೊಂದು ರೀತೀಲಿ ತಟ್ಟಿದ್ದು ತಾಕಿದ್ದು ಕಾಡಿದ್ದು ಚಿಗುರು ಮೀಸೆಯೊಡೆದು ನಾನು ನನ್ನ ಗೆಳೆಯರೆಲ್ಲ ಯಾವ ಪುಟಗೋಸಿ ಪ್ಲ್ಯಾನ್ ಇಲ್ಲದೇ ಮನಸ್ಸು ಬಂದ ಗಳಿಗೆಗಳಲ್ಲಿ ಏಕಾಏಕಿ ಬಟ್ಟೆ ಬ್ಯಾಗಿಗೆ ಹಾಕಿಕೊಂಡು ಸೆಕೆಂಡ್ ಹ್ಯಾಂಡ್ ಸ್ಯಾಂಟ್ರೋಲೀ ಟ್ರಿಪ್ಪು ಹೊರಟಾಗಲೇ! ನಮ್ಮ ಕಾರು

ಯಾವುದೋ ಅಪರಿಚಿತ ಹೈವೇಯ, ಸಮುದ್ರ ದಡದ, ತೋಪಿನ, ಘಟ್ಟದ, ಧೋ ಎಂದು ಮಳೆ ಸುರಿದ, ಉಸ್ಸಪ್ಪ ಎಂದು ಬಿಸಿಲು ಚಾಚಿದ ಗಳಿಗೆಯಲ್ಲಿ ವಿಂಡೋ ಓಪನ್ ಮಾಡಿ ತಣ್ಣನೆ ಬಂದ ಗಾಳಿಯ ಸವಿಯುವಾಗ ಸೆಕೆಂಡ್ ಹ್ಯಾಂಡ್ ಕಾರಿನಲ್ಲಿ ನಾವು ಸಿಗಿಸಿದ ಜುಜುಬಿ 2GB ಪೆನ್ ಡ್ರೈವಲ್ಲಿ ಬರುತ್ತಿದ್ದುದ್ದು ಮತ್ತದೇ ರಿಪೀಟ್ ಆಗುತ್ತಿದ್ದ ನಿಲ್ಲದ ಹಂಸಲೇಖ ಹಾಡುಗಳು. ನಾವು ಹಲ್ಲುಜ್ಜೊ ಬ್ರಷ್ಷು, ಸೋಪು ಶಾಂಪೂ, ಕಡೇ ಪಕ್ಷ ಚಡ್ಡಿ ಮರೆತರೂ ಹಂಸಲೇಖರ ಹಾಡುಗಳಿರುವ ಪೆನ್ ಡ್ರೈವ್ ಮರೆಯುತ್ತಿರಲಿಲ್ಲ. ಆ ಕಾಲದಲ್ಲಿ ಹಂಸಲೇಖರ ಪ್ರೇಮ ಪ್ರಣಯದ ಫಿಲಾಸಫಿಯ ಹಾಡುಗಳು ನಮ್ಮನ್ನು ಆವರಿಸಿದ ರೀತೀಯೇ ಬೇರೆ. ಪೋಲಿ ಸಾಲುಗಳು ಕೇಳಿಸಿಕೊಂಡು ನಾವು ಮುಖವನ್ನು ನೋಡಿ ಮೆಲ್ಲನೆ ಪೋಲಿಯಾಗಿ ನಗುತ್ತಿದ್ದೆವು ಜೋರು ಧ್ವನಿಯಲ್ಲಿ ಅವರ ಹಾಡುಗಳ ಗುನುಗುನಿಸುತ್ತಿದ್ದೆವು. ವಾ! ಸೂಪರ್! ಏನ್ ಬರೀತಾರೆ ಗುರು ಎಂಬ ಉದ್ಗಾರಗಳು ಮತ್ತೆ ಮನೆಗೆ ತಲುಪುವವರೆಗೂ ನಿಲ್ಲುತ್ತಲೇ ಇರಲಿಲ್ಲ. ಆ ದಿನಗಳು ಆ ಟ್ರಿಪ್ಪಿನ ಕ್ಷಣಗಳು ನನ್ನೊಳಗೆ ಹಂಸಲೇಖರನ್ನು ದಬ್ಬಿ ಅವರು ನನ್ನ ಆತ್ಮಕ್ಕಂಟಿದ ಸಖನಾಗಿಬಿಟ್ಟರು.

ಅಲ್ಲಿಂದಾಚೆ ಹಳ್ಳ ಹಿಡಿದ ಬದುಕಿನಲ್ಲಿ, ಪ್ರೀತಿಸಿದವಳ ಕೆನ್ನೆ ಗುಳಿಯಲ್ಲಿ, ಕೈ ಕೊಟ್ಟವಳ ಕಣ್ಣ ಹನಿಗಳಲ್ಲಿ, ಕೆಲಸ ಸಿಗದ ಒಂಟಿ ಮಧ್ಯಾಹ್ನಗಳಲ್ಲಿ, ಕಿತ್ತು ತಿನ್ನುವ ಬದುಕಿನಲ್ಲಿ ಕೈ ಹಿಡಿದಿದ್ದು ಮತ್ತದೇ ಹಂಸಲೇಖರ ಹಾಡುಗಳೇ. ನನ್ನ ಬಾಲ್ಯ ಯೌವನದ ದಿನಗಳ ಸಂಗೀತ ಸಖ ಹಂಸಲೇಖ. ಕಿವಿಗೆ ಹಿಯರ್ ಫೋನ್ ಸಿಗಿಸಿಕೊಂಡು ಹಾಸಿಗೆ ಮೇಲೆ ಮಲಗಿದ್ದಾಗಲೋ, ಗಾಡಿಯಲ್ಲಿ ಹೋಗುತ್ತಲೋ, ಬಸ್ಸಿನ ಕಿಟಕಿಗೆ ಒರಗಿ ಒರಗುತ್ತಲೋ ಎಂದಿನಿಂದಲೋ ಕೇಳಿದ ಹಾಡು ಯಾವುದೋ ಹೊಸ ಅರ್ಥ ಸೂಸಿದ ಗಳಿಗೇಲಿ ಬೆಚ್ಚಿಬಿದ್ದು 'ಇದಾ ಅರ್ಥ?' ಎಂದು ಗಾಬರಿ ಬಿದ್ದದ್ದು ಇದೆ.

ಹಂಸಲೇಖರನ್ನು ಇನ್ನಷ್ಟು ಆಳವಾಗಿ ಇಳಿಸಿಕೊಂಡದ್ದು ಅವರ ಹಾಡುಗಳನ್ನ ಒಡೆದು ನೋಡುವ ಸಾಹಸದಲ್ಲಿ. ಹಾಗೇ ಡಿಕೋಡ್ ಮಾಡಲು ಪ್ರಯತ್ನಿಸಿದ ಮೊದಲ ಹಾಡೇ ಮನೇದೇವ್ರು ಸಿನಿಮಾದ ಹಾಡು. ಅದಾದ ಮೇಲೆ ಮತ್ತಷ್ಟು ಹಾಡುಗಳನ್ನ ಹಾಡಿನ ಸಾಲುಗಳನ್ನ ಬೆನ್ನತ್ತಿದ್ದೀನಿ, ಒಂದೊಂದು ಹಾಡಿನ ಒಂದೊಂದೇ ಸಾಲು ಒಡೆದಾಗ ಉಕ್ಕಿದ ಹೊಸ ಅರ್ಥಕ್ಕೆ ಕಕ್ಕಾಬಿಕ್ಕಿಯಾಗಿದ್ದು ಇದೆ, ಖುಷೀಲಿ ಬಾಯಿ ಮೇಲೆ ಬೆರಳಿಟ್ಟುಕೊಂಡದ್ದೂ ಇದೆ. ಅದೇ ಸಮಯದಲ್ಲಿ ಹಂಸಲೇಖರನ್ನು ಅಷ್ಟೇ ಹಚ್ಚಿಕೊಂಡ ಮತ್ತೊಬ್ಬ ಹಂಸಹುಚ್ಚ ಭರತ್ ಜಿವಿ ಸಿಕ್ಕಿದ್ದು. ವಿಶೇಷ ಏನಂದ್ರೆ ಭರತ್ ಕೂಡ ಹುಟ್ಟಿದ್ದು ಹಂಸಲೇಖ ಹುಟ್ಟಿದ ತಾರೀಖಿನಂದೇ. ನಾವಿಬ್ಬರೂ ಹಂಸಲೇಖರ ಹುಟ್ಟುಹಬ್ಬವನ್ನು ಅರ್ಥಪೂರ್ಣವಾಗಿ ಆಚರಿಸುವ ಎಂದು

ಕ್ಲಬ್ ಹೌಸಿನಲ್ಲಿ ಸುರುಮಾಡಿದ ಕಾರ್ಯಕ್ರಮವೇ 'ಹಂಸಮಯ'. ಆರು ದಿನಗಳ ಕಾರ್ಯಕ್ರಮ. ಒಂದೊಂದು ಸಂಜೆಗೂ ಹಂಸಲೇಖ ಬರೆದ ಪ್ರೇಮ ಪ್ರೀತಿ ಪ್ರಣಯ, ಅಮ್ಮನ, ಕನ್ನಡ ಕರ್ನಾಟಕದ, ಪೋಲಿ ಗೀತೆಯ, ಫಿಲಾಸಫಿ ಗೀತೆಗಳ ಹೀಗೆ ಅವರ ಅಭಿಮಾನಿ ಒಡನಾಡಿಗಳ ಜೊತೆಗೆ ಇಂಡಸ್ಟ್ರಿಯವರ ಜೊತೆ ಕೂತು ಮಾತಾಡಿದ್ದು. ಆಗ ಹಂಸಲೇಖರ ಒಟ್ಟು ದರ್ಶನವಾಯಿತು, ನಮ್ಮ ಅದೃಷ್ಟಕ್ಕೆ ಕೊನೆ ದಿನ ಅವರ ಹುಟ್ಟಿದ ದಿನ ಖುದ್ದು ಅವರೇ ಬಂದು ಮಾತಾಡಿದ್ದರು. ಅದು ನನ್ನ ಜೀವನದ ಖುಷಿ ಗಳಿಗೆಗಳಲ್ಲೊಂದು. ಅವತ್ತು ಅವರು ಹೇಳಿದ್ದು 'ಬರೀ ಹೊಗಳಿಕೆ ಬೇಡ ವಿಮರ್ಶೆ ಕೂಡ ಮಾಡಿ' ಎಂದು. ಆ ಕಾರ್ಯಕ್ರಮದಲ್ಲಿ ನಮ್ಮ ಕೈ ಹಿಡಿದಿದ್ದು ಅವರ ಒಡನಾಡಿ ಶಿಷ್ಯರೂ ಆಗಿದ್ದ ದಿಲೀಪ್, ರಾಕೇಶ್, ಮಂಜು ಮತ್ತು ನಿರ್ದೇಶಕ ಬಿ.ಎಂ. ಗಿರಿರಾಜ್. ಆ ಕಾರ್ಯಕ್ರಮದಲ್ಲಿ ಹಂಸಲೇಖರು 'ಚಿತ್ರ ಸಾಹಿತಿ ಅಷ್ಟೇ, ಕವಿಯಲ್ಲ' ಎಂದವರಿದ್ದರು. ಜತೆಗೆ ಹಂಸಲೇಖರ ಒಟ್ಟು ಹಾಡುಗಳ ಬಗ್ಗೆ ಘನವಾದ ಎಲ್ಲರಿಗೂ ರೀಚ್ ಆಗುವಂತದ್ದೇನಾದರೂ ಆಗಬೇಕೆಂದು ಪಟ್ಟು ಹಿಡಿದವರು ಕೂಡ ಇದ್ದರು. ಆಗ ಹುಟ್ಟಿಕೊಂಡಿದ್ದೇ ಈ ಪುಸ್ತಕದ ಆಲೋಚನೆ. ವಯೋಸಹಜದಿಂದಾಗಿ ಅವರ ಪ್ರೇಮ ಪ್ರಣಯ ಪೋಲಿಯ ಹಾಡುಗಳೇ ನನ್ನನ್ನು ಆಕರ್ಷಿಸಿತ್ತು. ಅಷ್ಟೊತ್ತಿಗಾಗಲೇ ಅವರ ಕೆಲವು ಹಾಡಗಳನ್ನ ಡಿಕೋಡ್ ಮಾಡಿ ನನ್ನ ಕಲ್ಪನೆಯನ್ನು ಸೇರಿಸಿ ಬರೆದ ಕೆಲವು ಪೋಸ್ಟುಗಳು ತುಂಬ ಹೆಸರು ಮಾಡಿದ್ದಲ್ಲದೇ ಇನ್ನಷ್ಟು ಬರೆಯಲು ಅದನ್ನು ಓದಿದವರು ಹೇಳಿದರು. ಹಾಗೇ ಓದಿ 'ಬುಕ್ ಬರೀರಿ' ಎಂದು ಬೆನ್ನು ತಟ್ಟಿದವರು ಭರತ್ ಜಿವಿ, ಮದನ್ ಸಿಪಿ ಮತ್ತು ಶ್ರೀಡಿಎನ್.

ಸದ್ಯ ನಿಮ್ಮ ಕೈಯಲ್ಲಿರುವ ಈ ಪುಸ್ತಕ ಅದರ ಪ್ರತಿಫಲ. ಖಂಡಿತ ಇದು ಹಂಸಲೇಖರ ಬಗ್ಗೆ ಶ್ರೇಷ್ಠ ಪುಸ್ತಕವಲ್ಲ. ಹಂಸಲೇಖ ಎಂಬ ಸಮುದ್ರದಲ್ಲಿ ನಾನು ಮೊಗೆದ ಅಂಗೈ ಅಗಲದ ನೀರಷ್ಟೇ! ಇಂತ ಎಷ್ಟೋ ಪುಸ್ತಕಗಳು ಬರಬೇಕು. ಅವರ ಸಾಹಿತ್ಯ ಸಂಗೀತ ಅವರ ಬೇರೆ ಬೇರೆಯ ಕನಸುಗಳ ಒಟ್ಟಾರೆಯನ್ನು ಕಂಡವರು ಜೊತೆ ಓಡಾಡಿದವರು ಅಭಿಮಾನಿಗಳು ಅಕ್ಷರಗಳಲ್ಲಿ ಹಿಡಿದು ಪ್ರಕಟಿಸಬೇಕು. ಮುಂದಿನ ತಲೆಮಾರುಗಳಿಗೆ ಹಂಸಲೇಖರನ್ನು ದಾಟಿಸಬೇಕು. ಅಂತದೊಂದು ಮಹತ್ಕಾರ್ಯಕ್ಕೆ ಈ ಪುಸ್ತಕ ಒಂದು ಹೆಜ್ಜೆಯಷ್ಟೇ. ನೀನಾ ಭಗವಂತ ಎಂದು ಅವರು ಬರೆದ ಮೊದಲ ಹಾಡು, ಐವತ್ತು ವರುಷದ ಅವರ ಸಿನಿಪಯಣ ತುಂಬುತ್ತಿದೆ. ಮುನ್ನೂರಕ್ಕೂ ಹೆಚ್ಚು ಚಿತ್ರಗಳು, ಮೂರೂವರೆ ಸಾವಿರದಷ್ಟು ಹಾಡಿನ ಸಾಹಿತ್ಯ ಬರೆದಿದ್ದಾರೆ. ಈ ಪುಸ್ತಕಲ್ಲಿರುವುದು ಕೆಲವೇ ಕೆಲವು. ಬರೆಯಲೇಬೇಕೆಂದು ನೋಟ್ ಮಾಡಿಟ್ಟುಕೊಂಡ ಹಾಡುಗಳು ಹಲವು. ಮುಂದೆ ಇನ್ನಷ್ಟು ಹಾಡುಗಳ ಬಗ್ಗೆ ಬರೆಯೋ ಆಸೆ ಅಂತೂ ಖಂಡಿತ ಇದೆ.

ಆ ಹಾಡು ಬಗ್ಗೆ ಬರೀಬೇಕಿತ್ತು ಈ ಹಾಡು ಬಗ್ಗೆ ಬರೀಬೇಕಿತ್ತು ಎಂದು ನಿಮಗೆ ಅನಿಸಿದ್ದಲ್ಲಿ ನನಗೊಂದು ಮೆಸೇಜು ಹಾಕಿ, ಇಲ್ಲ ನಿಮಗೆ ಬರೆಯಬೇಕು ಅನ್ನಿದರೆ ಬರೆಯಿರಿ. ಎಲ್ಲರೂ ಸೇರಿ ಹಂಸಲೇಖರ ಹಾಡುಗಳನ್ನ ಹಾಡೋಣ ಚರ್ಚಿಸೋಣ ಸಂಭ್ರಮಿಸೋಣ, ಮಧ್ಯ ಮಧ್ಯ ವಿಮರ್ಶೆ ಕೂಡ ಮಾಡೋಣ. ನನ್ನ ಬದುಕಿನುದ್ದಕ್ಕೂ ನನ್ನ ಜೊತೆ ಉಳಿದ ಬೆನ್ನು ತಡವಿದ ಖುಷಿ ಕೊಟ್ಟ ಪಾಠ ಕಲಿಸಿದ ಆತ್ಮಕ್ಕಂಟಿದ ಹಂಸಲೇಖರಿಗೆ ನನ್ನ ಸಣ್ಣ ಗೌರವ ಈ ಪುಸ್ತಕ.

–ಜಯರಾಮಾಚಾರಿ

ಬೆಂಗಳೂರು

27.06.2023

ಪ್ರಕಾಶಕರ ನುಡಿ

ಕೇವಲ ಓದುಗನಾಗಿದ್ದಾಗ 'ಸಾಹಿತ್ಯ ಲೋಕ ಎನ್ನುವುದು ಜೇನುಗೂಡು, ಓದುಗನಿಗೆ ಸಿಹಿ ನೀಡುವುದಕ್ಕಾಗಿಯೇ ಆ ಜೇನುಗಳು ಒಟ್ಟಾಗಿರುತ್ತವೆ' ಎಂದು ಭಾವಿಸಿದ್ದವನು. ಪ್ರಕಾಶಕನಾದ ನಂತರ ಒಂದೊಂದೇ ಒಳಮರ್ಮಗಳ ದರ್ಶನವಾಗುತ್ತಿದೆ. ಅವುಗಳು ದಿಗಿಲುಗೊಳಿಸುತ್ತಿವೆ. ಇತ್ತೀಚೆಗಷ್ಟೇ ಪ್ರೀತಿಯ ಆಹ್ವಾನದ ಮೇರೆಗೆ ಒಂದು ಪುಸ್ತಕ ಬಿಡುಗಡೆ ಸಮಾರಂಭದಲ್ಲಿ ಭಾಗಿಯಾಗಿದ್ದೆ. ಸಾಹಿತ್ಯ ಲೋಕದೊಂದಿಗೆ ಒಂದೂವರೆ ವರ್ಷದ ಒಡನಾಟ ಇರುವುದರಿಂದ ಯಾವುದೇ ಪುಸ್ತಕ ಬಿಡುಗಡೆ ಸಮಾರಂಭಕ್ಕೆ ಹೋಗಲಿ, ಅಲ್ಲೊಂದಷ್ಟು ಪರಿಚಿತರು ಇದ್ದೇ ಇರುತ್ತಾರೆ. ಇಲ್ಲೂ ಕೂಡ ಪರಿಚಿತರು ಸಿಗುವರೆಂಬ ನಂಬಿಕೆಯಿತ್ತು. ಅದು ಸುಳ್ಳಾಗಿತ್ತು.

ಅಚ್ಚರಿ ಎಂದರೆ 'ಕರೆದಾತ'ನೊಬ್ಬನ ಹೊರತಾಗಿ ಉಳಿದವರೆಲ್ಲರಿಗೂ ನಾನು ಅಪರಿಚಿತ. ಒಂದೂವರೆ ವರ್ಷದಲ್ಲಿ 65 ಕೃತಿಗಳನ್ನು ಪ್ರಕಟಿಸಿ, 45 ಸಾವಿರಕ್ಕೂ ಹೆಚ್ಚು ಕೃತಿಗಳನ್ನು ಮಾರಾಟ ಮಾಡಿ, ಹತ್ತಕ್ಕೂ ಹೆಚ್ಚು ಕಾರ್ಯಕ್ರಮಗಳನ್ನು ಆಯೋಜಿಸಿರುವೆ. ಸಾವಿರಾರು ಸಾಹಿತ್ಯಾಸಕ್ತರ ಜೊತೆ ಒಡನಾಡಿರುವೆ. ಆದರೆ, ಅಲ್ಲಿನ ಆ ಇನ್ನೂರು ಜನರನ್ನು ನನಗೆ ತಲುಪಲು ಆಗಿರಲೇ ಇಲ್ಲ. ಅವರೂ ನನ್ನ ಹತ್ತಿರ ಸುಳಿದಿರಲಿಲ್ಲ. ಯಾಕೆ ಹೀಗೆ? ಸಾಹಿತ್ಯ ಲೋಕ ಜೇನುಗೂಡಿನಂತಿಲ್ಲ ಎಂಬ ಸತ್ಯ ನನ್ನ ಅರಿವಿಗೆ ಈಗೀಗ ಬರುತ್ತಿದೆ. ಸಾಹಿತ್ಯ ಲೋಕ ವರ್ಗಗಳಾಗಿ ಹಂಚಿಹೋಗಿದೆ ಎನ್ನುವ ಕಟು ಸತ್ಯ ಬಾಧಿಸುತ್ತಿದೆ. ನನಗೇ ಗೊತ್ತಿಲ್ಲದಂತೆ ನನ್ನನ್ನೂ ಈ ಗ್ರೂಪಿಸಂ ವರ್ತುಲಕ್ಕೆ ಸೇರಿಸಿ ಬಿಟ್ಟಿದ್ದಾರಲ್ಲ ಎನ್ನುವ ವಿಷಾದ ಕಾಡುತ್ತಿದೆ. 'ಅವರ ಪುಸ್ತಕ ಇವರು ಓದಲ್ಲ, ಇವರ ಪುಸ್ತಕ ಅವರು ಮುಟ್ಟಲ್ಲ' ಎನ್ನುವ ವಾತಾವರಣ ಸೃಷ್ಟಿಯಾಗಿದೆ. ಹಾಗಾಗಿ ಅವರಿಗೆ ಇವರು, ಇವರಿಗೆ ಅವರು ಅಪರಿಚಿತರಾಗಿ ಉಳಿದು ಬಿಟ್ಟಿದ್ದಾರೆ ಅನಿಸುತ್ತಿದೆ.

ಪರಿಸ್ಥಿತಿ ಹೀಗಿರುವಾಗ ಪ್ರಕಾಶನ ಸಂಸ್ಥೆಯೊಂದು ಇನ್ನಷ್ಟು ಪಾರದರ್ಶಕವಾಗಿರಬೇಕಾದ, ಎಲ್ಲರನ್ನೂ ಒಳಗೊಳ್ಳಬೇಕಾದ ಅಗತ್ಯ ತುಸು ಹೆಚ್ಚೇ ಇದೆ ಎಂದು ಭಾವಿಸಿದ್ದೇನೆ. ಹೇಗೆಂದರೆ, ಪ್ರಕಾಶನ ಸಂಸ್ಥೆಯನ್ನು ಸಿನಿಮಾ ಥಿಯೇಟರಿನ ಹಾಗೆ ಇಟ್ಟುಕೊಳ್ಳಬೇಕಿದೆ. ಅಲ್ಲಿ ಯಾವ ಸಿನಿಮಾ ಬೇಕಾದರೂ ಬರಬಹುದು, ಯಾವ ಪ್ರೇಕ್ಷಕನಾದರೂ ವೀಕ್ಷಿಸಬಹುದು. ನನ್ನದೇನಿದ್ದರೂ ಥಿಯೇಟರ್, ಪರದೆ, ಧ್ವನಿ ವ್ಯವಸ್ಥೆಯನ್ನು ಸರಿಯಾದ ಸ್ಥಿತಿಯಲ್ಲಿಡುವುದಷ್ಟೇ!

ಅದೇ ಕ್ರಮದಲ್ಲಿ ನವೆಂಬರ್ ತಿಂಗಳಲ್ಲಿ ವಿವಿಧ ಲೇಖಕರ ಹನ್ನೊಂದು ಕೃತಿಗಳು ವೀರಲೋಕದಿಂದ ಬಿಡುಗಡೆ ಆಗುತ್ತಿವೆ. ಹೊಸಬರ ಕೃತಿಗಳನ್ನು ಪ್ರೋತ್ಸಾಹಿಸುತ್ತಿದ್ದ ವೀರಲೋಕ ಇದೀಗ ಸಾಹಿತ್ಯ ಲೋಕದ ದಿಗ್ಗಜರ ಕೃತಿಗಳನ್ನು ಕನ್ನಡ ಸಾರಸ್ವತಲೋಕಕ್ಕೆ ನೀಡುತ್ತಿದೆ. ಅಬ್ದುಲ್ ರಶೀದ್, ಕೌಂಡಿನ್ಯ, ಡಾ. ಡಿ.ಎಸ್. ಚೌಗಲೆ, ಡಾ. ಲಕ್ಷ್ಮಣ ಕೌಂಟೆ, ವಿಕ್ರಂ ಹತ್ವಾರ್, ಡಾ. ಡಿ.ಎಸ್. ಶ್ರೀನಿವಾಸ ಪ್ರಸಾದ್, ಪ್ರೇಮಾನಂದ ಕಾಮತ್, ಡಾ. ಗೀತಾ ಸುನೀಲ್ ಕಶ್ಯಪ್, ಸುಧಾ ಆಡುಕುಳ, ಸಂತೆಬೆನ್ನೂರು ಫೈಜ್ನಟ್ರಾಜ್, ಜಯರಾಮಾಚಾರಿ, ರವೀಂದ್ರ ವೆಂಶಿ ಅವುಗಳ ಲೇಖಕರು. ಈ ಎಲ್ಲಾ ಕೃತಿಗಳು ಇದುವರೆಗಿನ ವೀರಲೋಕದ ಕೃತಿಗಳಿಗಿಂತ ಭಿನ್ನವಾಗಿವೆ ಎಂಬ ಭರವಸೆ ಕೊಡುತ್ತಿದ್ದೇನೆ.

ಜಯರಾಮಾಚಾರಿ ಅವರ 'ಹಂಸಾಕ್ಷರ' ಕೃತಿಯು ನನ್ನ ಅಚ್ಚುಮೆಚ್ಚಿನದು. ಏಕೆಂದರೆ ಆ ಕೃತಿಯ ಹೀರೋ ಹಂಸಲೇಖ ನನ್ನ ಅಚ್ಚುಮೆಚ್ಚಿನವರು. ನಾಡಿನ ಕಟ್ಟಕಡೆಯ ಕನ್ನಡಿಗನಿಗೂ, ನಿರಕ್ಷರಕುಕ್ಷಿಗಳಿಗೂ ಯಾವುದಾದರೂ ಸಾಹಿತ್ಯ ತಲುಪಿದೆಯೆಂದರೆ ಒಂದು ಜಾನಪದ ಮತ್ತೊಂದು ಹಂಸಪದ. ಆದರೆ ಇಂದಿಗೂ ಅವರನ್ನು ಸಾಹಿತಿ ಎಂದು ಪರಿಗಣಿಸುವುದೇ ಇಲ್ಲ ಎಂಬುದು ನನಗೆ ತಮಾಷೆಯಾಗಿ ಕಾಣುತ್ತದೆ. ಜನರನ್ನು ತಲುಪಿದ್ದು, ಪ್ರಭಾವಿಸಿದ್ದು, ಕಾಡಿದ್ದು, ಹಾಡಿದ್ದು ಸಾಹಿತ್ಯವಲ್ಲದಿದ್ದರೆ, ಲೈಬ್ರರಿಗೆ ತುಂಬಿದ್ದು ಸಾಹಿತ್ಯ ಹೇಗಾಗುತ್ತದೆ? ಜಯರಾಮಾಚಾರಿ ಹೊಸ ತಲೆಮಾರಿನ ಪ್ರಮುಖ ಬರಹಗಾರರಲ್ಲೊಬ್ಬರು. ಇವರು ಕೇವಲ ಕೃತಿ ರಚನೆ ಮಾತ್ರವಲ್ಲದೆ, ಕನ್ನಡ ಪುಸ್ತಕಗಳನ್ನು ಪ್ರತಿಯೊಬ್ಬ ಓದುಗನಿಗೂ ಅವನಿದ್ದಲ್ಲಿಯೇ ದೊರಕಿಸಬೇಕೆಂಬ ಸಂಕಲ್ಪದಿಂದ ಬಾ ಗುರು ಬುಕ್ ತಗೋ ಎಂಬ ವಿನೂತನ ಪರಿಕಲ್ಪನೆ ಅಡಿಯಲ್ಲಿ ಪುಸ್ತಕಗಳನ್ನು ಬೀದಿ ಬೀದಿಯಲ್ಲಿ ಇಟ್ಟು ಓದುಗರಿಗೆ ತಲುಪಿಸುವ ಮಹತ್ತರ ಕೆಲಸ ಮಾಡುತ್ತಿದ್ದಾರೆ. ಈ ಹಿಂದೆ ಲೆಟ್ಸ್ ಮೇಕ್ ಎ ಶಾರ್ಟ್ ಫಿಲಂ ಎಂಬ ವಿಭಿನ್ನ ಕೃತಿ ವೀರಲೋಕದಿಂದ ಪ್ರಕಟವಾಗಿ ಓದುಗರ ಮೆಚ್ಚುಗೆ ಗಳಿಸಿತ್ತು. ಈ ಹಂಸಾಕ್ಷರ ಕೃತಿಯು ಹಂಸಲೇಖ ಅವರ ಹಾಡುಗಳ ಕುರಿತಾದ ಅನೇಕ ಅಚ್ಚರಿ, ಪದ ಚಮತ್ಕಾರ, ನಿಗೂಢತೆ ಕುರಿತಾದ ಸುಂದರ ಪೋಸ್ಟ್ ಮಾರ್ಟಂ. ನೀವು ಹಂಸಲೇಖರ ಹಾಡುಗಳನ್ನು ಎಷ್ಟೇ ಸಲ ಕೇಳಿದ್ದರೂ, ಈ ಪುಸ್ತಕ ಓದಿದ ನಂತರ ಮತ್ತೊಮ್ಮೆ ಖಂಡಿತ ಕೇಳುವಿರಿ ಎಂಬ ಗ್ಯಾರಂಟಿ ನನ್ನದು.

ಓದುವ ನಶೆ ನಿಮಗೇರಲಿ...
ವೀರಕಪುತ್ರ ಶ್ರೀನಿವಾಸ
ಪ್ರಕಾಶಕ, ವೀರಲೋಕ ಬುಕ್ಸ್

ಪರಿವಿಡಿ

ಮನೆದೇವ್ರ ಎರಡು ಹಾಡು, ಹಂಸಲೇಖ ಕಟ್ಟಿದ ಒಲವಿನ ದಾಂಪತ್ಯ ಗೂಡು

ಪ್ರೀತಿ, ಪ್ರೇಮ, ದಾಂಪತ್ಯ, ವಿಷಯವಿದ್ದ ಕಡೆ ರವಿಮಾಮ ಇರಲೇಬೇಕು, ರವಿಮಾಮ ಇದ್ದ ಮೇಲೆ ಹಂಸಲೇಖ ಖಂಡಿತಾ ಇರಲೇಬೇಕು. ರವಿಮಾಮನಿಲ್ಲದ ಹಂಸಲೇಖರನ್ನು ಊಹಿಸಿಕೊಳ್ಳಬಹುದು, ಆದರೆ ಕನಸಲ್ಲೂ ಕೂಡ ಹಂಸಲೇಖರಿಲ್ಲದ, ಹಂಸಲೇಖನಿಯ ಸಾಲುಗಳಿಲ್ಲದ, ಸ್ವರಗಳಿಲ್ಲದ, ಸಂಗೀತವಿಲ್ಲದ, ರವಿಮಾಮನ ಹಾಡುಗಳನ್ನ ಸಿನಿಮಾಗಳನ್ನ ಊಹಿಸಿಕೊಳ್ಳೋದು ಕಷ್ಟ. ಆ ಮಟ್ಟಿಗಿತ್ತು ಹಂಸಲೇಖ ರವಿಮಾಮನ ದೃಶ್ಯಕಾವ್ಯ ಬಾಂಧವ್ಯ.

ರವಿಮಾಮನ ಚಿತ್ರಗಳಲ್ಲಿ ವಿಶಿಷ್ಟವಾದ ಚಿತ್ರ ಮನೆದೇವ್ರು. ಮಾಮೂಲಿ ರವಿಮಾಮನ ಸಿನಿಮಾವಲ್ಲವಾದರೂ ರವಿಮಾಮನಲ್ಲದೇ ಮತ್ಯಾರೂ ಮಾಡಲಾಗದ ಸಿನಿಮಾವದು. ಸುಧಾರಣಿಯ ಚಿತ್ರಜೀವನದಲ್ಲಿ ಮಹತ್ತರ ಸಿನಿಮಾ. ಸುಧಾರಾಣಿಯನ್ನ ಆ ತರಹದ ಪಾತ್ರದಲ್ಲೂ ನೋಡಬಹುದೆಂದು ತೋರಿಸಿಕೊಟ್ಟಿದ್ದು ರವಿಮಾಮ, ಉಮಾಶ್ರೀಯನ್ನೇ ಪುಟ್ಮಲ್ಲಿ ಮಾಡಿದ ರವಿಮಾಮನಿಗೆ ಸುಧಾರಾಣಿಯನ್ನ ಜಾನಕಿಯನ್ನಾಗಿ ಮಾಡೋದು ಕಷ್ಟವಿರಲಿಲ್ಲ. ಮನೆದೇವ್ರು ಮತ್ತು ಹಾಲುಜೇನು ಸಿನಿಮಾಗಳನ್ನ ನೋಡಿ ಅರ್ಥಮಾಡಿಕೊಂಡರೆ ಎಂತವರು ಕೂಡ ಸುಖವಾಗಿ ಬದುಕಿ ಸಾಯಬಹುದು

ಅಂಬೋದು ನನ್ನ ಅಭಿಪ್ರಾಯ. ಎರಡು ಸಿನಿಮಾಗಳೂ ತಿಳಿಹಾಸ್ಯದ ಮೂಲಕ ಪ್ರೀತಿ ಪ್ರೇಮ ದಾಂಪತ್ಯವನ್ನು ಅದ್ಭುತ ರೀತೀಲಿ ಕಟ್ಟಿಕೊಟ್ಟ ಸಿನಿಮಾಗಳು.

ಈಗ ವಿಷಯಕ್ಕೆ ಬರೋಣ, ಮನೆದೇವ್ರು ಸಿನಿಮಾದಲ್ಲಿ ಪ್ಲಸ್ ಪಾಯಿಂಟೆಂದರೆ ಹಾಡುಗಳು. ಅದು ಹಂಸಲೇಖರ ಹಾಡುಗಳು. ಹಂಸಲೇಖ ಅದ್ಯಾವ ಮೂಡಿನಲ್ಲಿ ಬರೆದರೋ ಸ್ವರ ಸಂಯೋಜಿಸಿದರೋ ಗೊತ್ತಿಲ್ಲ. ಆ ಮಟ್ಟಿಗೆ ಹಾಡುಗಳಿವೆ. ಸಿನಿಮಾ ನೋಡದೆ ಬರೀ ಹಾಡುಗಳನ್ನ ಕೇಳಿದರೂ ಸಿನಿಮಾ ಎದೆಯೊಳಿಗೆ ಇಳಿಯುವಷ್ಟು ಶಕ್ತವಾದ ಹಾಡುಗಳು.

ಮನೆದೇವ್ರು ಸಿನಿಮಾದಲ್ಲಿ ಹಂಸಲೇಖ ಒಂದು ಅದ್ಭುತವಾದ ಪ್ರಯೋಗ ಮಾಡಿದ್ದಾರೆ, ಬ್ಯಾಕ್ ಟೂ ಬ್ಯಾಕ್ ಎರಡು ಹಾಡುಗಳನ್ನ ಅದ್ಭುತವಾಗಿ ಪೋಣಿಸಿದ್ದಾರೆ. ಇದರಲ್ಲಿ ನಿರ್ದೇಶಕ ರವಿಮಾಮನ ಪಾಲನ್ನ ಅಲ್ಲಗಳೆಯಲಾಗದು. ಈ ಎರಡು ಹಾಡುಗಳು ಗಂಡುಹೆಣ್ಣಿನ ಪ್ರೀತಿಯನ್ನ ಆಡು ಭಾಷೇಲಿ ಎಷ್ಟು ಅದ್ಭುತವಾಗಿ ದಾಟಿಸಿಬಿಡುತ್ತಾರೆ. ಇವತ್ತಿಗೂ ನನಗೆ ಈ ಎರಡು ಹಾಡು ಕೇಳಿದಾಗ ಖುಷಿಯಾಗಿ ಹುಡ್ಕೊಂಡ್ ಹೋಗಿ ಹಂಸಲೇಖರ ಪಾದದ ಮೇಲೆ ಬಿದ್ದು ಒದ್ದಾಡಿಬಿಡೋಣ ಅನ್ಸುತ್ತೆ.

ನಾಯಕ ರಂಗನಾಥ್ ನಾಯಕಿ ಜಾನಕಿ ಇಬ್ರೂದು ಯಾವ ಲೈಲಾ ಮಜನೂಗೂ ಕಮ್ಮಿ ಇಲ್ಲದ ಪ್ರೀತಿ. ಇಬ್ಬರೂ ಮದುವೆಯಾಗಿದ್ದಾರೆ. ಮದುವೆಯ ಹೊಸತು. ನಾಯಕ ಬರೀ ಪ್ರೇಮಿ ಗಂಡ ಅಲ್ಲದೆ ರಸಿಕ, ಜೊತೆಗೆ ಹ್ಯೂಮರಸ್ ಫೆಲೋ. ಆಕೆಯನ್ನ ಗೋಳುಯ್ದು ಮುನಿಸಿಕೊಳ್ಳುವಂತೆ ಮಾಡಿ ನಂತರ ನಗಿಸಿ ರಮಿಸಿ ಮುದ್ದಿಸಿ ಮಲಗೋ ಗಂಡ. ಆಕೆ ಹುಚ್ಚು ಪ್ರೇಮಿ. ಮದುವೆಯ ಹೊಸತರ ಬಿಸಿ. ಗಂಡ ಅವಳನ್ನ ಹೊರಗೆ ಕರೆದುಕೊಂಡು ಶಾಪಿಂಗು, ಮೂವಿ, ಹೋಟೆಲು ಅಂತ ಇಡೀ ದಿನ ಖುಷಿಪಡಿಸಿದ್ದಾನೆ. ಇಷ್ಟು ಚೆಂದ ನೋಡಿಕೊಳ್ಳೋ ಗಂಡನ ನೋಡಿ ಅವಳಿಗೂ ಖುಷಿ ಹೆಮ್ಮೆ. ಮನೆಗೆ ಬಂದೊಡನೆ ರಸಿಕ ರವಿಮಾಮ ಹಾಸಿಗೆಯನ್ನ ಮೊದಲ ರಾತ್ರಿಯಂತೆ ಸಿಂಗಾರ ಮಾಡಿ ಕೈಗೆ ಮಲ್ಲಿಗೆಯನ್ನ ಸುತ್ತಿಕೊಂಡು ಇಡೀ ರಾತ್ರಿಯನ್ನ ರಸಿಕ ರಾತ್ರಿ ಮಾಡಿಕೊಳ್ಳಲು ರೆಡಿಯಾಗಿದ್ದಾನೆ. ಇದನ್ನ ನೋಡಿದ ಕೂಡಲೇ ಹೆಂಡತಿ 'ಏನ್ರೀ ಹಿಂಗೆ?' ಎಂದು ಗಂಡನ ಆತುರವ ನೋಡಿ ನಗುವಳು. ಗಂಡನಿಗೆ ಹೆವಿ ಆತುರ, ಕರೆಯುತ್ತಾನೆ. ಆಗ ಹೆಂಡತಿ ಬೇಜಾರಿನಿಂದ ಮುಟ್ಟಾಗಿದ್ದೇನೆ, ಮುಟ್ಟೋ ಹಂಗಿಲ್ಲ ಅನ್ನುತ್ತಾಳೆ. ಕಾಮಾತುರಾಣಂ ನಭಯಂ ನಲಜ್ಜಂ ಅನ್ನೋ ಹಾಗೆ ಅಂದುಕೊಂಡ ದಿನ ಅಂದುಕೊಂಡ ಸಮಯ ಅದು ಆಗದೇ ನಾಯಕನಿಗೆ ಕೋಪ, ಕಾಮ ಕೋಪವಾಗಿ, ಕೋಪ ಮಾತಾಗಿ, ಮಾತು ಬಾಣವಾಗಿ ಅವಳ ಚುಚ್ಚುವನು. ಬೆಳಗಿಂದ ಸುತ್ತಾಡಿಸಿದ್ದು, ಸೀರೆ ಕೊಡ್ಸಿದ್ದು, ಇದುಕ್ಕೇನಾ ಅಂತ ಕೂಗಾಡುವನು. ಇಂತ ಒಂದು ದುರಾಲೋಚನೆ ಇತ್ತ

ಇವನ ಹತ್ರ? ಅಂತ ಅವಳಿಗೂ ಗೊತ್ತಾಗಿ ಸರಿಯಾಗಿ ಗುಮ್ತಾಳೆ. ಮೊದಲೇ ಹೆವೀ ಮೂಡು ಸ್ವಿಂಗು. ಇವನು ಬೇರೆ ಉಮೇಶ್ ರೆಡ್ಡಿ ತರಹ ಆಡಿದ್ದು ನೋಡಿ ಬಿಡ್ತಾಳಾ? ಸರಿಯಾಗಿ ಕ್ಲಾಸ್ ತಗೊಂಡು ಗ್ರಹಚಾರ ಬಿಡಿಸಿ ಅವನ ಈಗೋಗೆ ಪಟಾರ್ ಅಂತ ಬಾರ್ಸಿ ಅಳುತ್ತ ಮಲ್ಕೊತಾಳೆ. ಮುಂದಿನ ಫ್ರೇಮೀನಿಂದ ಹಂಸಲೇಖರ ಮ್ಯಾಜಿಕ್ ಶುರು ಆಗುತ್ತೆ, ಮುಂದಿನ ಹತ್ತು ನಿಮಿಷ ಪ್ರೀತಿ ಅಂದರೆ ಏನು ದಾಂಪತ್ಯ ಎಂದರೆ ಏನು ಎಂದು ಯಾವ ಮಟ್ಟಿಗೆ ಹೇಳ್ತಾರೆ ಎಂದರೆ ಮತ್ಯಾರೂ ಹೇಳಕ್ ಸಾಧ್ಯನೇ ಇಲ್ಲ. ಹಾಡು ಶುರುವಾಗುತ್ತೆ.

"***ನೀನೇ ನನ್ನ ನೀನೇ ನನ್ನ ತುಂಬಾ ತುಂಬಾ ಪ್ರೀತಿ ಮಾಡೋದು***" ಅಂತ ನಾಯಕಿ ಹೇಳುವಳು, ಸುಮ್ನೆ ಹೇಳ್ತಿಲ್ಲ ಹೃದಯ ತುಂಬಿ ಕಣ್ಣಲ್ಲೂ ನೀರು ಉಕ್ಕಿಸುತ್ತಾ ಹೇಳುತ್ತಾಳೆ. ಹಾಗೇ ಹೇಳೋಕ್ಕೂ ಕಾರಣ ಇದೆ, ಹಿಂದಿನ ರಾತ್ರಿ ಬೆದೆಗೆ ಬಂದ ಹೋರಿ ತರಹ ಆಡ್ತಾ ಇದ್ದ ಗಂಡ ಬೆಳಗ್ಗೆಯೇ ಎದ್ದು ಹೆಂಡತಿಗೆ ಬಿಸಿ ನೀರು ಕಾಯಿಸಿಟ್ಟು, ದೋಸೆ ಬೇರೆ ಹಾಕಿ ಅವಳಿಗೆ ತಿನ್ನಿಸುತ್ತಿದ್ದಾನೆ. ಈ ಹಾಡಿಗೂ ಮುಂಚಿನ ಹಾಡಲ್ಲಿ "***ನಾನೇ ನಿನ್ನ ನಾನೇ ನಿನ್ನ ತುಂಬಾ ತುಂಬಾ ಪ್ರೀತಿ ಮಾಡೋದು***" ಅಂತ ಓವರ್ ಬಿಲ್ಡಪ್ ಕೊಟ್ಟ ಹೆಂಡ್ತಿ ಗಂಡನ ಪ್ರೀತಿಗೆ ಕ್ಲೀನ್ ಬೋಲ್ಡ್ ಆಗಿ ನಾನಲ್ಲ ನೀನೇ ನನ್ನ ತುಂಬಾ ಪ್ರೀತಿ ಮಾಡೋದು ಅಂತ ಒಪ್ಪಿಕೊಳ್ತಾಳೆ. ಗಂಡ ಏನು ಮರ ಹತ್ತೊಲ್ಲ, "***ಇಲ್ಲ ತಾಯಿ ಸೀತಾ ಮಾಯಿ ನೀನೇ ನನ್ನ ಪ್ರೀತಿ ಮಾಡೋದು***" ಅಂತ ಹೇಳ್ತಾನೆ. ಅವಳೇನು ಸುಮ್ನೆ ಹೇಳ್ತಿಲ್ಲ ಅದಕ್ಕೂ ಕಾರಣ ಇದೆ "***ಪ್ರೀತಿ ಮಾಡಿ ಅಡುಗೆ ಮಾಡಿ ತಿನಿಸೋ ನಲ್ಲ ಎಲ್ಲೂ ಇಲ್ಲ***". ಗಂಡ ಇದೇನು ಮಹಾ ನೀವು ಹೆಂಡ್ತೀರು ನಮಗಿಂತ ಕಮ್ಮಿ

ಇಲ್ಲ ಅಂತ "***ತಾಳಿ ಕಟ್ಟಿ ಬಾಗಿಲು ತಟ್ಟಿ ಕಾಯೋದೆಲ್ಲ ನಿಮಗೆ ಬೆಲ್ಲ***" ಅಂತಾನೆ. ಹೆಂಡತಿಗೆ ನಗು ಖುಶಿ ಮತ್ತೆ ಉಕ್ಕಿ ಬರುವ ಪ್ರೀತಿ.

"***ಕೋಪದ ನಡುವೆ ಹಾಡುವುದೆ ಅಂತಃಪುರಗೀತೆ*** (ಇದೇ ಸಾಲನ್ನ ಹಿಂದಿನ ಹಾಡಲ್ಲೀ ಈಕೆ ಕೋಪಿಸಿಕೊಂಡಾಗ ನಗಿಸಿ ರಮಿಸಿ ಮುದ್ದಿಸುವಾಗ ಹೇಳಿರುತ್ತಾನೆ)" ಅಂತ ಅವಳು ಹೇಳಿದರೆ "***ವಿರಹದ ನಡುವೆ ಪತಿ ಇರಲು ಸತಿಯದು ಬರಿ ಮಾತೇ***" ನಮ್ ಕಷ್ಟ ನಮಗೆ ನಿಮಗೇನು ಗೊತ್ತು ಅಂತ ಅವನು ಹೇಳಿ ತನ್ನ ಸ್ವನಿಯಂತ್ರಣ ಬಗ್ಗೆ ಮುಚ್ಚಿಟ್ಟು ನಗುತ್ತಾ 'ನಿಂಗೇನು ಗೊತ್ತು?' ಅನ್ನುವನು. ಮುಂದಿನ ಸಾಲು ಅದೆಷ್ಟು ಚೆಂದ ಇದೇ ನೋಡಿ. ಕಾದು ಪಡೆವ ಸುಖ ಸವಿಸುಖ ಅಂತ ಎಷ್ಟು ಚೆಂದದ ಸಾಲುಗಳಲ್ಲಿ ಹೇಳ್ತಾರೆ ಹಂಸಲೇಖ, ನಾಯಕಿ ಹೇಳ್ತಾಳೆ "***ಇಂದ್ರ ಕಾದ ಚಂದ್ರ ಕಾದ ಹೆಣ್ಣಿಮೆಗಾಗಿ ಶಿವನೂ ಕಾದ***" ಎಂತ ಅದ್ಭುತ ಸಾಲಿದು, "***ಹೆಣ್ಣಿಮೆ***" ಅಂತ ಹೊಸ ಪದವನ್ನೇ ಹುಟ್ಟು ಹಾಕ್ತಾರೆ ಹಂಸಲೇಖ. ಮುಟ್ಟಿನ ಅಮವ್ಯಾಸೆ ಮುಗಿದ ಮೇಲೆ ಆಗೋ ಹೆಣ್ಣಿನ ಹುಣ್ಣಿಮೆ. ಅವಳು ಅಷ್ಟು ಅದ್ಭುತವಾಗಿ ಫಿಲಾಸಫಿಕಲ್ ಟಚ್ ಕೊಟ್ಟು ಹೇಳಿದರೆ ಇವನಿಗೆ ಅದರ ಮೇಲೆ ಗ್ಯಾನನೇ ಇಲ್ಲ "***ಹೆಣ್ಣು ಕೊಟ್ಟ ಆಸೆ ಕೊಟ್ಟ ಅಯ್ಯೋ ಬ್ರಹ್ಮ ನಡುವೆ ಈ ಗಡುವು ಇಟ್ಟ***" ಎಂದು ಹಲುಬುತ್ತಾ ಹಾಡ್ತಾನೆ.

ಅದಾದ ಮೇಲೆ ಟೈಮ್ ಲಾಪ್ಸು, ದಿನಾಂಕ ಬದಲಾಗಿ ದಿನಗಳು ಉರುಳಿ ಹೋಗುತ್ತವೆ, ಒಂದು ಹಾಡು ಮುಗಿದು ನಾಯಕಿಯ ಸ್ನಾನ ಮುಗಿದು ರೀ-ಎಂಟ್ರಿ ಕೊಡುತ್ತಾಳೆ. ಮತ್ತೊಂದು ಹಾಡು ಶುರುವಾಗುತ್ತದೆ. ಮತ್ತೊಂದು ಲೋಕ ತೆರೆದುಕೊಳ್ಳುತ್ತದೆ. ಈ ಹಾಡಲ್ಲಿ ಮೊದಲು ಗಂಡ ಹೊಗಳುತ್ತಾನೆ, ಹೆಂಡತಿ ಅವನು ಯಾಕೆ ಹಂಗೆ ಹೊಗಳ್ತಾನೆ ಅಂತ ಉತ್ತರ ಹೇಳಿದರೆ, ಉತ್ತರದ ಅಂತ್ಯಕ್ಕೆ ಮಜವಾದ ಪಂಚ್ ಕೊಡುವ ಸಾಲುಗಳಲ್ಲಿ ಗಂಡ ಮುಗಿಸುತ್ತಾನೆ. ಈ ತರಹದ ಪ್ರಯೋಗ ಹಂಸಲೇಖ-ರವಿಮಾಮ ಬಿಟ್ರೆ ಯಾರು ಸ್ವಾಮಿ ಮಾಡ್ತಾರೆ?

ಸುಂದರಿ ಸುಂದರಿ ಸುಂದರಿ

ಹೊಗಳಿಕೆಗೆ ಯಾವ ಹೆಂಡತಿ ತಾನೇ ಬೀಳೊಲ್ಲ. ಹೆಣ್ಣಿಗೆ 'ಸುಂದರಿ' ಎನ್ನುವುದು ಶ್ರೇಷ್ಠ ಹೊಗಳಿಕೆ. ನಮ್ ಹೀರೋ ಅದುಕ್ಕೆ ಅಲ್ಲಿಂದನೇ ಶುರು ಮಾಡಿ ಸುಂದರಿ ಅಂತಾನೆ. ಹೆಂಡತಿಯ ಉತ್ತರ ಹಿಂಗಿದೆ ಅವನೇನು ಸುಮ್ಮನೆ ಸುಂದರಿ ಅನ್ನೋಕೆ ಚಾನ್ಸ್ ಇಲ್ಲ ಯಾಕೆ ಹಾಗೆ ಹೊಗಳುತ್ತಿದ್ದಾನೆ ಅಂದ್ರೆ "***ನೀರೆರೆದ ಹೆಂಡತಿಯ ಗಂಡನು ಸುಂದರಿ ಎನ್ನುವುದು ವಾಡಿಕೆ***" ಗೊತ್ತಾಯ್ತು?! ಸ್ನಾನ ಮಾಡ್ಸುದ್ರೆ ಎಲ್ಲ ಗಂಡಸಿಗೂ ತನ್ನ ಹೆಂಡತಿ ಸುಂದರಿಯೇ ಅನ್ನೋದು ಅವಳ ಸಮಜಾಯಿಷಿ, ಅವನು ಸಮಾಪ್ತಿ ಮಾಡೋದು ಹಿಂಗೆ "***ಆತುರದ***

ಗಂಡನಿಗೆ ಹೆಂಡತಿ ಕಾಯಿಸಿ ಎರೆಯುವುದು ವಾಡಿಕೆ' ಹೆಂಗೆ ಪಂಚು?!. ಇಷ್ಟೇ ಅಂದುಕೊಂಡರೆ ಮುಂದೆ ಹೇಳೋ ಸಾಲು ಕೇಳುದ್ರೆ ಕಳೆದುಹೋಗ್ತೀರಾ, ಹಂಗೆ ಊಹಿಸಿಕೊಳ್ಳಿ ಕಲ್ಪಿಸಿಕೊಳ್ಳಿ ಇಂತ ಸಾಲು ಹಂಸಲೇಖ ಬಿಟ್ರೆ ಬೇರ್‍ಯಾರೂ ಬರೆಯೋಕ್ಕೆ ಚಾನ್ಸೇ ಇಲ್ಲ. ಹಿಂಗಿದೆ ಆ ಸಾಲುಗಳು "***ಸೀರೆ ಅಂಚು ಬೇಕಮ್ಮ, ಸೆರಗು ಅಲ್ಲ ನೆರಿಗೆ ತುದಿಯೂ ಬೇಕಮ್ಮ, ತಲೆಗೆ ಆಸರೆ ಬೇಕಮ್ಮ ಹತ್ತಿಯದಲ್ಲ ಬಳ್ಳಿಗೆ ಹೋಲುವ ದಿಂಬಮ್ಮ***" ಶುದ್ಧಾನುಶುದ್ಧ ಅಪ್ಪಟ ಪೋಲಿಯ ದೇಸಿ ಹಂಸಲೇಖ. ಯಾರು ಕೂಡ ಊಹಿಸಲಾಗದ ಬರೆಯಲಾಗದ ಬರೆದರೂ ಇಷ್ಟು ಸಭ್ಯ ಭಾಷೇಲಿ ಪದಗಳಲ್ಲಿ ಯಾರು ಬರೀತಾರೆ ನೀವೆ ಹೇಳಿ.

ಮುಂದಿನ ಹೊಗಳಿಕೆ ಪದ **ಕಿನ್ನರಿ**. ಅವಳ ಸಮಾಜಾಯಿಷಿ ಜೇನಿನ ಮುತ್ತು ಕೊಟ್ಟರೆ ಕಿನ್ನರಿ ಅನ್ನೋದು ಸಹಜ ಅಂತ "***ಜೇನೆರವ ಹೆಂಡತಿಯ ಗಂಡನೂ ಕಿನ್ನರಿ ಎನ್ನವುದು ವಾಡಿಕೆ'***. ಅದಕ್ಕೆ ಅವನು ಹೀಗೆ ಉತ್ತರಿಸುತ್ತಾನೆ "***ಊಟಕ್ಕಿಡೋ ಗಂಡನ ಹೆಂಡತಿ ಮಾತಿನ ಜೇನಿಡುವುದು ವಾಡಿಕೆ.***"

ಈ ಮುಂದಿನ ಸಾಲು ಹೆಣ್ಣು ಹೆಂಡತಿ ಏನು ಬಯಸುವಳು, ಕಾಮ ಪ್ರೇಮದ ಬಾಲೆನ್ಸ್ ಹೇಗೆ ಅಂತ ಎಷ್ಟು ಪರಿಣಾಮಕಾರಿಯಾಗಿ ದಾಟಿಸುತ್ತಾಳೆ ನೋಡಿ. "***ಕಾಮ ಪ್ರೇಮದ ಸುಖ ಕೇಳೋ, ಅದಕ್ಕೂ ಮುಂಚೆ ರಾಮ ಸೀತೆಯ ಕತೆ ಹೇಳೋ, ಬೇಗ ಕತ್ತಲೆ ಮೊರೆಹೋಗು, ದೀಪದಾಣೆ ಒಂದೇ ಹೆಣ್ಣಿನ ದೊರೆಯಾಗು***". ಇದು ಪ್ರತಿ ಹುಡುಗಿಯ ಹೆಂಡತಿಯ ಮನದಾಳವೂ ಹೌದು, ವಾರ್ನಿಂಗು ಕೂಡ ಹೌದು. ಮತ್ತೆ ಇಡೀ ಚಿತ್ರದ ಆತ್ಮ ಈ ಸಾಲುಗಳು ಹೌದು.

ಸರಿ ಕೊನೆಯ ಹೊಗಳಿಕೆ **ದೇವತೆ,** ಪ್ರತಿ ಗಂಡಸು ಪ್ರೇಮ ಕಾಮದ ತುದಿಯಲ್ಲಿದ್ದಾಗ ಹೆಣ್ಣಿಗೆ ಹೊಗಳುವ ಪದ ದೇವತೆ, ಇದಕ್ಕಿಂತ ಇನ್ನೇನೂ ಹೊಗಳಲು ಸಾಧ್ಯ?. ಇದಕ್ಕೆ ಅವಳು ಕೊಡೋ ಅತ್ಯದ್ಭುತ ಉತ್ತರ ಕೇಳಿ

"***ಹುಟ್ಟುಡುಗೆ ಹೆಂಡತಿಯ ಗಂಡನು ದೇವತೆ ಎನ್ನುವುದು ವಾಡಿಕೆ***' ವಾವ್! ಇದಕ್ಕಿಂತ ವಾವ್ ಎನಿಸುವ ಪ್ರತ್ಯುತ್ತರ ಅವನದು "***ಪೂಜೆ ಮಾಡೋ ಗಂಡನಿಗೆ ಹೆಂಡತಿ ದರುಶನ ನೀಡುವುದು ವಾಡಿಕೆ***' ಇದನ್ನು ಕೂಡ ವಿವರಿಸಬೇಕಾ?

ಈ ರೀತಿಯಾಗಿ ಎರಡು ಹಾಡುಗಳು ಶುರುವಾಗಿ ಕೊನೆ ಆಗುವುದು. ಪ್ರತಿ ಸಲ ಕೇಳಿದಾಗಲೂ ಹೊಸ ಲೋಕ. ಪ್ರೇಮ ಕಾಮ ದಾಂಪತ್ಯವನ್ನೂ ಇದಕ್ಕಿಂತ ಸಿಂಪಲ್ಲಾಗಿ ಸೊಗಸಾಗಿ ಅದ್ಭುತವಾಗಿ ಹೇಳಕ್ಕೆ ಸಾಧ್ಯನಾ? ಇಂತಹ ಎರಡು ಹಾಡು ಬರೆದ ಹಂಸಲೇಖರಿಗೆ ಇಲ್ಲಿಂದಲೇ ಉದ್ದಾನು ಉದ್ದ ದೀರ್ಘದಂಡ ನಮಸ್ಕಾರಗಳು.

ಕನ್ನಡ ಸಿನಿ ಸಾಹಿತ್ಯಕ್ಕೆ 'ಬಿಟ್ಟ ಜಾಗ ಭರ್ತಿ ಮಾಡಿ' ಎಂದು ಚಾಲೆಂಜ್ ಹಾಕಿ ಕೂತ ಹಂಸಲೇಖ

ಹಂಸಲೇಖ ಬರೀ ನಾದಬ್ರಹ್ಮನಲ್ಲ. ಪದಪರಮಾತ್ಮನು ಕೂಡ ಹೌದು. **'ನಾನೇನು ಮಾಡಲಯ್ಯ ದಾಸಾನುದಾಸ'** ಎಂದು ಅತಿ ವಿನಯತೆಯಿಂದಲೇ ಅಗ್ರಸ್ಥಾನ ತಲುಪಿದ ಮಹಾನುಭಾವ. ಕನ್ನಡ ಸಿನಿಸಾಹಿತ್ಯದಲ್ಲಿ ಚಿ.ಉದಯಶಂಕರ್, ಕೆ.ಕಲ್ಯಾಣ್, ಆರ್.ಎನ್.ಜಯಗೋಪಾಲ್, ಜಯಂತ ಕಾಯ್ಕಿಣಿ, ಕವಿರಾಜ್, ಯೋಗರಾಜ್ ಭಟ್ರು, ನಾಗೇಂದ್ರ ಪ್ರಸಾದ್ ಮಧ್ಯೆ ಅತ್ಯಂತ ವಿಶಿಷ್ಟವಾಗಿ ಬರೆದಿದ್ದು ಹಂಸಲೇಖರೊಬ್ಬರೆ. ಉದಯಶಂಕರ್ ಕಲ್ಯಾಣ್ ಭಟ್ರು ಎಷ್ಟು ಆಡು ಭಾಷೇಲಿ ಬರೆದರೋ ಅಷ್ಟೇ ಕಾವ್ಯಭಾಷೇಲಿ ಶಿಷ್ಟಭಾಷೇಲಿ ಜಯಂತ ಕಾಯ್ಕಿಣಿ ಕಲ್ಯಾಣ್ ಜಯಗೋಪಾಲ್ ನಾಗೇಂದ್ರ ಪ್ರಸಾದ್ ಬರೆದರು. ಹಂಸಲೇಖರ ಸ್ಪೆಷಾಲಿಟಿ ಇರೋದೆ ಇಲ್ಲಿ. ಅವರ ಸಾಲುಗಳು ಆಡುಭಾಷೆಯದ್ದಾಗಿದ್ದರು ಒಂದು ಕಾವ್ಯಾತ್ಮಕ ಟ್ವಿಸ್ಟ್ ತೆಗೆದುಕೊಂಡುಬಿಡುತ್ತೆ. ಅದು ಅವರ ಸಾಲಿಗಷ್ಟೇ ಸಾಧ್ಯ. ***"ಆಗುಂಬೆಯ ಕಾಡಲ್ಲಿನ ದಾಳಿಂಬೆ ಕೀಳಹೋದರೆ ದಾಳಿಂಬೆಯ ರೆಂಬೆಯಲ್ಲಿ ಹೆಜ್ಜೇನು ಕೂಡಿಕೊಂಡಿತು"*** ಎಂದು ಥೇಟು ಬೇಂದ್ರೆಯಂತೆ ಅಡಿಗರಂತೆ ಬರೆಯುತ್ತಾರೆ. ಅದು ಎಷ್ಟು ಅರ್ಥವಾಗುತ್ತೋ ದಕ್ಕುತ್ತೋ ಅವರವರಿಗೆ ಬಿಟ್ಟದ್ದು. ಇತ್ತ ***"ಬಂದಳೋ ನಮ್ಮಮ್ಮ ಬಂದಳು ಎಲ್ಲ ದೇವರ ನಡುಗಿಸಲು,***

ಪ್ರೀತಿಯ ಔಷಧ ಕೊಟ್ಟು ತನ್ನ ಮಗನನ್ನ ಬದುಕಿಸಲು" ಎಂದು ಬರೆದು ಕಣ್ಣೀರುಕ್ಕಿಸುತ್ತಾರೆ.

ತಾಯಿ ಬಗ್ಗೆ ಪ್ರೀತಿ ಪ್ರೇಮ ಕಾಮ ದಾಂಪತ್ಯದ ಬಗ್ಗೆ, ಫಿಲಾಸಫಿ ಬಗ್ಗೆ ಕನ್ನಡದಲ್ಲಿ ಅವರಷ್ಟು ಸೃಷ್ಟಿಸಿದ ಸಾಲುಗಳು ಬೇರಾರು ಸೃಷ್ಟಿಸಿಲ್ಲ. ಸುಮ್ಮನೆ ಅವರ ಅಷ್ಟೂ ಹಾಡುಗಳ ಒಂದೊಂದೇ ರೋಚಕ ಸಾಲು ಗುನುಗುನಿಸಿದರೆ ಒಂದು ದಿನ ಆರಾಮಾಗಿದ್ದು ಬಿಡಬಹುದು. ನಾನು ಪ್ರತಿ ಬಾರಿ ಅವರ ಹಾಡುಗಳನ್ನ ಕೇಳುತ್ತಾ ಗಾಡಿಯಲ್ಲಿ ಹೋಗುವಾಗ ಯಾವುದೋ ತಿರುವಲ್ಲಿದ್ದಾಗ ಹಾಡಲ್ಲಿ ಮೂಡಿ ಬರೋ ಸಾಲಿಂದ, ಅದು ಹೊಳೆಸೋ ಅರ್ಥದಿಂದ, ಅದಕ್ಕಿರುವ ಅದ್ಭುತ ಶಕ್ತಿಯಿಂದ ಥ್ರಿಲ್ ಆಗಿದ್ದೀನಿ. ಒಂದೇ ಹಾಡು ಪ್ರತಿ ಬಾರಿ ಕೇಳಿದಾಗ ಒಂದೊಂದು ಹೊಸ ಅರ್ಥ. ಪ್ರತಿ ಬಾರಿ ಥ್ರಿಲ್ ಕೊಡಲಿಕ್ಕೆ ಸಾಧ್ಯವಿರುವುದು ಅವರಿಗಷ್ಟೇಯೇನೋ!

ಅತ್ಯಂತ ಪೋಲಿಯಾಗಿ ಬರೆಯೋದು ಆ ಪೋಲಿ ಸಾಲಿನಲ್ಲೂ ಒಂದು ಕಾವ್ಯಾತ್ಮಕ ಟಚ್ ಕೊಡೋದು, ಒಂದು ಒಗಟು, ಒಂದು ಕಾಂಪ್ಲೆಕ್ಸ್ ಫಾರ್ಮುಲಾ ಸೃಷ್ಟಿಸೋದು ಹಂಸಲೇಖರ ವಿಶಿಷ್ಟಗಳಲ್ಲೊಂದು. ನೀವು ಸಾಲನ್ನು ಒಡೆದು ಅರ್ಥ ಕಂಡುಕೊಳ್ಳಬೇಕು. ಹಾಗೆ ಒಡೆದು ತಿಳಿದಾಗ ಅದರ ಮಜವೇ ಬೇರೆ. ಉದಾಹರಣೆಗೆ ಗೊಂಬೆ ಗೊಂಬೆ ಅನ್ನೋ ಹಾಡಿನಲ್ಲಿ ಒಂದು ಸಾಲು ಬರುತ್ತೆ "***ಹುಸಿ ಗೊಂಬೆ ಹುಸಿ, ಕಾಡಿನಲ್ಲಿ ನುಸಿ***", ಇಷ್ಟು ಪೋಲಿಯಾಗಿ ಯಾರು ಬರೀತಾರೆ?! ಅದು ಬಿಡಿ ರಸಿಕ ಸಿನಿಮಾದ ಒಂದು ಹಾಡಿನಲ್ಲಿ "***ತಂದಾನಾನಾ ತಾನಾನಾ ಗಾಳಿಯೂ ತೂರದಂತ ಆಲಿಂಗನ***" ಎಂದು ಬರೆದಿದ್ದಾರೆ. ಈ ಮಟ್ಟಿಗಿನ ಶೃಂಗಾರದ ಅಭಿರುಚಿ ಆ ಮಹಾನುಭಾವನಲ್ಲಿ ಅದು ಹೇಗೆ ಬಂದಿದೆಯೋ ಗೊತ್ತಿಲ್ಲ.

ಇರಲೀ ಈಗ ಹೇಳಲು ಹೊರಟಿದ್ದು ಒಂದು ಹಾಡಿನ ಬಗ್ಗೆ. ಇದು ನಮ್ಮ ಹಂಸಲೇಖ ಅಭಿಮಾನಿ ಬಳಗದ ಮೋಸ್ಟ್ ಫೇವರೆಟ್. ಪ್ರತಿ ಪ್ರವಾಸದಲ್ಲಿ ಈ ಹಾಡು ಬರಲೇಬೇಕು, ಅದರ ಕುರಿತು ಮಾತನಾಡಲೇಬೇಕು. ಪ್ರತಿಯೊಬ್ಬರ ತುಟಿಯಲ್ಲಿ ಒಂದು ಪೋಲಿ ನಗು, ಓ ಎಂಬ ಉದ್ಗಾರ ಬರಬೇಕು. ಈ ಹಾಡಿನಲ್ಲಿ ಹಂಸಲೇಖ ಎರಡು ಸಾಲು ಖಾಲಿ ಬಿಟ್ಟು 'ತಾಕತ್ ಇದ್ರೆ ತುಂಬ್ರೊ' ಅನ್ನೋ ಚಾಲೆಂಜ್ ಹಾಕಿದಂತಿದೆ. ಆ ಸಾಲುಗಳ ತುಂಬಿಸಲು ಇನ್ನೂ ನಮಗೆ ಪದಗಳು ಸಿಕ್ಕಿಲ್ಲ. ಇದು ಶ್ರೀರಾಮಚಂದ್ರ ಸಿನಿಮಾದ "ಏನಾಯಿತು ನನಗೆ ಈ ದಿನ ಏನಾಯಿತು" ಹಾಡು, ಇದು ಪ್ರೇಮ ನಿವೇದನೆಯ ಮತ್ತು ಆ ನಂತರದ ರೋಚಕ ಹಂತದ ಹಾಡು.

ಈ ಹಾಡಿಗೂ ಮುಂಚೆ ನಾಯಕಿಗೆ ನಾಯಕನ ಮೇಲೆ ಲವ್ವಾಗಿದೆ. ಅದು ನಾಯಕನಿಗೂ ಗೊತ್ತಿದೆ. ಈ ಹುಡುಗ್ರುಗೆ ಲವ್ ಆದ್ರೆ ಬಡ್ಡೇತವು ಹೋಗಿ

ಹೇಳಿಬಿಡ್ತವೆ, ಆದರೆ ಹುಡಿಗೀರು ಹಂಗಲ್ಲ. ಕಾದು ಕಾದು ಏನೇನೋ ಲೆಕ್ಕ ಹಾಕಿ ಪಕ್ಕಾ ಆಗಬೇಕು. ಅದಾದ ಮೇಲೂ ಹುಡುಗನ ಕಡೆಯಿಂದ ಸ್ವಲ್ಪ ಒತ್ತಡವೋ ಸಿಗ್ನಲ್ಲೋ ಬರಬೇಕು ಅಲ್ಲಿವರೆಗೂ ಬಾಯಿಬಿಡೋಲ್ಲ, ಇಲ್ಲಿ ಕೊನೆಗೂ ತನಗೆ ಏನೋ ಆಗಿದೆ ಅಂತ ಡವ್ ಮಾಡುವಲ್ಲಿಗೆ ಹಾಡು ಶುರುವಾಗುತ್ತದೆ. 'ಡವ್ ಬಿಡು ಅದು ಲವ್' ಅಂತ ನಾಯಕ ಹೇಳುವಲ್ಲಿಗೆ ಶುರುವಾಗುವುದು.

ನಾಯಕಿ:

ಏನಾಯಿತು ನನಗೀ ದಿನ ಏನಾಯಿತು
ಯಾಕಾಯಿತು ಈ ಥರ ಯಾಕಾಯಿತು

ಲವ್ ಆಗೋದೆ ಹಂಗೆ ಅಲ್ವುರಾ, ಏನೋ ಆಗಿದೆ ಅಂತ. ಆದರೆ ಯಾಕಾಯಿತು ಅನ್ನೋದು ಯಕ್ಷ ಪ್ರಶ್ನೆ. ಯಾರಿಗೆ ಯಾರ ಮೇಲೆ ಯಾವಾಗ ಪ್ರೀತಿ ಆಗುತ್ತೋ ಆ ದೇವರಿಗೆ ಗೊತ್ತು.

ನಾಯಕ:

ಓ ಪಾರಿವಾಳ ಇದು ಪ್ರೇಮ ಜಾಲ
ಮನಸ್ಸು ಕದ್ದಿರುವೆ ನನ್ನ ಮನಸ್ಸು ಕದ್ದಿರುವೆ
ನಿಜವ ಮುಚ್ಚಿಡಲು ನೀ ಚಿಂತೆಗೆ ಬಿದ್ದಿರುವೆ
ಏನಾಯಿತು ನಿನಗೀ ದಿನ ಏನಾಯಿತು,
ನಾನಿದ್ದರೂ ನಿನಗೀಥರ ಯಾಕಾಯಿತು

ನಾಯಕ ಸಾಕು ಈ ಡವ್ ಅಂತ ಶುರು ಮಾಡ್ತಾನೆ. ಪಾರಿವಾಳಗಳೇ ಹಾಗೇ ಅಲ್ವ ಭಯಾನಕ ಚಂಚಲದವು. ಹೆಣ್ಣು ಕೂಡ ಅಷ್ಟೇ. ನಾಯಕನಿಗೆ

ಗೊತ್ತು ನಾಯಕಿ ಪ್ರೀತಿ ಹಳ್ಳಕ್ಕೆ ಬಿದ್ದಿದ್ದಾಳೆ ಅಂತ. "ನನ್ನ ಮನಸ್ಸು ನೀನು ಕೂಡ ಕದ್ದಿದೀಯ ಡೋಂಟ್ ವರಿ ಆದ್ರೆ ಭಯದಲ್ಲಿದ್ದೀಯ ಭಯ ಬಿಡು" ಅಂದು ಹತ್ತಿರವಾದಾಗ, ಅವಳಿಗೆ ಅಬ್ಬ! ಕೊನೆಗೂ ಇದು ಕ್ಲಿಯರ್ ಆಯ್ತು ಎಂದು ಮುಂದೆ ಹೀಗೆ ಹೇಳುತ್ತಾಳೆ.

ಶ್ರೀರಾಮಚಂದ್ರ ಇದು ಪ್ರೇಮ ತಂತ್ರ
ಮನಸ್ಸು ಕದ್ದಿರುವೆ ನಿನ್ನ ಮನಸ್ಸು ಕದ್ದಿರುವೆ
ನಾ ಚಿಂತೆಗೆ ಬಿದ್ದಿರುವೆ

ಹೆಣ್ಣು ಸಂಪೂರ್ಣವಾಗಿ ಶರಣಾಗೋಲ್ಲ ಎನ್ನೋದು ಸಾರ್ವಕಾಲಿಕ ಸತ್ಯ. ಆಕೆ ಕಾಡಿಸಿ ಕಾಡಿಸಿ ಕೊಡುತ್ತಾಳೆ ಪಡೆಯುತ್ತಾಳೆ. ಹಾಗೆ ಕಾಡಿಸಿ ಕಾಡಿಸಿ ಕೊಟ್ಟಾಗಲೇ ಪುರುಷನಿಗೆ ಸಾರ್ಥಕತೆ ಸಿಗೋದು ಆಕೆಗೆ ಅದರ ಅರಿವು ಕೂಡ ಇದೆ. ಇಲ್ಲೂ ಅಷ್ಟೇ ಆಕೆ ಅವನು ಬಿದ್ದಿದ್ದಾನೆ ಅಂತ ಸ್ಪಷ್ಟವಾದ ಮೇಲೆಯೇ ನನಗೆ ಹೆಂಗೆಂಗೋ ಆಗ್ತಾ ಇದೆ ಇದು ಅದೇನಾ ಅಂತ ಹೊಸ ತಂತ್ರ ಎಣೆದಿದ್ದಾಳೆ ಗೆದ್ದಿದ್ದಾಳೆ ಶರಣಾಗಿದ್ದಾಳೆ.

ಸರಿ ಪ್ರೇಮ ನಿವೇದನೆ ಮುಗೀತು. ಅವನು ಅವಳನ್ನ, ಅವಳು ಅವನನ್ನ ಒಪ್ಪಿಯೂ ಆಯ್ತು. ಪ್ರೀತಿ ಆದ್ಮೇಲೆ ಗಂಡು ಕೇಳೋದು ಮೊದಲು **ಮುತ್ತು**. ಹಂಸಲೇಖರೇ ಒಂದೆಡೆ ಹೇಳಿದ್ದಾರೆ **ಮುತ್ತೇ ಪ್ರಥಮ** ಅಂತ. ಅದು ನಿಜವು ಹೌದು. ಯೌವನ ಪ್ರೀತಿ ಆಸೆ ಕನಸು ಎಲ್ಲಕ್ಕೂ ಒಂದು ಮುಕ್ತಿಧಾಮ ಅದೇ ಮುತ್ತು. ಈ ವಿಷಯದಲ್ಲಿ ಗಂಡಸು ನಾಚಿಕೆಗೆಟ್ಟೋನು ನನಗೆ ಮುತ್ತು ಬೇಕು ಅನ್ನುತ್ತಾನೆ. ಆದರೆ ಹೆಣ್ಣು ಹಾಗಲ್ಲ ಆಕೆ ಕಾಯಿಸದೇ ಪೀಡಿಸದೇ ಸತಾಯಿಸದೇ ಕೊಡಳು ಕೊಡಬಾರದು ಕೂಡ. ಸುಲಭಕ್ಕೆ ಸಿಗೋದು ಕೊನೆಯವರೆಗೂ ದಕ್ಕದ್ದು ಎಂದು ಅವಳಿಗೆ ಗೊತ್ತಿಲ್ಲದಂತೆ ಗೊತ್ತಿದೆ. ಮುತ್ತು ಎರಡು ದೇಹ ಎರಡು ಮನಸುಗಳ ಬೆಸೆಯುವಿಕೆಗೆ ಆದಿ. ಇಲ್ಲಿ ಹಂಸಲೇಖ ಎಷ್ಟು ಅದ್ಭುತವಾಗಿ ಪದ ಕಟ್ಟುತ್ತಾರೆ ನೋಡಿ ಪ್ರಶ್ನೋತ್ತರವಾಗಿ ಒಗಟಾಗಿ. ನಾಯಕಿ ತಿರಸ್ಕರಿಸುತ್ತಾ ತಿರಸ್ಕರಿಸುವಿಕೆಯಲ್ಲೇ ಅರ್ಪಣೆಯ ಸಿಗ್ನಲ್ ಕೊಡುತ್ತಾಳೆ. ಸಕತ್ ಮಜ ಇದೆ ಈ ಸಾಲುಗಳಲ್ಲಿ

ಕಣ್ಣನು ಮುಚ್ಚಿ ಕೊಡು
ಮೂಗಿಗೆ ತಿಳಿವುದು
ಉಸಿರು ಕಟ್ಟಿ ಕೊಡು
ಬಾಯಿಗೆ ತಿಳಿವುದು ನಾ ಹೇಗೆ ನೀಡುವುದು?!
ಹತ್ತಿರ ಬಂದು ಕೊಡು

ನಾಚಿಕೆ ಆಗುವುದು
ನಾಚಿಕೆ ಬಿಟ್ಟುಕೊಡು
ಆತುರ ಹುಟ್ಟುವುದು ನಾ ಹೇಗೆ ನೀಡುವುದು?

ಜಗತ್ತಿನ ಹೆಚ್ಚು ಕಡಿಮೆ ಮುತ್ತುಗಳಲ್ಲಿ ಅದರಲ್ಲೂ ಮೊದಲ ಮುತ್ತಿನಲ್ಲಿ ಕಣ್ಣುಗಳು ಮುಚ್ಚಿರುವುದು ಸಾಮಾನ್ಯ. ನಾಚಿಕೆ ಕಾರಣ. ಈ ಪ್ರೀತಿ ಪ್ರೇಮ ಕಾಮದಲ್ಲಿ ಕಣ್ಣು ಮುಚ್ಚಿ ಭಯ ರೋಮಾಂಚನದಲ್ಲಿ ಶುರುವಾಗುವ ಮೊದಲ ಮುತ್ತಿನಿಂದ ಹಂತ ಹಂತವಾಗಿ ನಾಚಿಕೆ ಕಳಕೊಂಡು ಧೈರ್ಯ ಪಡೆದುಕೊಂಡು ಭಯ ಬಿಟ್ಟು ಅವಳು ಅವನಿಗೆ ಅರ್ಪಿಸಿಕೊಳ್ಳುವ ಪ್ರಯಾಣ ಅತ್ಯಂತ ರೋಚಕವಾದುದು, ಪದಗಳಿಗೆ ದಕ್ಕದಿರುವುದು. ಈ ಪ್ರಯಾಣದಲ್ಲಿ ಬರೀ ಪ್ರೇಮ ಕಾಮವಲ್ಲ. ನಂಬಿಕೆ ಭರವಸೆ ಬಾಂಡೇಜು ಎಲ್ಲವೂ ಗಟ್ಟಿಯಾಗುತ್ತಾ ಹೋಗುತ್ತವೆ.

ಇಲ್ಲಿ ನಾಯಕ ಮುತ್ತು ಕೇಳಿದ್ದಾನೆ, ಆಕೆ 'ನಾಚಿಕೆ' ಅನ್ನುವಳು. 'ಸರಿ ಕಣ್ಮುಚ್ಕೊ' ಅನ್ನುವನು. 'ಉಸಿರು ಭಾರವಾಗುತ್ತೆ ಹೈಸ್ಪೀಡಲ್ಲಿ ಹೃದಯ ಹೊಡ್ಕೊತಿದೆ' ಅನ್ನುವಳು, ಜೊತೆಗೆ ಬಾಯಿ ನಡುಗುತ್ತೆ ತುಟಿ ಅದರುತ್ತೆ ಅನ್ನುವಳು. 'ಸರಿ ಇನ್ನೂ ಹತ್ತಿರ ಬಾ ತಬ್ಕೊ ಆಸರೆ ಸಿಗುತ್ತೆ ಟ್ರೈ ಮಾಡು' ಅನ್ನುತ್ತಾನೆ, 'ಅಯ್ಯೋ ಇಲ್ಲಪ್ಪ ನಾಚಿಕೆ ಬಿಟ್ರೆ ಏನೇನೋ ಆದ್ರೆ' ಅಂತ ಟಿಪಿಕಲ್ ಹುಡುಗಿಯ ಡೈಲಾಗು ಹೇಳುವಳು. ಅದರಲ್ಲಿ ಏನಾದರೂ ಆಗಲಿ ಅನ್ನೋ ಗುಪ್ತ ಆಸೆ ಕೂಡ ಇದೆ.

ಕಾಣದ ಮನಸ್ಸನು ನೀಡುವ ಕಲೆಯನು ಮುತ್ತಲ್ಲಿಡು
ಸಿಹಿ ಮುತ್ತಲ್ಲಿಡು
ಕಾಣುವ ಹರೆಯದ ನಿಯಮವ ಮುರಿಯದ ಆಣೆ ನುಡಿ
ಸಿಹಿ ಮುತ್ತ ಪಡಿ

ನೋಡ್ರೀ ಹೆಂಗ್ ಬರೀತಾರೆ ಹಂಸಲೇಖ ಎಷ್ಟು ಅಲಂಕಾರಿಕವಾಗಿ ಅದ್ಭುತವಾಗಿ ಪದಗಳ ಜೋಡಿಸುತ್ತಾರೆ. ನಾಯಕ ಹೇಳ್ತಾನೆ ಅಮೂರ್ತವಾದ ಈ ಮನಸ್ಸು ನೀಡೋಕೆ ಈ ಮೂರ್ತ ರೂಪದ ಮುತ್ತಿಂದಷ್ಟೇ ಸಾಧ್ಯ. ಅದು ಸಿಹಿಯೂ ಕೂಡ ಅನ್ನುವನು. ಇಲ್ಲಿ ಮತ್ತೆ ಹೆಣ್ಣು ತನ್ನ ಟಿಪಿಕಲ್ ಬುದ್ಧಿ ಡೈಲಾಗು ಹೇಳುವಳು ಅವಳಿರೋದೇ ಹಾಗೆಯೇ ಇರಬೇಕು ಇರುತ್ತಾಳೆ ಕೂಡ ಪ್ರತಿ ಕ್ಷಣವೂ ತಾನು ಸೆಕ್ಯೂರ್ ಆಗುತ್ತಾ ಗಡಿ ದಾಟಲು ಹವಣಿಸುತ್ತಾಳೆ. ಪ್ರತಿ ಸ್ಟೇಜ್ಗೂ ಅವಳದೇ ಗಡಿ. 'ಸರಿ ಮುತ್ತು ಕೊಡ್ತೀನಿ ಬಟ್ ಅದು ಮೀರಿ ಏನು ಮಾಡೋಲ್ಲ ಅಂತ ಪ್ರಾಮೀಸ್ ಮಾಡು' ಅನ್ನುತ್ತಾಳೆ ಹಹಹ. ಇದಾದ

ಮೇಲೆ ಖಂಡಿತ ಎಲ್ಲಾ ಲವ್ ಸ್ಟೋರಿ ತರಹ ಸರಿ ಮುಂದುವರೆಯಲ್ಲ ಅಂತ ಅವನು ಪ್ರಾಮಿಸ್ ಮಾಡಿ ಮುತ್ತು ದೋಚಿರುತ್ತಾನೆ, ಆಕೆ ಕೊಚ್ಚಿಕೊಂಡು ಹೋಗಿರುತ್ತಾಳೆ.

ಮತ್ತೆ ಮುಂದೆ??

ಏನಾಯಿತು ನನಗೀ ದಿನ ಏನಾಯಿತು
ಯಾಕಾಯಿತು ಈ ಥರ ಯಾಕಾಯಿತು
ಶ್ರೀರಾಮಚಂದ್ರ ಇದು ಪ್ರೇಮ ಮಂತ್ರ
ಮನಸ್ಸು ಕದ್ದಿರುವೆ ನಿನ್ನ ಮನಸ್ಸು ಕದ್ದಿರುವೆ
ಪ್ರೇಮದ ರುಚಿಯಲ್ಲಿ ನೀ ಚಿಂತೆಗೆ ಬಿದ್ದಿರುವೆ

ಇಷ್ಟೊತ್ತು ನಾಯಕಿ ಏನಾಯಿತು ಯಾಕಾಯಿತು ಅಂತ ಇದ್ಳು, ಒಂದು ಸಲ ಮುತ್ತು ವಿನಿಮಯ ಆದಮೇಲೆ ಇವನಿಗೆ ಒಂಥರಾ ಆಗಿದೆ ಏನಾಯಿತು ಯಾಕಾಯಿತು ಅನ್ನಕ್ಕೆ ಶುರುಮಾಡ್ತಾನೆ, ಈಗ ಸಮಾಧಾನ ಮಾಡುವ ಸರದಿ ಅವಳದು. 'ಲವ್ವಾಗಿದೆ ಲವ್ವಲ್ಲಿ ಹಿಂಗೆಲ್ಲಾ ಆಗುತ್ತೆ ಸುಮ್ನೆ ಇರು' ಅನ್ನುತ್ತಾಳೆ. ಮುತ್ತು ಅವನಿಗೆ ಸಾಲೊಲ್ಲ ಪಡೆಯುತ್ತ ಹೋಗುತ್ತಾನೆ, ಆಕೆ ಕೊಡುತ್ತಾ ಹೋಗುತ್ತಾಳೆ. ರುಚಿ ಮತ್ತಷ್ಟು ಸಿಹಿ ಸಿಹಿ, ಪ್ರೀತಿ ದೀಪಾವಳಿಲಿ ಮಿಂದೆದ್ದು ಹೋಗುವವರು. ಮುತ್ತು ಈ ಜಗತ್ತಿನ ಪವರ್ ಫುಲ್ ಡ್ರಗ್ಗು. ಸರಿ ಮುತ್ತು ಮುತ್ತು ಮತ್ತಾಗಿ, ಮಳೆಹನಿಯಾಗಿ ಇಬ್ಬರೂ ನೆನೆದು ನೆನೆದು ನೆನೆದು ಹೋಗವಾಗ ಆಕೆ ಹೀಗೆ ಕೇಳುತ್ತಾಳೆ ಆತ ಹೀಗೆ ಅನ್ನುವನು.

ಏನಿದೆ ಮುತ್ತಿನಲೀ?
ಜೇನಿನ ಸಾರವಿದೆ
ಏನಿದೆ ಜೇನಿನಲಿ?
ಪ್ರೇಮದ ಸಾರವಿದೆ
ಏನಿದೆ ಪ್ರೇಮದಲೀ?
ಬಾಳಿನ ಸಾರವಿದೆ
ಏನಿದೆ ಬಾಳಿನಲೀ?
ಸುಂದರ ಜೋಡಿಯಿದೆ
ನನ್ನ ನಿನ್ನ ಸುಂದರ ಜೋಡಿಯಿದೆ.

ಎಷ್ಟು ಕೊಟ್ರು ಕಡಿಮೆಯಾಗದಾಗಿ ಮತ್ತೆ ಮತ್ತೆ ಬೇಕೆನಿಸುವಾಗ ಸ್ವಲ್ಪ ಐಕ್ಯೂ ಕಮ್ಮಿ ಇರೋ ಆಕೆ ಈ ಮುತ್ತಲ್ಲಿ ಮುತ್ತಿನ ಮತ್ತಲ್ಲಿ ಅಂತದೇನಿದೆ ಅಂತ ದಡ್ಡ ಪ್ರಶ್ನೆ ಕೇಳುವಳು. ಅವನು ತುಟಿಯಲ್ಲಿ ಕರಗದ ಸಿಹಿ ಜೇನಿನ ಸಾರವಿದೆ

ಎನ್ನುವನು. ಅವಳಿಗೆ ಮತ್ತೆ ಡೌಟು ಜೇನಿನಲಿ ಏನಿದೆ? ಕೇಳುವಳು 'ಪ್ರೀತಿ ಕಣೇ ಹುಡುಗಿ ಪ್ರೀತಿ' ಅನ್ನುವನು. ಈಗ ಅವಳಿಗೆ ಅವನ ಕಿಚಾಯಿಸಬೇಕು 'ಸರಿ ಪ್ರೀತಿಲಿ ಏನಿದೆ?' ಅನ್ನುವಳು, ಅವನು ಪ್ರೀತಿಯೇ ಬದುಕು ಅಂದು ಸಮಾಧಾನ ಮಾಡಿದರೂ ಅವಳು ಬಿಡೊಲ್ಲ ಸರಿ ಬದುಕಲ್ಲಿ ಏನಿದೆ? ಅಂದಾಗ, ಅಮ್ಮ ಮಾರಾಯತಿ ಸುಂದರವಾದ ಜೋಡಿಯಿದೆ ಅದೇ ನಾನು ನೀನು ಎಂದು ತವಾ ಇಡುವನು, ಪ್ರೀತಿ ಬಿಸಿಯಲ್ಲಿ ದೋಸೆ ಹುಟ್ಟುವುದು, ಶುರುವಾಗುವುದು.

ಸರಿ ಪ್ರೀತಿ ಪ್ರೇಮ ಮುತ್ತು ಎಲ್ಲಾ ಆದಮೇಲೆ ಆಕೆ ಅವನನ್ನ ಸಂಪೂರ್ಣವಾಗಿ ಪಡೆಯುವ ಪ್ರಕ್ರಿಯೆ ಶುರು ಮಾಡುವಳು. ಇದು ಪ್ರತಿ ಪ್ರೀತಿಯ ಕೊನೆಯ ಮತ್ತು ಮುಖ್ಯವಾದ ಹಂತ.

ಹೆಣ್ಣಿನ ಕಂಗಳು ಹೃದಯದ ಬಾಗಿಲು
ಬಾ ಒಳಗೆ ಈ ಎದೆಯೊಳಗೆ
ತನಾನಾನ ತನಾನಾನಾ ತಾನಾನಾ...
ನಾ ನಿನ್ನೊಳಗೆ ನೀ ನನ್ನೊಳಗೆ

ಇದು ಆಕೆ ಅವನನ್ನ ಸಂಪೂರ್ಣವಾಗಿ ಒಳ ಕರೆಯೋ ಪರಿ. ಅವಳ ಕಣ್ಣುಗಳಿಂದ ಶುರುವಾಗಿ ಹೃದಯದ ಬಾಗಿಲಿಂದ ಬಾ ಎಂದು ಅನ್ನುವಳು. ಅವನಿಗೆ ಪದಗಳೇ ಹೊರಡುತ್ತಿಲ್ಲ, ನಾ ನಿನ್ನೊಳಗೆ ನೀ ನನ್ನೊಳಗೆ ಎಂದು ಅರ್ಪಿಸಿಕೊಳ್ಳುತ್ತಾನೆ. ಇಲ್ಲಿ ಇಬ್ಬರೂ ಒಂದಾಗಿದ್ದಾರೆ ಈ ಎರಡು ದೇಹ ಎರಡು ಮನಸುಗಳ ಒಂದಾಗುವ ಅದ್ಭುತ ಪ್ರಕ್ರಿಯೆಯೇ ಕಾಮ. ಅಲ್ಲಿ ಹಂಸಲೇಖರು ಪದಗಳನ್ನು ತುಂಬದೇ ಖಾಲಿ ಬಿಟ್ಟಿದ್ದಾರೆ. ಬೇಕು ಎಂದು ಪದಗಳ ತುಂಬಿಸಿಲ್ವ? ಗೊತ್ತಿಲ್ಲ. ಆ ತನಾನಾನ ಜಾಗದಲ್ಲಿ ಬೇರೇನೂ ತುಂಬಿಸಲಿಕ್ಕೂ ಆಗೋಲ್ಲ, ಬಹುಶಃ ಪ್ರೇಮದ ತುತ್ತತುದಿಯ ಭಾವವನ್ನ ಪದಗಳಲ್ಲಿ ಹಿಡಿಯಲು ಸಾಧ್ಯವಿಲ್ಲವೇನೋ? ಹೀಗೆ ಕನ್ನಡ ಸಿನಿ ಸಾಹಿತ್ಯಕ್ಕೆ ಬಿಟ್ಟ ಜಾಗ ಭರ್ತಿ ಮಾಡಿ ಚಾಲೆಂಜ್ ಹಾಕಿ ಹಂಸಲೇಖ ಕೂತಿದ್ದಾರೆ.

ಕೊನೆಗೆ ಸಮಾರೋಪದ ಸಾಲುಗಳು ನೋಡಿ ಎಷ್ಟು ಮೃದುವಾಗಿದೆ, ತಂತ್ರ ಹೋಗಿ ಮಂತ್ರವಾಗಿದೆ ಇನ್ನೂ ಜೀವನ ಪಠಣ. ಕದ್ದ ಹೃದಯ ಈಗ ತುಂಬಿದ ಹೃದಯವಾಗಿದೆ. ಸಾರ್ಥಕತೆ.

ಶ್ರೀರಾಮಚಂದ್ರ ಇದು ಪ್ರೇಮ ಮಂತ್ರ
ಮನಸ್ಸು ಕದ್ದಿರುವೆ ನಿನ್ನ ಮನಸ್ಸು ಕದ್ದಿರುವೆ
ಪ್ರೇಮದ ರುಚಿಯಲ್ಲಿ ನೀ ಚಿಂತೆಗೆ ಬಿದ್ದಿರುವೆ.

ದೇಹಕ್ಕೊಂದು ಯೋಗ, ಜೀವಕ್ಕೊಂದು ಸುಯೋಗ, ಎರಡಕ್ಕೂ ಹಂಸಲೇಖರ ಪದ ಮತ್ತು ಪರಾಗ

ಹಂಸಲೇಖ ಬರಿ ಪೋಲಿಗೀತೆಯನ್ನು ಬರೆದವರಲ್ಲ, ದಾಂಪತ್ಯಗೀತೆ ಬರೆದವರಲ್ಲ, ಪ್ರೇಮಗೀತೆಗಳನ್ನು ಬರೆದವರಲ್ಲ, ಬದುಕಿನ ಕುರಿತು ಬರೆದವರಲ್ಲ, ಎಲ್ಲವನ್ನೂ ಬರೆದವರು. ಅವರು ಮುಟ್ಟದ ವಿಷಯ ಇದೆಯಾ? ಅಂತ ಅವರ ಹಾಡುಗಳಲ್ಲಿ ಹುಡುಕಿದರೆ ಎಲ್ಲವೂ ಸಿಗುತ್ತದೆ. ವಿಜ್ಞಾನವು ಇದೆ. ರತಿ ವಿಜ್ಞಾನವೂ ಇದೆ, ಐಟಂ ಹಾಡು ಇದೆ, ಭಗವದ್ಗೀತೆಯೂ ಇದೆ, ***"ಹುಡುಗೀರ್ ಅಂದ್ರೆ ಡೇಂಜರ್"*** ಅಂತ ಬರೆದವರೇ ದೇವತೆ ಎಂದು ಹೆಂಡತಿಯನ್ನು ಕರೆದ ಗೀತೆಗಳು ಇವೆ.

ಹಂಸಲೇಖರು ಯೋಗದ ಬಗ್ಗೆಯೂ ಬರೆದಿದ್ದಾರೆ, ದೇಹಕ್ಕೊಂದು ಯೋಗ, ಜೀವಕ್ಕೊಂದು ಸುಯೋಗ. ಅರಳಿದ ಬೊಜ್ಜನ್ನು, ಕೆದರಿದ ಮದವನ್ನು, ಉಕ್ಕಿ ಬಂದ ಅಹಂಕಾರವನ್ನ ಕರಗಿಸಿ ತೆಳುವಾಗಿಸಿ ತಗ್ಗಿಬಗ್ಗಿ ತೆಳ್ಳಗೆ ಮೆಲ್ಲಗೆ ಯೋಗಿಯಾಗಿ ಸಂತನಾಗಿ ಇರಲು ಯೋಗ ಬೇಕು. ಒಂದೆಡೆ ದೇಹಕ್ಕೆ ಬೇಕಾಗುವ ಈ ಯೋಗವಿದ್ದರೆ, ಇನ್ನೊಂದು ಕಡೆ ಅರಳಿದ ಯೌವನವನ್ನ, ಕಾದ ಪ್ರಣಯದ ಬಾಣಲೆಯನ್ನ, ಧರ್ಮ ಅಧರ್ಮದ ಸಣ್ಣ ಗೆರೆ ಅಳಿಸಿಹಾಕಿ ಬೀಸುವ ಕಾಮವನ್ನ, ಎರಡು ದೇಹಗಳು ಪ್ರೀತಿಯಿಂದ ಕೂಡುವ ಮಿಲನಕ್ಕೆ ಸುಯೋಗ ಬೇಕು. ಯೋಗಕ್ಕೆ ದೇಹ ಅರಳಿದರೆ, ಸುಯೋಗಕ್ಕೆ ಆತ್ಮಗಳು

ಅರಳುತ್ತವೆ. ಇಂತಹ ಎರಡು ಯೋಗ ಸುಯೋಗ ಇಟ್ಟುಕೊಂಡು ಅವರೇ ಬರೆದು ಸಂಗೀತ ಕೊಟ್ಟಿರುವ ಎರಡವು ಹಾಡುಗಳ ಬಗ್ಗೆ ಮಾತಾಡೋಣ, ಎರಡು ಹಾಡುಗಳಲ್ಲೂ ಕಾಮನ್ ಹಂಸಲೇಖ ಮತ್ತು ರವಿಚಂದ್ರನ್ ಎಂಬ ಡೆಡ್ಲಿ ಕಾಂಬೋ. ಒಂದು ಹಾಡು ಗಡಿಬಿಡಿ ಗಂಡ ಸಿನಿಮಾದ್ದು ಇನ್ನೊಂದು ಹಾಡು ಬಣ್ಣದ ಗೆಜ್ಜೆಯದು.

ಯೋಗ–ಬಂ ಚಿಕ್, ಚಿಕಿ ಬಂ ಚಿಕಿ ಬಂ

ಈ ಹಾಡಿನ ಸೆಟಪ್ ತುಂಬಾ ಚೆನ್ನಾಗಿದೆ, ಸಿಂಗಲ್ ಸರಸ್ವತಿ ಅಂದ್ರೆ ಹಾರ್ಮೋನಿಯಂ ನೆಚ್ಚಿಕ್ಕೊಂಡು ಬೆಂಗಳೂರಿಗೆ ಬಂದ ರವಿಚಂದ್ರನ್, ಅದೇ ಥರ ಡಬಲ್ ಸರಸ್ವತಿ ತಬಲಾ ನೆಚ್ಚಿಕೊಂಡು ಬಂದ ಜಗ್ಗೇಶ್ ಭೇಟಿಯಾಗಿ, ನೆಲೆ ನಿಲ್ಲಲು ಗೊತ್ತಾಗದೆ ಹೊಟ್ಟೆ ಹಸಿವು ಹೋಗಲಾಡಿಸಲು ಏನು ಮಾಡೋದು ಎಂದು ಕಬ್ಬನ್ ಪಾರ್ಕಿನ ಬಳಿ ಬಂದು ನಿಲ್ಲುತ್ತಾರೆ, ಅಲ್ಲಿ ಗಾಂಧೀ ಪ್ರತಿಮೆ ಕಾಣುತ್ತದೆ. ಜಗ್ಗೇಶ್ 'ಅಪ್ಪ ಗಾಂಧೀ ತಾತ ಜಗತ್ತಿನಲಿ ಯಾರು ಹಸಿವಿನಿಂದ ಇರಬಾರದು ಏನ್ನುವುದು ನಿನ್ನ ಕನಸಾಗಿತ್ತು ನಾವು ನೋಡುದ್ರೆ ಒಂದು ವಾರದಿಂದ ನೀರು ಕುಡಿದು ಕಾಲ ತಳ್ಳುತ್ತಿದ್ದೀವಿ' ಎಂದು ಹೇಳುತ್ತಾನೆ. ಆಗ ರವಿಚಂದ್ರನ್ ಕೆಳಗೆ ಕೂತು "ನಾನು ಕಣ್ಮುಚ್ಚಿಕೊಂಡು ಹಾರ್ಮೋನಿಯಂ ಬಾರಿಸ್ತೀನಿ ನೀನು ಕಣ್ಮುಚ್ಚಿಕೊಂಡು ತಬಲಾ ಬಾರಿಸು ನಾವು ಈ ಲೋಕದಿಂದ ಆ ಲೋಕಕ್ಕೆ ಹೋಗೋಣ ವಾಪಾಸು ಬಂದಾಗ ಹೊಟ್ಟೆಪಾಡು ನೋಡೋಣ" ಎನ್ನುತ್ತಾನೆ. ಇಬ್ಬರು ಬಾರಿಸಲು ಶುರುವಾಗುತ್ತಾರೆ. ಇದಕ್ಕೆ ಪ್ಯಾರಲಲ್ ಆಗಿ ಇತ್ತ ಕಡೆ ಹೀರೋಯಿನ್ ರಮ್ಯಕೃಷ್ಣಳ ಏರೋಬಿಕ್ಸ್/ಯೋಗ ಕ್ಲಾಸಿನಲ್ಲಿ ಟೇಪ್ ರೆಕಾರ್ಡು ಕೈಕೊಟ್ಟು ಏನು ಮಾಡಬೇಕು ಎಂದು ಯೋಚಿಸುವಾಗ ಈಚೆ ಇವರಿಬ್ಬರು ಬಾರಿಸುವುದು ಶುರುವಾಗುತ್ತದೆ, ಅದಕ್ಕೆ ತಾಳ ಹಾಕೋಣ ಎಂದು ಕುಣಿಯಲು ಶುರುಮಾಡುತ್ತಾರೆ.

"ಬಂ ಚಿಕ್, ಚಿಕಿ ಬಂ ಚಿಕಿ ಬಂ
ಬಂ ಚಿಕ್ ಚಿಕಿ ಬಂ ಚಿಕಿ ಬಂ"

ಬಂ ಚಿಕ್ ಕೋರಸ್, ಆದರೆ ಈ ಹಾಡಿನಲ್ಲಿ ಬಂ ಕೂಡ ಇದೆ, ಚಿಕ್ಸ್ ಅಂತೂ ಬೇಜಾನ್ ಇವೆ.

"ಬಂ ಚಿಕಿ ಬಂ ಚಿಕ್ ಹಾಡು ಬೇಗ
ಹಾಡಿನ ಸಂಗಾ ಮಾಡು ಯೋಗ
ಲೆಜಿ ಆದರೆ ಬೊಜ್ಜು ರೋಗ ನಾಜೂಕಾಗಿ ಹಾಕು ಲಾಗಾ

ಈಸಿ ತಾನೇ ರಾಜಯೋಗ
ಏಜನು ಮರೆಸೋ ಯೋಗ
ತೂಕವಿರದ ದೇಹ ಹೂ ಬಳ್ಳಿ"

"ಅದೇ ತಾಳದೊಂದಿಗೆ ಹಾಡು ಬೇಗ, ಹಾಡಿನ ತಾಳಕ್ಕೆ ಸಮನಾಗಿ ಮಾಡೋಣ ಯೋಗ" ಎನ್ನುವಳು ನಾಯಕಿ. ಯಾವ ಕೆಲಸವೂ ಮಾಡದೇ ಬಿದ್ದುಕೊಂಡಿದ್ರೆ ಬೊಜ್ಜಿನ ರೋಗ ಬರುತ್ತೆ ಅದಕ್ಕೆ ಇವಾಗ ನಾಜೂಕಾಗಿ ಆ ಹಾಡಿಗೆ ಸಮನಾಗಿ ಹಾಕ್ಬೇಕು ಲಾಗ ಅನ್ನುತ್ತಾಳೆ. ಜೊತೆಗೆ ಯೋಗದ ಮಹತ್ವ ತಿಳಿಸಿಕೊಡುತ್ತಿದ್ದಾಳೆ ವಯಸ್ಸನ್ನು ಕೂಡ ಮರೆಸುತ್ತೆ ಈ ಯೋಗ, ಈ ತರ ತಾಳಕ್ಕೆ ಕುಣಿಯೋದು ಅಷ್ಟು ಸುಲಭವಲ್ಲವಾ ಎನ್ನುತ್ತಿದ್ದಾಳೆ.

ಭಕ್ತಿ ಯೋಗ, ಕರ್ಮ ಯೋಗಕ್ಕೆ ಹೋಲಿಸಿಕೊಂಡರೆ ಈ ರಾಜಯೋಗ ಎಷ್ಟು ಸುಲಭ ಅಲ್ವಾ ಅದಕ್ಕೆ ಕುಣಿರಿ ನಾವೆಲ್ಲಾ ಯೋಗಿಗಳು ಎಂದು ಹೇಳುತ್ತಾಳೆ. ಇನ್ನಷ್ಟು ಸ್ಫೂರ್ತಿ ತುಂಬಲು ***"ತೂಕವಿರದ ದೇಹ ಹೂ ಬಳ್ಳಿ"***, ತೂಕ ಇಲ್ಲದಿದ್ದರೆ ದೇಹ ಎಷ್ಟು ಹಗುರ ಎನ್ನುವ ಟ್ರಿಕ್ ಅದು, ಈ ಟ್ರಿಕ್ಕಿಗೆ ಬೀಳದೆ ಇರ್ತಾರ? ಜೊತೆಯಲ್ಲಿ ಹೆಜ್ಜೆ ಹಾಕುತ್ತಾ ಇರೋರು ಖುಷಿಯಿಂದ ಕುಣಿಯಲು ಶುರುಮಾಡುತ್ತಾರೆ, ಅವರಿನ್ನೂ ಯೋಗ ಶುರುಮಾಡಿಲ್ಲ, ಯೋಗದ ಮುಂಚಿನ ವಾರ್ಮ್ ಅಪ್ ಅಷ್ಟೇ, ಅದಕ್ಕಾಗಿ ಇಷ್ಟೆಲ್ಲಾ ಹೇಳಿ ಸ್ಫೂರ್ತಿ ತುಂಬಿ ಹುರಿದುಂಬಿಸುತ್ತಿದ್ದಾಳೆ. ಇತ್ತ ಕಡೆ ನಾಯಕಿ ಹಿಂಗೇ ಹುರಿದುಂಬಿಸುತ್ತಿದ್ದರೆ ಅತ್ತ ಕಡೆ ಇದು ಯಾವುದರ ಪರಿವೆ ಇಲ್ಲದ ನಾಯಕ ಮತ್ತವನ ಸ್ನೇಹಿತ ಸಂಗೀತವನ್ನು ಬಲು ತನ್ಮಯದಿ ನುಡಿಸುತ್ತಿದ್ದಾರೆ.

"ಬ್ರೀಥಿಂಗ್ ಟೆಕ್ನಿಕ್ ಹುರುಪು ತುಂಬಿಸುವುದು
ಅಂಗಾಂಗ ಥಳಥಳಿಸಲು
ಪ್ರಾಣಾಯಾಮ ಮೊದಲು ಮಾಡಿಸುವುದು
ಮೊದಲು ಮೈಯೊಳಗಿನ ಮದವಿಳಿಸಲು
ಆಸನದ ಶಾಸನದ ಶಿಸ್ತಲ್ಲಿ ಮಲ್ಲಿ ಮೈ ದೇಹ ಎಲ್ಲ ಮಾತು ಕೇಳೋದು
ಅಂಕು ಡೊಂಕು ದೇಹ ರಸ್ತೆ ಕಡಿದಾಗ
ಅಂದ ಚೆಂದ ಕೂಡ ಒಪ್ಪ ಕೂಡ ಕಾಣೋದು
ಶೋಕ ಮರೆಸುವ ಲೋಕದಲ್ಲಿ ಯೋಗ"

ಯೋಗದಲ್ಲಿ ಉಸಿರಾಟ ತುಂಬಾ ಮುಖ್ಯ. ಉಸಿರಾಟದ ಮೇಲೆ ನಿಯಂತ್ರಣ ಪಡೆಯದ ಹೊರತು ಯೋಗ ಮಾಡಲು ಸಾಧ್ಯವೇ ಇಲ್ಲ. ಉಸಿರಾಟ ಏರಿಳಿತ ಕಮ್ಮಿ ಇದ್ದಷ್ಟು ಆಯಸ್ಸು ಜಾಸ್ತಿ. ಉಸಿರಾಟ ನಿಯಂತ್ರಣಕ್ಕೆ ಬರಲು ಬಲು ಮುಖ್ಯವಾದ ವ್ಯಾಯಾಮ ಪ್ರಾಣಾಯಾಮ. ನೀವು ಏನು ಮಾಡದೇ ಇದ್ರೂ ಹತ್ತು ನಿಮಿಷ ಪ್ರಾಣಾಯಾಮ ಮಾಡಿ ಅಂತ ಯೋಗಿಗಳು ಹೇಳೋದುಂಟು, ಅದನ್ನೇ ಇಲ್ಲಿ ಕೂಡ ನಾಯಕಿ ಹಾಡುತ್ತ ಹೇಳುತ್ತಿದ್ದಾಳೆ ಸ್ವಲ್ಪ ಎನರ್ಜಿ ತುಂಬಿಕೊಂಡು ಒಸಿ ಮಸಾಲೆ ಬೆರೆಸಿ. ಬ್ರೀಥಿಂಗ್ ಟೆಕ್ನಿಕ್ ನೀವು ಕಲಿಯಲೇಬೇಕು ಯಾಕಂದ್ರೆ ಅಂಗಾಂಗ ಥಳಥಳಿಸುತ್ತೆ ಅನ್ನುತ್ತಾಳೆ. ಅಂಗಾಂಗ ಥಳಥಳಿಸುತ್ತೆ ಎಂದ್ರೆ ಸುಮ್ನೆ ಬಿಡ್ತಾರಾ ಏರೋಬಿಕ್ಸ್ ಕಲಿಯಲು ಬಂದ ಹೆಣ್ಣುಮಕ್ಕಳು? ಏನು ಮಾಡಕ್ಕೂ ರೆಡಿ, ಹಾಗೆ ಬ್ರೀಥಿಂಗ್ ಟೆಕ್ನಿಕ್ ಕಲಿಯಲು ಪ್ರಾಣಾಯಾಮ ಬೇಕು. ಅದಕ್ಕೆ ಯೋಗ ಕಲಿಸುವವರು ಮೊದಲು ಪ್ರಾಣಾಯಾಮ ಕಲಿಸುತ್ತಾರೆ ಯಾಕೆಂದರೆ ಅದು ಮೈಯೊಳಗಿನ ಮದ ಇಳಿಸುತ್ತೆ ಅನ್ನುತ್ತಾಳೆ.

"***ಆಸನದ ಶಾಸನದ ಶಿಸ್ತಲ್ಲಿ, ಮಲ್ಲಿ ದೇಹ ಎಲ್ಲ ಮಾತು ಕೇಳೋದು***" ಅನ್ನುತ್ತಾಳೆ, ಎಂಥಾ ಪದ ಪ್ರಯೋಗ! ಯೋಗಕ್ಕೆ ಬೇಕಾಗಿರೋದು ಶಿಸ್ತು, ಚಾಚು ತಪ್ಪದೆ ಮಾಡಬೇಕಾದ ಶಿಸ್ತು, ಶಿಸ್ತಿಲ್ಲ ಅಂದ್ರೆ ಯೋಗವಿಲ್ಲ, ಈ ದೇಹ ಮಲ್ಲಿ ಅನ್ನುತ್ತಾಳೆ, ಹಹ, ದೇಹಕ್ಕೊಂದು ಸಮಸ್ಯೆ ಇದೆ ಆಲಸ್ಯಕ್ಕೆ ಬಿದ್ದ ದೇಹ ಅಲ್ಲಾಡಲು ಕೂಡ ಕೊರಗುತ್ತೆ, ಅಂತ ಜಡ್ಡುಗಟ್ಟಿದ ದೇಹವನ್ನು ಮಲ್ಲಿ ಎಂದಿರೋದು ಸರಿಯಾಗಿಯೇ ಇದೆ, ಅಂತ ಮಲ್ಲಿ ದೇಹ ಸುಮ್ ಸುಮ್ನೆ ಮಾತು ಕೇಳೋಲ್ಲ ಅದಕ್ಕೆ ಆಸನದ ಶಾಸನದ ಶಿಸ್ತನ್ನು ಕಲಿಸಬೇಕು ಆಗ ದೇಹ ನಮ್ಮ ಮಾತು ಕೇಳುತ್ತೆ, "***ಅಂಕು ಡೊಂಕು ದೇಹ ಕಡಿದಾಗ, ಅಂದ ಚೆಂದ ಕೂಡ ಒಪ್ಪ ಕಾಣೋದು***" ಅಲ್ಲಿ ಯೋಗ ಕಲಿಯಲು ಬಂದಿರುವ ಹೆಣ್ಣುಗಳ ದೇಹ ತುಂಬಾ ಅಂಕುಡೊಂಕು ಬೆಳೆದಿದೆ, ಬೊಜ್ಜು

ದೇಹವನ್ನು ಮೀರಿ ಬೆಳೆದಿದೆ, ಅದನ್ನು ಟ್ರಿಮ್ ಮಾಡಲೇಬೇಕು ಹಾಗೆ ಟ್ರಿಮ್ ಮಾಡಿದಾಗಲಷ್ಟೇ ಈ ಬೊಜ್ಜಿನೊಳಗೆ ಕಳೆದು ಹೋಗಿರುವ ನಿಮ್ಮ ದೇಹದ ಅಂದ ಚೆಂದ ಒಪ್ಪವಾಗಿ ಕಾಣೋದು ಎಂದು ಬೆಂಡೆತ್ತುತ್ತಿದ್ದಾಳೆ, ಯೋಗ ಮಾಡುತ್ತಾ ಅಂಡೆತ್ತುತ್ತಿದಾಳೆ. ನೀವು ನಿಮ್ಮ ಬೊಜ್ಜಿನಿಂದ ಎಷ್ಟೆಲ್ಲಾ ಅವಮಾನ ಎದುರಿಸಿದ್ದೀರಾ, ನಿರಾಶೆ ಅನುಭವಿಸಿದ್ದೀರಾ, ನಿಮ್ಮದು ಶೋಕ ರಾಗ ನಿಮ್ಮ ಶೋಕವನ್ನು ಮರೆಸುವ ನಿಮ್ಮ ದೇಹದ ಬೊಜ್ಜನ್ನು ಕರಗಿಸುವ ಏಕೈಕ ಶಕ್ತಿ ಯೋಗ, 'ಕಮಾನ್ ಲೆಟ್ ಆಸ್ ಡೂ ಯೋಗ' ಎಂದು ಎಲ್ಲರನ್ನು ಚೀರಪ್ ಮಾಡುತ್ತಿದ್ದಾಳೆ.

ಈ ಗ್ಯಾಪಿನಲ್ಲಿ ನಾಯಕ ಅಣ್ಣಾವ್ರ ಯಾರೇ ಕೂಗಾಡಲಿ ಟ್ಯೂನ್ ಬಾರಿಸಲು ಶುರುಮಾಡುತ್ತಾನೆ. ಅದು ಅವನ ಟ್ರಿಕ್. ಅವನಿಗೆ ಗೊತ್ತು ಈ ತಬಲಾ ಮಾಸ್ಟರ್ ಅಣ್ಣಾವ್ರ ಫ್ಯಾನ್ ಎಂದು ಆ ಟ್ಯೂನ್ ಬರುತ್ತಲೇ ಜಗ್ಗೇಶ್ ಸಿಕ್ಕಾಪಟ್ಟೆ ಜೋಶಲ್ಲಿ ತಬಲಾ ಬಾರಿಸತೊಡಗುತ್ತಾನೆ, ಅವರಿಬ್ಬರೂ ಕಣ್ಮುಚ್ಚಿಕೊಂಡು ಸಂಗೀತ ಬಾರಿಸುತ್ತಿದ್ದರೆ ಇತ್ತ ಕಡೆ ಕುಣಿಯುತ್ತ ಕುಣಿಸುತ್ತ ನಾಯಕಿ ಅವರ ತಾಳಕ್ಕೆ ಯೋಗ ಮಾಡಲು ಶುರು ಹಚ್ಚುತ್ತಾಳೆ. ಹೊಟ್ಟೆ ಹಸಿದವರ ಮುಂದೆ ಚಿಲ್ಲರೆ ಬಿದ್ದಿರುತ್ತದೆ, ಹೊಟ್ಟೆ ತುಂಬಿ ಬಿರಿದ ಬೊಜ್ಜಿನವರ ದೇಹ ಬೆವರಿನ ಮುದ್ದೆಯಾಗಿರುತ್ತದೆ.

"ಪಿಟಿ ಉಷಾಳ ಪಾಪುಲಾರಿಟಿಗೆ ಪ್ರಾರಂಭಿಸೋ ಓಟಾದೆನಾ
ಭಾರದ ಬಾಡಿ ಹಗುರವಾಗಲೆಂದು ಕಸರತ್ತೇ ಆರಾಧನಾ
ಹಿಂದೆ ಹಿಂದೆ ಹೋಗಲಿ ಈಗ ಈ ಕೈ–ಸುಲಭವಾಗಿ ಬಳುಕಬೇಕು ಈ ಮೈ
ಸೊಂಟ ಕಾಲು ರಂಗು ಆಗಿ ಮಿಂಚೋಕೆ–ಅಯ್ಯೋ ಅಪ್ಪ ಅನ್ನುವ ಭಯವೇಕೆ
ಆಟ ನಮಗಿದು ಸುಪ್ತ ಋಷಿ ಯೋಗ"

ಇಷ್ಟೆಲ್ಲಾ ಹುರಿದುಂಬಿಸಿದ ನಾಯಕಿ ಯೋಗದಿಂದ ತಾನು ಪಡೆದುದ್ದನ್ನು ಹೇಳುತ್ತಾಳೆ, ಯೋಗ ಮಾಡಿ ಸಣ್ಣ ಹಗುರವಾಗಿ ಉಸಿರಿನ ನಿಯಂತ್ರಣದಿಂದ ನಾನು ಈಗ ಪಿಟಿ ಉಷಾಳ ತರ ಓಡಬಲ್ಲೆ ಎನ್ನುತ್ತಾಳೆ, ಅದಕ್ಕೆ ಭಾರದ ಬಾಡಿ ಹಗುರ ಆಗಬೇಕು ಬೇರೆ ಯಾವ ಶಾರ್ಟ್ ಕಟ್ ಇಲ್ಲ ಕಸರತ್ತು ಅಂದ್ರೆ ವ್ಯಾಯಾಮ ಒಂದೇ ಇರೋ ಏಕೈಕ ದಾರಿ, ಶುರು ಹಚ್ಕೊಳ್ಳಿ ಅನ್ನುವಳು. ಹಂಗೆ ಹೇಳಿದ ತಕ್ಷಣ ಅವೆರೆಲ್ಲ ಹುರುಪಿನಿಂದ ಶುರು ಹಚ್ಚಿಕೊಳ್ಳುವರು. ಇದೇ ಒಳ್ಳೆ ಸಮಯ ಎಂದುಕೊಂಡು ಹಿಂದೆ ಹಿಂದೆ ಆದಷ್ಟು ಬಗ್ಗಿ ಕೈ ನೆಲವ ಮುಟ್ಟಿ ಅನ್ನುತ್ತಾಳೆ ಕೆಲವರದು ಹೋಗುತ್ತಿಲ್ಲ ಅದಕ್ಕೆ ಸುಲಭವಾಗಿ ಬಳುಕಬೇಕು ಈ ಮೈ ಅನ್ನುವಳು, ಬಳುಕಬೇಕು ಎನ್ನುವುದು ಸ್ತ್ರೀಪದ ಅದರಲ್ಲೊಂದು ಶಕ್ತಿ ಇದೆ, ಅದಕ್ಕೆ ಆ ಪದವನ್ನು ಒತ್ತಿ ಹೇಳುತ್ತಿದ್ದಾಳೆ. ಜೊತೆಗೆ

ಸೊಂಟ ಮತ್ತು ಕಾಲು ಯೋಗದಿಂದ ಮಿಂಚುತ್ತೆ ನಿಮಗೆ ಬೇಡ್ವ? ಹಾಗಿದ್ರೆ ಅಯ್ಯೋ ಅಪ್ಪ ಮುರಿದು ಹೋದ್ರೆ ಅಂತ ಯಾಕೆ ಭಯಪಟ್ಕೋತೀರಿ ಎಂದು ಕೊನೆಗೆ ಯೋಗ ಒಂದು ಆಟ, ಸುಪ್ತ ಋಷಿ ಯೋಗ ಬನ್ನಿ ಮಾಡೋಣ ಎನ್ನುವಳು.

ಅಷ್ಟರಲ್ಲಿ ಇತ್ತ ಕಡೆ ನಾಯಕ ರೊಚ್ಚಿಗೆದ್ದು ಹಾರ್ಮೋನಿಯಂ ಬಾರಿಸಲು ಶುರು ಮಾಡುತ್ತಾನೆ, ಅದಕ್ಕೆ ತಬಲಾ ಕೂಡ ಸಾಥ್ ಕೊಡಲು ಜಗ್ಗೇಶ್ ಒದ್ದಾಡುತ್ತಾನೆ, ಅವರು ಬಾರಿಸುವ ರೇಂಜ್‌ಗೆ ನಾಯಕಿ ಮತ್ತು ಅವಳ ಪಟ್ಟಾಲಂ ಕುಣಿಯಲಾಗದೇ ಸುಸ್ತಾಗಿಬಿಡುವರು, ಅದೇ ಸಮಯದಲ್ಲಿ ರಸ್ತೆಯಲ್ಲಿ ಹೋಗುವ ಸಂಗೀತ ಪಂಡಿತರು ರಸ್ತೆ ಪಕ್ಕ ಸಂಗೀತ ನುಡಿಸಿ ಚಿಲ್ಲರೆ ಗಿಟ್ಟಿಸ್ಕೊಂಡ ನಾಯಕನ್ನು ಅವನ ಮುಂದೆ ಚಿಲ್ಲರೆ ನೋಡಿ “ಸಂಗೀತ ಸರಸ್ವತಿ ರಸ್ತೆಗೆ ಬಂದ್ ಬಿಟ್ಟಳಾ?” ಎಂದು ಬಯ್ದುಕೊಳ್ಳುತ್ತ ಹೊರಡುತ್ತಾನೆ. ಅಲ್ಲಿಗೆ ಯೋಗದ ಸಂಗೀತ ಯೋಗದ ಹಾಡು ಮುಗಿಯುತ್ತದೆ.

ಸುಯೋಗ–ಯೋಗ ಯೋಗ ಯೋಗ, ನಾನು ನೀನು ಸೇರೋ ಯೋಗ

ಈಗ ಇದು ಮೇಲೆ ಹೇಳಿದ ಹಾಡಿನ ದೇಹದ ಯೋಗವಲ್ಲ, ಎರಡು ದೇಹಗಳು ಕೂಡುವ ರತಿಯೋಗ ಬಗೆಗಿನ ಹಾಡು, ಅದರಲ್ಲಿ ನಾಯಕಿ ಕುಣಿಯುತ್ತಿದ್ದರೆ ಇದರಲ್ಲಿ ನಾಯಕ ಕುಣಿಯುತ್ತಿರುತ್ತಾನೆ. ಆದರೆ ನಾಯಕಿ ಜೊತೆಯಲ್ಲ ಬೇರೆ ಯಾರೋ ಜೊತೆ, ಅವರಿಬ್ಬರನ್ನು ನೋಡಿ ನೋಡದಂತೆ ನಾಟಕ ಆಡಿ ಕೈ ಕೈ ಹಿಸುಕುತ್ತ ಗಾಬರಿಯಾಗುವ ನಾಯಕಿ ಕೂಡ ಇದ್ದಾಳೆ, ನಾಯಕ ಮತ್ತು ನಾಯಕಿಯ ಮಧ್ಯೆ ಜಗಳವಾಗಿದೆ, ನಾಯಕಿಗೆ

ತನ್ನ ಪ್ರೀತಿಯನ ಅರ್ಥ ಮಾಡಿಸಲು ಇರುವ ಏಕೈಕ ಮಾರ್ಗ ಅವಳನ್ನು ರೇಗಿಸುವುದು, ರೇಗಿಸಿ, ರೇಗಿಸುವ, ಅದು ಬೇರೆ ಹುಡುಗಿ ಜೊತೆ ಲಲ್ಲೆ ಗರೆಯುತ್ತ. ಹಾಡು ಹೀಗೆ ಶುರುವಾಗುತ್ತೆ:

ಯೋಗ ಯೋಗ ಯೋಗ ಈಗ,
ನಾನು ನೀನು ಸೇರೋ ಯೋಗ ಈಗ

ಈ ಚಿತ್ರದಲ್ಲಿ ನಾಯಕ ನಾಯಕಿ ಇಬ್ಬರೂ ಡ್ಯಾನ್ಸರ್, ನಾಯಕ ಬೇರೆಯವಳನ್ನು ಸಿಂಗಲ್ ಮೀನಿಂಗ್‌ಲಿ ಹಾಡುತ್ತಾ ಡಬಲ್ ಮೀನಿಂಗ್‌ಲಿ ಬಾ ಎಂದು ಕರೆಯುತ್ತಿದ್ದಾನೆ, ಅದಕ್ಕೆ ಅವಳು ಡಬಲ್ ಮೀನಿಂಗ್ ಗೊಡವೆಗೆ ಹೋಗದೆ ನೇರವಾಗಿ ಬೋಲ್ಡ್ ಅಂಡ್ ಬ್ಯೂಟಿಫುಲ್ ಥರ ನಾನು ನೀನು ಸೇರೋ ಯೋಗ ಈಗ ಎಂದು ಯಾವ ನಾಚಿಕೆಯಿಲ್ಲದೇ ಹೇಳುತ್ತಿದ್ದಾಳೆ, ಅವನಿಗೆ ತೆರೆದುಕೊಳ್ಳುತ್ತಿದ್ದಾಳೆ. ತೆರೆದುಕೊಳ್ಳುವುದಷ್ಟೇ ಅಲ್ಲ ಅವಳೇ ಶುರು ಹಚ್ಚಿಕೊಳ್ಳುತ್ತಾಳೆ ಕೂಡ. ಅವನು ಮತ್ತೆ ***ಈ ಜೀವ ಕೇಳೋದು ವ್ಯಾಯಾಮವೇ*** ಅಂತ, ಯಾರಿಗೂ ತನ್ನ ಸ್ಕೆಚ್ ಗೊತ್ತಾಗದಿರಲಿ ಎನ್ನುವುದು ಅವನ ಆಲೋಚನೆ. ಅವನ ಸ್ಕೆಚ್ ಏನಿದ್ರೂ ತನ್ನಿಂದ ದೂರವಾದ ನಾಯಕಿಗೆ ಮಾತ್ರ ಗೊತ್ತಾಗಿ ತನ್ನ ತಪ್ಪಿನ ಅರಿವಾಗಿ ವಾಪಸ್ ಬರಲಿ ಎನ್ನುವ ನಾಟಕ. ಈ ನಾಟಕ ತಿಳಿಯದ ಇನ್ನೊಬ್ಬಳಂತೂ ಹೇಗಾದರೂ ನನ್ನ ಅರ್ಪಿಸಿಕೋ ಅನ್ನೋ ರೇಂಜಲ್ಲಿ ಇದ್ದಾಳೆ, ಇವನು ಜೀವಕ್ಕೆ ವ್ಯಾಯಾಮ ಬೇಕು ಅಂದರೆ, ಆಕೆ ಈ ದೇಹ ಕೂಡ ಕೇಳೋದು ವ್ಯಾಯಾಮವೇ ಎನ್ನುವ ಗ್ರೀನ್ ಸಿಗ್ನಲ್ ಕೊಡುತ್ತಾಳೆ. ಇವಳ ರೊಚ್ಚಿಗೆದ್ದ ಮೂಡು ನೋಡಲಾಗದೆ ನಾಯಕ ***"ಓಂ ಶಾಂತಿ ಓಂ ಶಾಂತಿ ಚಿಂತಾಮಣಿ"*** ಎಂದು ಕೈ ಮುಗಿಯುತ್ತಾನೆ.

ಆದರೆ ಅವಳು ಅಷ್ಟಕ್ಕೇ ಸುಮ್ಮನಾಗುವುದಿಲ್ಲ ***"ಆಲಿಂಗನ ಆನಂದದ ಯೋಗ, ಸಿಹಿಚುಂಬನ ಅನುರಾಗದ ಯೋಗ"*** ಎನ್ನುವಳು, ತಬ್ಬಿಕೊಳ್ಳುವುದರಲ್ಲಿ ಆನಂದ ಇದೆ, ಮಜಾ ಇದೆ, ತಬ್ಬಿಕೊಳ್ಳೋದು ಮಜದ ಯೋಗ, ಹಾಗೆ ಸುಮ್ಮನೆ ತಬ್ಬಿಕೊಂಡರೆ ಸಾಕ? ಇಲ್ಲ ತಬ್ಬುಗೆ ಜೊತೆ ಅಪ್ಪುಗೆಯು ಬೇಕು, ಸಿಹಿ ಚುಂಬನ ಬೇಕು, ಸಿಹಿ ಚುಂಬನ ಅನುರಾಗದ ಯೋಗ ಅಂತೆ. ಇವಳ ಮೂಡು ನೋಡಿ ಇನ್ನೆಲ್ಲಿ ಏನನ್ನ ಯಾವ ಯಾವ ಯೋಗ ಎನ್ನುತ್ತಾಳೋ ಎಂದುಕೊಂಡ ನಾಯಕ ಗಾಬರಿಯಾಗಿ ***"ಉಸಿರು ಬಿಗಿ ಹಿಡಿ, ಯೋಗ ತುಂಬಾ ಮಾಡಿ"*** ಅಮ್ಮ ತಾಯಿ ನೀನು ರೊಚ್ಚಿಗೆದ್ದಿದ್ದೀಯ, ಸದ್ಯ ಈಗ ನೀನು ಉಸಿರನ್ನು ಬಿಗಿ ಹಿಡಿ ಇವಾಗ ಸಿಂಗಲ್ ಮೀನಿಂಗ್ ಯೋಗದ ಬಗ್ಗೆ ನಾನು ಮಾತಾಡ್ತಾ ಇರೋದು, ನಾವು ಈಗ ಮಾಡ್ತಾ ಇರೋ ಯೋಗಕ್ಕೂ ನೀನು ರೊಚ್ಚಿಗೆದ್ದು

ಕುಣಿದಾಡುತ್ತಿರೋ ಆ ಯೋಗಕ್ಕೂ ವ್ಯತ್ಯಾಸ ಇದೆ, ನಾನು ಹೇಳ್ತಾ ಇರೋ ಈ ಯೋಗ ತುಂಬಾ ಮಡಿವಂತಿಕೆಯದ್ದು. ***"ಆಸೆ ಹೆಚ್ಚಾದರೆ ಶೀರ್ಷಾಸನ ಹೊಡಿ"*** ಎನ್ನುವವನು, ನಿನ್ನಲ್ಲಿ ಆಸೆ ಉಕ್ಕಿ ಹರಿಯಕ್ಕೆ ಶುರು ಆಗಿದೆ ಇವಾಗ ನಿಂಗೆ ಇರೋ ಏಕೈಕ ದಾರಿ ಶೀರ್ಷಾಸನ ಅಂದ್ರೆ ತಲೆ ಕೆಳಕ್ಕೆ ಮಾಡಿ ಕಾಲು ಮೇಲಕ್ಕೆ ಮಾಡು, ಕಾಲಿನ ಹತ್ತಿರ ಶುರುವಾದ ನಿನ್ನ ಆಸೆಗಳು, ಕಾಲನ್ನು ಮೇಲಕ್ಕೆ ಎತ್ತಿದ್ದಾಗ ಮಕಾಡೆ ಮಲಗುತ್ತವೆ ಅನುತ್ತಾನೆ, ಡಬಲ್ ಮೀನಿಂಗ್ ಯೋಗಕ್ಕೆ ಏಕೈಕ ಮುಲಾಮು ಸಿಂಗಲ್ ಮೀನಿಂಗ್ ಯೋಗ, ಇತ್ತ ರೊಚ್ಚಿಗೆದ್ದಿರುವ ಇವಳನ್ನು ಸಮಾಧಾನ ಮಾಡುವ ಜೊತೆಗೆ ಅತ್ತ ನಾಯಕಿಯನ್ನು ಕೂಡ ಉರಿಸಬೇಕು ಅದಕ್ಕೆ ಇನ್ನೊಂದು ಲೈನು ಸೇರಿಸಿಬಿಡುತ್ತಾನೆ ಬೇರೆಯವಳಿಗೆ ***"ನಿನ್ನಂದ ನೋಡೋರ ಕಣ್ಣುರಿಸಿದೆ ಹೊಯ್"*** ನಿನ್ನ ಅಂದ ನೋಡೋರ ಕಣ್ಣು ಉರಿಸುತ್ತಿದೆ ಅನ್ನುತ್ತಾನೆ, ಪ್ರೇಯಸಿ ಮುಂದೆ, ಬೇರೆ ಹೆಣ್ಣನ್ನು ಅವಳ ಅಂದ ಚೆಂದವನ್ನ ಹೊಗಳಿದರೆ ಅಲ್ಲಿ ಉಕ್ಕುವ ಕೋಪದ ಜ್ವಾಲಾಮುಖಿಯ ಅರಿವು ನಾಯಕನಿಗಿದೆ. ಹೆಂಗಿದ್ರು ನಾಯಕಿ ಅವನ ಜೊತೆ ಟೂ ಬಿಡುತ್ತಾಳೆ ಒಳ್ಳೆ ಅವಕಾಶ ಎಂದು ಉರಿಸಿ ಬಿಸಾಕುತ್ತಿದ್ದಾನೆ, ಆದರೆ ಅವಳನ್ನು ಉರಿಸುವ ನೆಪದಲ್ಲಿ ಇವಳನ್ನು ಹೊಗಳಿ ಇವಳ ಒಳಗಿನ ಒದ್ದಾಟಕ್ಕೆ ಮದ್ದಾಗುವ ಅನಿವಾರ್ಯದ ಕತ್ತರಿಗೆ ಸಿಕ್ಕಿಹಾಕಿಕೊಳ್ಳುತ್ತಾನೆ.

ನಿನ್ನಂದ ನೋಡೋರ ಕಣ್ಣುರಿಸಿದೆ ಅಂದ ತಕ್ಷಣ ಮತ್ತೆ ಅವಳು ರೊಚ್ಚಿಗೆದ್ದು ***"ರೋಮಾಂಚನ ನೀ ತೋಳಲ್ಲಿದ್ದಾಗ, ಮೈ ಮರೆತೇನ ನಾ ನಿನ್ನ ಗೆದ್ದಾಗ"*** ಎನ್ನುವಳು, ಅವಳನ್ನು ಹೊಗಳಿದ ಕೂಡಲೇ ಅವನನ್ನು ತಬ್ಬಿಹಿಡಿದು, ಆ ತಬ್ಬುಗೆಯಲ್ಲಿ ಭಯಂಕರ ರೋಮಾಂಚನ ಸಿಕ್ಕಿದೆ, ತಬ್ಬಿ ಯೋಗ ಮಾಡೋಣ ಅಂತ ಹೇಳುವುದರ ಜೊತೆಗೆ ನನ್ನ ಅಂದವನ್ನು ಹೊಗಳುತ್ತಿದ್ದೀಯ ಅಂದರೆ ನಿನ್ನನ್ನು ನಾನು ಗೆದ್ದಾಗಿದೆ, ಈ ಗೆಲುವಲ್ಲಿ ನಾನು ನಿನ್ನ ಜೊತೆ ಮೈ ಮರೆಯಬೇಕು ಅನ್ನುತ್ತಾಳೆ. ಮತ್ತೆ ಇವಳು ಲಸ್ಟ್ ಮೋಡಿಗೆ ಹೋಗಿದ್ದನ್ನು ನೋಡಿ ಇವಳನ್ನು ಸಂಭಾಳಿಸದೆ ಇದ್ದರೆ ಇಲ್ಲೇ ಎಲ್ಲಾ ಮುಗಿಸುವಳು ಎಂದು ಭಯವಾಗಿ ನಾಯಕ ***"ಸಾಕು ಪೋಲಿತನ, ಕಲಿಯೇ ಒಳ್ಳೆತನ"*** ಎಂದು ಹೆದರಿಸುತ್ತಾನೆ. ತಟಕ್ಕನೆ ನಾನು ಇವಳ ಜೊತೆ ಇರೋದೇ ನಾಯಕಿಯನ್ನು ಉರಿಸಲು ನಾನ್ಯಾಕೆ ಇವಳಿಗೆ ಬೋಧನೆ ಮಾಡ್ತಾ ಇದ್ದೀನಿ ಎಂದು ಎಚ್ಚರವಾಗಿ ***"ಬೇಕು ಪ್ರತಿದಿನ ನಿನ್ನ ಮುದ್ದಾಸನ, ನೀ ಗೆದ್ದೇ ನನ್ನದೆಯ ಸಿಂಹಾಸನ"*** ಎನ್ನುವವನು, ಇಲಿಯಿಂದ ತಪ್ಪಿಸಿಕೊಳ್ಳಲು ಹೋಗಿ ಹುಲಿಯ ಬೋನಿಗೆ ಬಿದ್ದಂತಿದೆ ನಾಯಕನ ಸ್ಥಿತಿ, ಆದರೂ ಮ್ಯಾನೇಜ್ ಮಾಡಲೇಬೇಕು ಅದಕ್ಕೆ ಪ್ರತಿ ದಿನ ನಿನ್ನ ಮುದ್ದಾಸನ ಬೇಕು ಅನ್ನುತ್ತಾನೆ ಅಂದರೆ ಪ್ರತಿದಿನ ಮುದ್ದಾಡಬೇಕು ಎಂದು, ಮುದ್ದಿಗೂ ಆಸನ! ಹಹ ಸಕತ್ ಹೋಲಿಕೆ.

ನಾಯಕಿ ಕೈ ಕೈ ಹಿಸುಕಿ ಅಯ್ಯೋ ದೇವರೇ ಎಂದು ಬೇಡಿಕೊಳ್ಳುತ್ತಾಳೆ. ಅಲ್ಲಿಗೆ ಹಾಡು ಮುಗಿಯುತ್ತೆ.

ಹೀಗೆ ಯೋಗ ಪದವನ್ನು ಇಟ್ಟುಕೊಂಡು ಯೋಗ ಸುಯೋಗದ ಹಾಡಿನಲ್ಲಿ ದೇಹದ ಯೋಗ, ಪ್ರಣಯದ ಯೋಗ, ಸಂಗೀತದ ಯೋಗ, ಕಾಮದ ಯೋಗ, ಎಲ್ಲಾ ಯೋಗಗಳನ್ನು ಜಾಲಾಡಿಸುತ್ತ ನಮಗೆ ತಲುಪಿಸುತ್ತವೆ ಹಂಸಲೇಖರು ಬರೆದ ಪದಗಳು, ರಾಗಗಳು. ಇಷ್ಟೆಲ್ಲಾ ಕೇಳಿದ ಮೇಲೆ ಅನಿಸಿದ್ದು ಹಂಸಲೇಖರ ಹಾಡುಗಳನ್ನು ಕೇಳುವುದು ಕೂಡ ಒಂದು ಯೋಗವೇ!

ಒಂದು ಪಲ್ಲವಿ ಎರಡು ಹಾಡು, ಹಲವು ಚರಣ ಹಂಸಲೇಖರ ಪದ ಬೀಡು

ನಮ್ಮ ಅಡಕಸಬಿ ಅಡ್ಡದಲ್ಲಿ (ಕ್ಲಬ್ ಹೌಸಿನಲ್ಲಿ ಪ್ರಸಿದ್ಧಿಯಾಗಿದ್ದ ನಮ್ಮ ಚಾನೆಲ್) ಹಂಸಲೇಖರ ಬಗ್ಗೆ ಬರೋಬ್ಬರಿ ಆರು ದಿನಗಳ ಕಾಲ ಕೇವಲ ಅವರ ಸಾಹಿತ್ಯ ಕುರಿತು ಅದನ್ನು ಒಡೆದು ನೋಡುವ ಒಂದು ಸಣ್ಣ ಪ್ರಯತ್ನ ಮಾಡಿದ್ವಿ. ಆದರೆ ಹಂಸಲೇಖ ಬರೆದ ಹಾಡುಗಳ ಸಂಖ್ಯೆ ಕಮ್ಮಿಯಿಲ್ಲ ಮೂರು ಸಾವಿರದ ಐನೂರಕ್ಕೂ ಹೆಚ್ಚು ಹಾಡು ಬರೆದಿದ್ದಾರೆ. ಆಡು ಮುಟ್ಟದ ಸೊಪ್ಪಿಲ್ಲ ಹಂಸಲೇಖ ತಟ್ಟದ ಪದಗಳಿಲ್ಲ, ಆರು ದಿವಸ ನಡೆಸಿದರೂ ಎಷ್ಟೋ ಹಾಡುಗಳು ಎಷ್ಟೋ ಸಾಲುಗಳು ಹಾಗೆಯೇ ಉಳಿದುಬಿಟ್ಟವು.

ಹಂಸಲೇಖರು ಒಂದೇ ಪಲ್ಲವಿ ಇಟ್ಟುಕೊಂಡು ಎರಡು ಹಾಡನ್ನು ಬರೆದಿದ್ದಾರೆ, ಹಂಸಲೇಖರು ಪದಗಳ ಆಟದಲ್ಲಿ ಎಷ್ಟೋ ಪ್ರಯೋಗಗಳನ್ನು ಮಾಡಿದ್ದಾರೆ, ಅದರಲ್ಲಿ ಇದು ಒಂದು.

ಆ ಪಲ್ಲವಿ ಯಾವುದೆಂದರೆ

"ಇಳಕಲ್ ಸೀರೆ ಉಟ್ಕೊಂಡು, ಮೊಣಕಾಲ್ ಗಂಟ ಎತ್ಕೊಂಡು
ಏರಿ ಮೇಲೆ ಏರಿ ಬಂದ್ಲು ನಾರಿ...
ಬುತ್ತಿ ತುಂಬ ಪ್ರೀತಿ ತಂದ್ಲು ಗೌರಿ..."

ಕೌರವ ಹಾಗೂ ಹಳ್ಳಿಮೇಷ್ಟ್ರು ಎರಡು ಸಿನಿಮಾದಲ್ಲೂ ಈ ಸಾಲುಗಳ ಪಲ್ಲವಿ ಬರುತ್ತದೆ, ಕೌರವದಲ್ಲಿ ಪ್ರೀತಿಸಿದವಳ ಬಗ್ಗೆ ಬರೆದರೆ, ಹಳ್ಳಿಮೇಷ್ಟ್ರುವಿನಲ್ಲಿ

ದಾಂಪತ್ಯದ ಮತ್ತು ಮಡದಿಯ ಬಗ್ಗೆ ಬರೆದಿದ್ದಾರೆ. ಎರಡು ಹಾಡು ಒಂದೇ ಧಾಟಿಯಲ್ಲಿದ್ದರು ಒಂದಷ್ಟು ಪ್ರಯೋಗ ಕೂಡ ನಡೆದಿದೆ, ಒಂದು ಹಾಡನ್ನು ಎಲ್.ಎನ್.ಶಾಸ್ತ್ರಿ ಹಾಡಿದರೆ ಇನ್ನೊಂದನ್ನು ಯೇಸುದಾಸ್ ಹಾಡಿದ್ದಾರೆ.

ಎರಡು ಹಾಡಿನ ಪಲ್ಲವಿ ಒಂದೇ ಆದರೂ ಒಂದು ಹಾಡಿನಲ್ಲಿ ***"ಮಲ್ಲಿಗೆ ಈ ಮಲ್ಲಿಗೆ / ಆಹಾ ಮೈಸೂರ್ ಮಲ್ಲಿಗೆ"*** (ಕೌರವ) ಎಂದು ಪಲ್ಲವಿ ಅಂತ್ಯವಾಗುತ್ತದೆ. ಇನ್ನೊಂದು ಹಾಡಿನ ಪಲ್ಲವಿಯ ಅಂತ್ಯ ***"ಕಂಡೀರ ನೀವು ಕಂಡೀರ / ನನ್ನ ಹೆಂಡಿರ ನಗು ಕಂಡೀರ"*** (ಹಳ್ಳಿಮೇಷ್ಟ್ರು) ಆಗುತ್ತದೆ. ಮೊದಲ ಹಾಡಿನಲ್ಲಿ ನಾಯಕ ತನ್ನ ನಾಯಕಿಯನ್ನು ಹೊಗಳುತ್ತಾ ತನಗೆ ತಾನು ಹಾಡಿಕೊಂಡರೆ, ಇನ್ನೊಂದು ಹಾಡಿನಲ್ಲಿ ನಾಯಕ ತನ್ನ ಹೆಂಡತಿಯನ್ನ ಮುದ್ದು ಮಡದಿಯನ್ನ ಹೊಗಳುತ್ತಾ ಬೇರೆಯವರಿಗೆ ಪರಿಚಯಿಸುತ್ತಿದ್ದಾನೆ, ನೋಡಿ ನನ್ನ ಹೆಂಡತಿ ನಗು ಎಷ್ಟು ಚೆಂದ ಅಂತ.

ಕೌರವ ಸಿನಿಮಾದ ಹಾಡಿನ ಮೊದಲ ಚರಣ ಹೀಗೆ ಆರಂಭವಾಗುತ್ತದೆ, ಇಲ್ಲಿ ಇನ್ನೊಂದು ವಿಷಯ ಹೇಳಬೇಕು ಕೌರವ ಸಿನಿಮಾ ಹಾಡಿನಲ್ಲಿ ಚರಣದಲ್ಲಿ ಬೇರೆ ಸಿನಿಮಾದ ಪಲ್ಲವಿಯನ್ನ ಬಳಸಿಕೊಂಡಿರುವುದು ವಿಶೇಷ ಹಾಗೂ ವಿಶಿಷ್ಟ ಕೂಡ, ಹೀಗೆ ಪಲ್ಲವಿ ಹಾಗೂ ಚರಣ ಒಂದೇ ಕಡೆ ಕಾಣಿಸಿಕೊಂಡಿರುವುದು ಚಿತ್ರಸಾಹಿತ್ಯದ ಮಟ್ಟಿಗೆ ಹೊಸ ಪ್ರಯತ್ನ. ಚರಣದ ಮೊದಲ ಎರಡು ಸಾಲುಗಳು ಹೀಗಿವೆ.

"ನಾಟಿ ಹೊಲದ ಕಳೆಯ ತೆಗೆದ್ಲು ಓ...
ಬಾಳ ಬಂಗಾರ ನೀನು
ಹೊಲಕೆ ತಾನೆ ಬೇಲಿ ಆದ್ಲು ಓ...
ಹಣೆಯ ಸಿಂಗಾರ ನೀನು"

ಇಲ್ಲಿ ಹೊಲ ಎನ್ನೋದು ನಾಯಕನ ಎದೆ, ಅವನ ಎದೆಯಲ್ಲಿ ಪ್ರೀತಿಯ ನಾಟಿ ಮಾಡಿದ್ದು ನಾಯಕಿ, ನಾಯಕ ಕಳೆಯ ತೆಗೆದ್ಲು ಅಂತ ಹೇಳಲಿಕ್ಕೂ ಕಾರಣ ಇದೆ, ಕೌರವ ಸಿನಿಮಾದ ನಾಯಕನ ಹಿನ್ನೆಲೆ ಹಾಗಿರುತ್ತದೆ ಅವನ ಕೆಟ್ಟತನದ ಅಹಂಕಾರದ ದರ್ಪದ ಕಳೆ ತೆಗೆದದ್ದು ನಾಯಕಿ. ಅದಕ್ಕೆ ಹಾಗೆ ಹಾಡಿ, ಹೊಲಕೆ ತಾನೇ ಬೇಲಿ ಆದ್ಲು ಅಂತಾನೆ. ಈ ಚರಣದ ಮಧ್ಯೆ "***ಬಾಳ ಬಂಗಾರ ನೀನು / ಹಣೆಯ ಸಿಂಗಾರ ನೀನು***" ಎಂಬ ಸಾಲು ಕೂಡ ಬರುತ್ತದೆ ಅದನ್ನ ನಾಯಕಿ ಹಾಡುತ್ತಿರುತ್ತಾಳೆ. ಅದೇ ಚರಣ ಮುಂದುವರೆದು "***ಖಂಡಗ ಖಂಡಗ ಕನಸು ಬೆಳೆದ್ಲು / ಎದೆ ಕಣಜ ತುಂಬ್ಸೇ ಬಿಟ್ಲೂ***" ಎದೆಯ ಹೊಲದ ಕಳೆ ತೆಗೆದು ನಾಟಿ ಮಾಡಿದ ನಾಯಕಿ ಖಂಡಗ (ಹೆಚ್ಚು ಹೆಚ್ಚಾಗಿ) ಕನಸು ಕೂಡ ಬೆಳೀತಾಳೆ, ಆ ಕನಸುಗಳ ಕಣಜವನ್ನ ಕೂಡ ತುಂಬಿಸಿದ್ದಾಳೆ. ನಾಯಕನ ಪ್ರೀತಿಯನ್ನ ಬೆಳೆವ ಬೆಳೆಗೆ ಉಪಮೆಯಾಗಿ ಬಳಸೋ ಈ ಸಾಲುಗಳು ಎಷ್ಟು ಅದ್ಭುತವಲ್ಲವಾ? ಜೊತೆಗೆ ಚರಣದಲ್ಲಿ ಖ್ಯಾತ ಹಾಡಿನ ಪಲ್ಲವಿ ಕೂಡ ಮುಂದುವರೆಯುತ್ತದೆ "***ನಿನ್ನ ಕೈಲಾಡೋ ಬೊಂಬೆ / ನಾನಯ್ಯ ಬೊಂಬೆ ನಾನಯ್ಯ***" ಟಿಪಿಕಲ್ ಸಬ್ ಮಿಸ್ಸಿವ್ ಲೈನುಗಳು.

ಅದೇ ಚರಣ ಮುಂದುವರೆದು "***ಪುಂಗಿಯ ಬಳಿ ನಾಗ ಆದೆನು ನಾನೀಗ / ಏನು ಗುಂಗೋ ಗೌರಿ ದನಿಯಲೀ...***" ಎಂತ ಹೋಲಿಕೆ! ಗೌರಿಯ ಧ್ವನಿ ಗುಂಗೇರಿಸುವಂತಹುದು ಆ ದನಿ ಪುಂಗಿಯ ದನಿಯಂತದ್ದು ಅಂತ ದನಿಗೆ ನಾಯಕ ನಾಗನಾಗಿ ಕುಣಿಯುತ್ತಿದ್ದಾನೆ, ಅವನೀಗ ಸಂಪೂರ್ಣವಾಗಿ ನಾಯಕಿಯ ಆಸರೆಯಲ್ಲಿದ್ದಾನೆ, ಈ ಚರಣದ ಕೊನೆಯ ಎರಡು ಸಾಲುಗಳನ್ನು ಗಮನಿಸಿ ಎಂತಹ ಚೆಂದದ ಉಪಮೆ, ಉಪಮೆಗಳ ಹೋಲಿಕೆಗಳ ವಿಷಯಕ್ಕೆ ಬಂದರೆ ಹಂಸಲೇಖರನ್ನು ಮೀರಿಸುವವರಿಲ್ಲ, ಕನ್ನಡ ಚಿತ್ರ ಸಾಹಿತ್ಯದ

ಕಾಳಿದಾಸ ಅವರು, ಕೊನೆಯ ಸಾಲುಗಳು ಹೀಗಿವೆ "*ಮನ್ಸಿಗೆ ಸ್ನಾನ ಮಾಡ್ಸಿದ್ಲು / ಪ್ರೀತಿಯ ಅಂಗಿ ತೊಡ್ಸಿದ್ಲು*" ವಾವ್.

ಕೌರವ ಸಿನಿಮಾದ ಈ ಹಾಡು ಜಾನಪದೀಯ, ತೀರಾ ಆಡುಭಾಷೆಯ ಟಚ್ ಇದ್ದರೆ, ಹಳ್ಳಿಮೇಷ್ಟ್ರು ಸಿನಿಮಾದ ಅದೇ ಹಾಡು ಕನ್ನಡ ಸಿನಿಮಾದಲ್ಲಿ ಬಳಸುವ ಸಾಮಾನ್ಯ ಕನ್ನಡದ ಟಚ್ ಇದೆ. ಇಲ್ಲಿ ಮಡದಿಯನ್ನು ಎಷ್ಟು ಚೆಂದ ಹೊಗಳುತ್ತಾರೆ ನೋಡಿ. ಅದರ ಚರಣದ ಮೊದಲ ನಾಲ್ಕು ಸಾಲುಗಳು ಹೀಗಿವೆ

"ರಾಗಿ ತೆನೆಯ ಹಾಗೇ ಇದ್ದಳು ಓಓಓ
ಹಸೆಯ ಮಣೆಯ ಮೇಲೆ ಇವಳೋ ಓಓಓ
ಬಾಳೆದಿಂಡಿನಂತೆ ಇದ್ದಳು ಓಓಓ
ಒಸಗೆ ಮನೆಯ ಒಳಗೆ ಇವಳೋ ಓಓಓ"

ಮಡದಿ ಮದುವೆಯ ದಿನ ರಾಗಿಯ ತೆನೆಯ ಥರ ಇದ್ಲು ಎನ್ನುವರು, ರಾಗಿ ತೆನೆಯ ನಯವಾದ ತೂಗಾಟ, ಮಡದಿಯ ನಾಚಿಕೆಗೆ, ಸೊಬಗಿಗೆ ಹೋಲಿಸಿದರೆ. ಒಸಗೆ ಮನೆಯ ದಿನ ಬಾಳೆ ದಿಂಡಿನಂತೆ ಇದ್ಲು ಕಾಣಿಸುತಿದ್ದಳು ಅಂತಾರೆ. ಬಾಳೆದಿಂಡು ಪದ ಹಂಸಲೇಖರ ಮೆಚ್ಚಿನ ಪದ ಎಲ್ಲೆಲ್ಲಿ ಶೃಂಗಾರ ಹೆಣ್ಣು ಚೆಲುವು ಪ್ರೀತಿ ಬರುತ್ತದೋ ಅಲ್ಲೆಲ್ಲಾ ಬಾಳೆದಿಂಡಿನ ಪದವನ್ನು ಅವರು ಬಳಸಿಯೇ ಬಳಸುತ್ತಾರೆ. ಹೀಗೆ ಹಸೆಯ ಮಣೆಯ ಮೇಲೆ ಕೂತು ಒಸಗೆ ಮನೆಗೆ ಬಂದ ತನ್ನ ಮಡದಿ ಹೇಗೆ ಆವರಿಸುತ್ತಾ ಹೋದಳು ಎಂದು ಮುಂದಿನ ಐದು ಸಾಲುಗಳಲ್ಲಿ ಎಷ್ಟು ಚೆಂದವಾಗಿ ವರ್ಣಿಸುತ್ತಾರೆ

"ತಿಕ್ಕಲೂ ತೀರಾಯ್ತು ಮಕ್ಕಳು ಮರಿಯಾಯ್ತು
ಬಾಡಲಿಲ್ಲ ನನ್ನ ಸಂಪಿಗೇ
ನಂಟಿಗೆ ಗಂಟು ಬಿದ್ದವಳೂ
ಗಂಡನ ನೋವ ಉಂಡವಳೂ"

ಮದುವೆಯ ಮುಂಚಿನ ತಿಕ್ಕಲು ಅಂದರೆ ಪೋಲಿತನ, ಅತಿ ಶೃಂಗಾರ. ಈ ತರದ ತಿಕ್ಕಲು ತೀರಾಗಿದೆ, ದಿನ ದಿನ ಕಳೆದು ಮಾಸ ಮಾಸ ಕಳೆದು ವರುಷಗಳಾದಂತೆ, ಅವರ ಈ ತಿಕ್ಕಲಿನ ಸಾಕ್ಷಿಗೆ ಮಕ್ಕಳಾಗಿವೆ. ಹೀಗೆ ಮದುವೆ ಆಗಿ ವರುಷಗಳೇ ಉರುಳಿದರೂ ಮಕ್ಕಳು ಹುಟ್ಟಿದರೂ ಅವಳಿನ್ನೂ 'ಬಾಡದ ಸಂಪಿಗೆ' ಎಂದು ಹೇಳುತ್ತಾರೆ. ಅದು ಪ್ರೀತಿಯ, ಅದರಲ್ಲೂ ದಾಂಪತ್ಯದಲ್ಲಿನ ಪ್ರೀತಿಯ ಶಕ್ತಿ. ಹೀಗೆ ಸಂಪಿಗೆಯಂತಹ ಮಡದಿ ನಂಟಿಗೆ ನಂಟು ಬಿದ್ದವಳು ಅಂದರೆ ಯಾವ ಅನ್ಯ ನಂಟಿನ ಕಡೆಗೂ ಹೋಗದಂತಹ

ವಿಧೇಯದವಳು, ಅಷ್ಟೇ ಅಲ್ಲ ಗಂಡನ ನೋವನ್ನು ಸೀತೆಯಂತೆ ರಾಧೆಯಂತೆ ದಮಯಂತಿಯಂತೆ ಕುಂತಿಯಂತೆ ಸಹ ಉಂಡವಳು, ಹಂಚಿಕೊಂಡವಳು.

ಮತ್ತೆ ಕೌರವ ಸಿನಿಮಾದ ಮುಂದಿನ ಚರಣಗಳಿಗೆ ಬಂದರೆ ಹೀಗಿದೆ

"ಒಂದೇ ತಣಿಗೆಯಾಗೆ ಊಟ ಓ...
ನೋಟದಾಗೆ ನಗೆಯಾ ಮೀಟಿ
ಇಬ್ರ ಬಾಯಿಗೊಂದೇ ಲೋಟ ಓ...
ಮೋಜಿನಾಗೆ ಎಲ್ಲೆಯ ದಾಟಿ
ಬೇಗ ಬಿದ್ರೆ ಮದ್ವೆ ಬೆಸ್ಗೆ ಓ...
ಮೋಡಿಯ ಮಾಡಿದೋಳ
ಇಬ್ರ ಇಷ್ಟಕ್ಕೊಂದೇ ಹಾಸ್ಗೆ ಓ...
ಪರಸಂಗ ಐತೇ..."

ಇಡೀ ಹಾಡು ಕನಸಿನ ಹಾಡಾದ್ದರಿಂದ ನಾಯಕಿ ಕನಸಿನ ನಡಿಗೆ ತೊಟ್ಟು ಕಾಣುವಳು, ಇಲ್ಲಿ ನಾಯಕಿ ಹೇಳುವಳು ಒಂದೇ ತಣಿಗೆಯಾಗೆ ಊಟ ಅಂದರೆ ಒಂದೇ ತಟ್ಟೆಯಲ್ಲಿನ ಊಟ, ಇಬ್ರೂ ಬಾಯಿಗೊಂದೇ ಲೋಟ, ತಿನ್ನಲು ಕುಡಿಯಲು ಅವರಿಬ್ಬರೂ ಒಂದೇ ತಟ್ಟೆ ಒಂದೇ ಲೋಟ ಬಳಸುವ ಆಸೆ. ಅಷ್ಟರ ಮಟ್ಟಿಗಿನ ಆದರ್ಶ ಪ್ರೇಮದ ಕಲ್ಪನೆ, ಮೊದಲ ಚರಣದಲ್ಲಿ ನಾಯಕ ಹಾಡುತ್ತಿದ್ದರೆ ನಾಯಕಿಯ ಬಾಯಲ್ಲಿ ಬೇರೆ ಸಿನಿಮಾದ ಪಲ್ಲವಿ ಹಾಡಿಸುವ ಹಂಸಲೇಖ ಈ ಚರಣಗಳಲ್ಲಿ ನಾಯಕಿ ಹಾಡಿದರೆ ನಾಯಕ ಮಧ್ಯೆ ಮಧ್ಯೆ ಮತ್ತೊಂದು ಸಿನಿಮಾದ ಪಲ್ಲವಿ ಹಾಡುತ್ತಾನೆ ಆ ಪಲ್ಲವಿ ***"ನೋಟದಾಗೆ ನಗೆಯ ಮೀಟಿ / ಮೋಜಿನಾಗೆ ಎಲ್ಲೆ ದಾಟಿ / ಮೋಡಿಯ ಮಾಡಿದವಳ / ಪರಸಂಗ ಐತೆ..."***

"ಕನಸಲ್ಲೆ ಬಾಳ್ತಿವ್ನಿ ನನಸಿಗೆ ಕಾಯ್ತಿವ್ನಿ
ತಾಳಿಗಿಷ್ಟು ಚಿನ್ನ ತಾರಯ್ಯ...
ಉಕ್ತೀನ್ ನಿನ್ ಮನೆಗೆ ಹಾಲಾಗಿ...
ಇರ್ತೀನ್ ನಿನ್ ಕುಡಿಗೆ ತಾಯಾಗಿ..."

ಒಂದೇ ಲೋಟ, ಒಂದೇ ತಟ್ಟೆ, ಎರಡು ದೇಹ, ಒಂದೇ ಆತ್ಮದ ಐಡಿಯಲ್ ಪ್ರೇಮದ ಕಲ್ಪನೆಯಲ್ಲಿನ ನಾಯಕಿ ಮತ್ತೆ ಹೇಳುವಳು ಕನಸಲ್ಲೇ ಕಾಯ್ತಿವ್ನಿ / ತಾಳಿಗಿಷ್ಟು ಚಿನ್ನ ತಾರಯ್ಯ ಅನ್ನುವಳು, ಸರಳ ವಿವಾಹ ಸಾಕು ಬೇರೇನೂ ಬೇಡ ನಾನು ನಿನ್ನ ಹೆಂಡಿರಾಗಲು ನನಗಿಷ್ಟು ಚಿನ್ನ ಸಾಕು, ಅಷ್ಟು ತಗೊಂಡು ಬಾ ಅನ್ನುವಳು. ಹೀಗೆ ಚಿನ್ನ ತಂದು ನನ್ನ ಕೊರಳಿಗೆ ಹಾಕಿದರೆ

ನಿನ್ನ ಮನೆಗೆ ಹಾಲಿನ ಥರ ಉಕ್ಕುವುದಲ್ಲದೇ, ನಿನ್ನ ಮಗುವಿಗೆ ತಾಯಿ ಕೂಡ ಆಗುವೆ ಎನ್ನುವಳು.

ಹೀಗೆ ಇಂತಹ ಸಾಲುಗಳೊಂದಿಗೆ ಕೌರವ ಸಿನಿಮಾದ ಹಾಡು ಮುಗಿಯುತ್ತದೆ.

ಇತ್ತ ಹಳ್ಳಿಮೇಷ್ಟ್ರುವಿನ ಹಾಡಿನ ಮುಂದಿನ ಚರಣಗಳು ಹೀಗಿವೆ

"ಮಳೆಯೂ ಬಂತು ಸುರಿದು ಹೋಯ್ತು ಓಓಓ
ಬಿಸಿಲು ಬಂತು ಉರಿದು ಹೋಯ್ತು ಓಓಓ
ದವಸ ಬಂತು ಕರಗಿ ಹೋಯ್ತು ಓಓಓ
ದಿವಸ ಬಂತು ಉರುಳಿ ಹೋಯ್ತು ಓಓಓ"

ಮದುವೆಯೂ ಆಯ್ತು ಮಕ್ಕಳು ಕೂಡ ಆಯ್ತು ಹೀಗೆ ದಾಂಪತ್ಯ ಗೀತೆ ಶುರುವಾಗಿ ಮಳೆಯು ಬಂತು ಸುರಿದು ಹೋಯ್ತು ಅಂದರೆ ಎಷ್ಟೋ ಮಳೆಗಾಲ ಉರುಳಿ ಹೋಗಿವೆ, ಬಿಸಿಲು ಬಂತು ಉರಿದು ಹೋಯ್ತು ಎಷ್ಟೋ ಬೇಸಗೆಗಳು ಕೂಡ ಉರುಳಿ ಹೋಗಿವೆ, ಋತು ಋತುಗಳೇ ಕಳೆದು ಹೋಗಿವೆ ಹೀಗೆ ಉರುಳಿ ಹೋದ ಋತುಗಳ ಮಧ್ಯೆ ದವಸ ಬಂತು ಅದು ಕೂಡ ಕರಗಿ ಹೋಗಿದೆ, ಜೊತೆಗೆ ದಿವಸ ಬಂದು ಅದು ಕೂಡ ಉರುಳಿ ಹೋಗಿದೆ

"ಕರಗದ ಧನ ಧಾನ್ಯ, ಪ್ರೀತಿಯ ಪರಮಾನ್ನ
ಮುಪ್ಪೇ ಇಲ್ಲ ಇವಳ ಪ್ರೀತಿಗೇ
ತಪ್ಪಿಗೇ ಸೊಕ್ಕು ಹಾಕದವಳೂ
ಕ್ವಾಪಕೇ ದೀಪ ಹಚ್ಚದವಳೂ"

ಇಷ್ಟು ಕಳೆದು ಹೋದ ಋತುಗಳಲ್ಲಿ ಅವಳು ಅವನ ಮಡದಿ ಕರಗದ ಧನ ಧಾನ್ಯವಾಗಿದ್ದಾಳೆ, ಪ್ರೀತಿಯ ಪರಮಾನ್ನವಾಗಿದ್ದಾಳೆ ಎನ್ನುವರು. ಇಂತಹ ಒಬ್ಬ ಆದರ್ಶ ಮಡದಿಯ ಪ್ರೀತಿಗೆ ಮುಪ್ಪೇ ಇಲ್ಲ ಎನ್ನುವರು. ಹಾಗೆ ಎನ್ನಲಿಕ್ಕು ಕಾರಣವಿದೆ ಅದು ಕೊನೆಯ ಸಾಲಿನಲ್ಲಿ ಬರುತ್ತದೆ. ಇಂಥಾ ಮಡದಿ ಗಂಡನ ಸಣ್ಣ ಪುಟ್ಟ ತಪ್ಪಿಗೆ ಸೊಕ್ಕು ಹಾಕಿಲ್ಲ, ಅಂದರೆ ಗಂಡ ಸಣ್ಣ ಪುಟ್ಟ ತಪ್ಪು ಮಾಡಿದ್ದಾನೆ, ಅವನ ಅವಳ ಇಬ್ಬರ ಕೋಪಕ್ಕೂ ದೀಪ ಹಚ್ಚದವಳು ಕೂಡ. ಮುನಿಸಿನ ಜಗಳದ ದೀಪ ಹಚ್ಚಿಲ್ಲ ಎನ್ನುತ್ತಾರೆ. ಉಪಮೆಗಳ ವಿಷಯಕ್ಕೆ ಬಂದರೆ ಹಂಸಲೇಖರಿಗೆ ಹಂಸಲೇಖರೇ ಸರಿಸಾಟಿ.

ಕೊನೆಯ ಸಾಲುಗಳು ಹೀಗೆ ಕೊನೆಯಾಗುತ್ತದೆ...

*"ಇಲಕಲ್ಲ ಸೀರೆ ಉಟ್ಟುಕೊಂಡು, ಮೊಣಕಾಲಗಂಟ ಎತ್ತುಕೊಂಡು
ಮುತ್ತು ರತ್ನ ಇಲ್ಲದೇ ಮಿಂಚೋ ನಾರೀ,
ಬಾಯಲ್ ಹಲ್ಲೇ ಇಲ್ಲದೇ ನಗೋ ಪೋರೀ"*

ವಾವ್!! ಮುತ್ತುರತ್ನವಿಲ್ಲದ ಮಿಂಚೋ ನಾರಿ, ಅಂದರೆ ಯಾವ ಅಲಂಕಾರದ ಬೇಲಿ ಇಲ್ಲದೆ ಮಿಂಚುತ್ತಿರುವ ನಾರಿ ಇವಳು, ಬಾಯಲ್ ಹಲ್ಲೇ ಇಲ್ಲದೆ ನಗೋ ಪೋರಿ. ಇದು ಫೈನಲ್ ಪಂಚು ಇಷ್ಟು ಹೊತ್ತು ಹಾಡುತ್ತಿರುವ ನಾಯಕ ಮುದುಕ, ಆಕೆ ಮುದುಕಿ, ಹಾಗಾಗಿ ಕೊನೆಯ ಚರಣದಲ್ಲಿ ಮುಪ್ಪು ಬಂದ ಮುದ್ದಿನ ಮಡದಿಯ ಪ್ರೀತಿ ಎಂದು ಮುಪ್ಪಾಗಿಲ್ಲ ಎಂದು ಹೊಗಳುವರು.

ರಾಗಿ ಹೊಲದ ಗುಡಿಸಲು,
ಮಾತು ಜೇನು ಮತ್ತು ಹಾಡು

ಪ್ರೀತಿ ಪ್ರೇಮ ಕಾಮ ದಾಂಪತ್ಯ ಮತ್ತು ಐಟಮ್ ಹಾಡುಗಳ ವಿಷಯದಲ್ಲಿ ಕನ್ನಡದಲ್ಲಿ ಹಂಸಲೇಖರೇ ಪರಮಗುರು. ಚಿತ್ರಸಾಹಿತ್ಯದಲ್ಲಿ ಈ ವಿಷಯಗಳಲ್ಲಿ ಅವರಷ್ಟು ಆಳವಾಗಿ ಒಗಟಾಗಿ, ಜಿಗುಟಾಗಿ, ನವಿರು ನವಿರಾಗಿ ಚಪ್ಪರಿಸುವಂತೆ ಬರೆದವರಿಲ್ಲ. ಈ ಪೋಲಿ ಸಾಹಿತ್ಯದಲ್ಲಿ ಬರುವ ಡಬಲ್ ಮೀನಿಂಗೂ ಕೂಡ ಖುಷಿ ಕೊಡವಂತದು, ಅವರಂತೆ ಪೋಲಿಯಾಗಿ ಬರೆಯಲು ಹೋಗಿ ಅಸಹ್ಯ ಧ್ವನಿಸಿ ಹೋದವರ ಸಂಖ್ಯೆ ಹೆಚ್ಚು. ಒಟ್ನಲ್ಲಿ ಅವರ ಜಾಗ ಅವರಿಗಷ್ಟೇ ಹಾಗಾಗಿ ಅವರೇ ಪರಮಗುರು.

ಅವರ ಪೆನ್ನಿಗೂ ಪನ್ನಿಗೂ ಅಷ್ಟೇ ಸಮನಾಗಿ ಹಾಡುಗಳ ಕಂಪೋಸ್ ಮಾಡಿ ಹೊಟ್ಟೆಯಲ್ಲಿ ಚಿಟ್ಟೆ ಬಿಟ್ಟವರು ರವಿಮಾಮ. ಸುಮ್ಮನೆ ಸೊಂಟ ಅಲ್ಲಾಡಿಸುತ್ತಾ ಕುಣಿದವರಲ್ಲ ರವಿಮಾಮ, ಎದೆಗೆ ತಲೆ ಇಡುವರು, ಕೈಯನ್ನು ಎಲ್ಲಿ ಬಳಸಬೇಕು ಅಲ್ಲೇ ಬಳಸಿದವರು, ಒಡವೆ ಹಣ್ಣುಗಳನ್ನ ನಾಯಕಿಯರಿಗೆ ತೊಡಿಸಿ ತಿನ್ನಿಸಿದವರು ಅವರು. ಅದ್ಯಾವುದೋ ಹಾಡಿನಲ್ಲಿ ಅಂಡರ್ ವಾಟರಲೀ ಹಾಡೋ ನಾಯಕಿಯ ರವಿಕೆಯಿಂದ ಸಣ್ಣ ಮೀನುಗಳನ್ನು ಹೊರ ಕರೆಸಿದವರು ಅವರು. ಹಾಡುಗಳ ಕೊರಿಯೋಗ್ರಫಿಯಲ್ಲಿ ಅವರೆಂತಹ ಟೆಕ್ನಿಷಿಯನ್ ಅಂತ ಇಡೀ ಇಂಡಸ್ಟ್ರಿಗೆ ಗೊತ್ತು.

ಈಗ ನಾನು ಹೇಳುತ್ತಿರುವ ಹಾಡು ಅಣ್ಣಯ್ಯ ಸಿನಿಮಾದು, ನಾಯಕ ಅಣ್ಣಯ್ಯ ಪೆದ್ದ, ಅನಕ್ಷರಸ್ಥ, ತಾಯಿಗೆ ತಕ್ಕ ಮಗ, ತಂದೆಗೆ ದಾರಿ ತಪ್ಪಿದ ಮಗ, ಆದರೆ ಹೃದಯವಂತ, ಮುಗ್ಧ, ಅವನ ತಮ್ಮನಿಗೆ ಹೊಂದಿಸಲಾದ ನಾಯಕಿಯನ್ನ ಅವನ ತಮ್ಮ ನಿರಾಕರಿಸಿದಾಗ ಹಳೆ ಕನ್ನಡ ಸಿನಿಮಾಗಳ ಟಿಪಿಕಲ್ "ಬಾಳು ಕೊಡುವ" ಹೃದಯವಂತ ನಾಯಕ.

ಅವರಿಬ್ಬರೂ ಮೊದಲ ರಾತ್ರೀಲಿ ಒದ್ದಾಡಬೇಕು ಅಷ್ಟರಲ್ಲಿ ಈಗ ಬರುವ ಸೀರಿಯಲ್ಲಿನ ಅತ್ತೆ ತರಹ ಅತ್ತೆ ಬಂದು ನಾಯಕಿಗೆ ರೋಸ್ಟ್ ಮಾಡಿದಾಗ ಅವಳು ಟಿಪಿಕಲ್ ಸೀರಿಯಲ್ ಸೊಸೆ ತರಹ ಜೋಗ್ ಫಾಲ್ಸ್ ಹರಿಸುವಾಗ ನಾಯಕ ಒಳಗೆ ಬಂದು ಅವಳಿಗವನು ಸರಿಯಾಗೋಲ್ಲ ಎಂದು ನೊಂದುಕೊಂಡು ಒಳಗಿನ ಸಿಡಿಮಿಡಿ ಕಂಟ್ರೋಲ್ ಮಾಡಿಕೊಂಡು ಹೊರಗೆ ಬಂದು ಮಲಗುತ್ತಾನೆ. ಅಲ್ಲಿಗೆ ಅತ್ತೆ ಪ್ಲ್ಯಾನ್ ಸಕ್ಸಸ್.

ಆದರೆ ಮಾರನೇ ದಿನ ಅತ್ತೆಯ ಪ್ಲ್ಯಾನ್ ತಿಳಿದು ಕೆಂಡಮಂಡಲವಾದ ನಾಯಕಿ ಮಾಡೋದೇನು ಗೊತ್ತಾ? ರಾಗಿ ಹೊಲಕ್ಕೆ ನುಗ್ಗುವಳು. ಗಂಡನ ಹುಡುಕಿ ಬಂದವಳನ್ನ ಕಂಡು ಅಲ್ಲಿರುವ ಆಂಟಿಗಳೆಲ್ಲ ಗೋಳು ಹುಯ್ದುಕೊಳ್ಳಲು ಶುರುಮಾಡುವರು, ರಾತ್ರಿ ಕಮಕ್ ಗಿಮಕ್ ಅನ್ನದೆ ಹಾಗೇ ಮಲಗಿಕೊಂಡ ನಾಯಕ ಸುಮ್ಮನಿರುವನು. ರಾಗಿ ಹೊಲಕ್ಕೆ ನಾಯಕಿ ಬಂದಾಗ "ಯಾಕ್ ಬಂದೆ?" ಅಂತ ಅವನು ಕೇಳಿದರೆ, ಅಷ್ಟು ಆಂಟಿಯರ ಮುಂದೆ ನಿಜ ಹೇಳದೆ ಸೂಚ್ಯವಾಗಿ "ಮಾತಾಡೋಕ್ಕೆ" ಅನ್ನುವಳು. ಪೆದ್ದು ನಾಯಕ "ಇಲ್ಲೇ ಮಾತಾಡಿ" ಅಂದಾಗ, ಅದು "ಹೊರಗೆ ಆಡೋ ಮಾತಲ್ಲ ಒಳಗೆ ಆಡೋ ಮಾತು" ಎಂದು ಊರಿನ ಪೋಲಿ ಗಾಸಿಪ್ಪುಗಳಿಗೆ ಆಹಾರವಾವುಗ ಪಪ್ ಹೌಸಿಗೆ ಸೋ ಕಾಲ್ಡ್ "ಪಂಪ್ ಹೌಸ್"ಗೆ ಕರೆದುಕೊಂಡು ಹೋಗುವಳು

"ರಾತ್ರಿ ಮಾತಾಡದೇ ಅಳ್ತಾ ಇದ್ದೆ" ಎಂದು ನಾಯಕ ಮುಖ ಊದಿಸಿಕೊಂಡು ಹೇಳಿದಾಗ ರೊಚ್ಚಿಗೆದ್ದ ನಾಯಕಿ ದುಪ್ಪಟ್ಟ ಎಸೆದು ಅವನಿಗೆ ಕೈಬಿಟ್ಟು ಮೂಡು ಬರಿಸಿ ಪಂಚೆ ತೆಗೆದು ಎಸೆದು "ಜೇನು" ತಿನಿಸುವಳು, ಅರ್ಥಾತ್ "ಮುತ್ತು" ಕೊಡುವಳು. ಅಲ್ಲಿಗೆ ಮಾತು ಶುರು. ಮಾತು ಹಾಡಾಗಿ, ಹಾಡು ನಿಂತು ಹೋಗಿ, ಹೊರಗೆ ಬಂದ ನಾಯಕಿಯ ನೋಡಿದಾಗ ಅನುಭವದಲ್ಲಿ ಸೀನಿಯರುಗಳಾದ ಆಂಟಿಗಳಿಗೆ ಸತ್ಯ ಗೊತ್ತಾಗಿ ಡೈರೆಕ್ಟ್ ಆಗಿ ಕೇಳದೆ ಇನ್ ಡೈರೆಕ್ಟ್ ಆಗಿ ಹಾಡು ಶುರು ಮಾಡುವರು

"ಕುಂಕುಮ ಅರ್ಧವಿದೆ-ಕೈ ಬಳೆ ಕಮ್ಮಿ ಇದೆ
ಬೈತಲೆ ಕೆಟ್ಟಿದೆ-ಗಲ್ಲವೂ ಕಟ್ಟಿದೆ
ಎಲ್ಲಿಗೆ ಹೋಗಿದ್ದೀಯೇ?"

ಕುಂಕುಮ ಪೂರ್ತಿ ಅಳಿಸಿಲ್ಲ, ಅರ್ಧ ಅಳಿಸಿದೆ. ಹಳೇ ಸಿನಿಮಾಗಳಲ್ಲಿ ಬೆವತೋಗಿರೋ ಕುಂಕುಮ ಪ್ರಣಯದ ಸಿಂಬಲ್ಲು. ಸೋ ಒಂದು ಡೌಟು ಕ್ಲಿಯರ್, ಚೆಕ್ ಲಿಸ್ಟ್‌ನ ಎರಡನೇದು ಕೈ ಬಳೆ ಕಮ್ಮಿ ಇದೆ, ಅಂದ್ರೆ ಬಳೆ ತೆಗೆದು ಕೂಡಿಸುವಷ್ಟು ಸಮಯವಿಲ್ಲ ಆದರೆ ಇರೋ ಲಿಮಿಟೇಷನ್ ಸಮಯದಲ್ಲಿ ವಸಿ ಕೈ ಬಳೆಗಳು ಮುರಿದು ಹೋಗುವಷ್ಟು ನಡೆದಿದೆ ಪ್ರಣಯ, ಚೆಕ್ ಲಿಸ್ಟ್‌ನ ಮೂರನೇದು ಬೈತಲೆ ಕೆಟ್ಟಿದೆ, ಮಾಮೂಲಿ ಇನ್ನೇನೋ ಇನ್ನಿಂಗ್ಸ್ ಶುರುವಾಗಬೇಕಾದರೆ ಕೂದಲು ಹರಡೋದು ಸಹಜ, ಆದರೆ ಗುಡಿಸಲಲ್ಲಿ ಕನ್ನಡಿಯಿಲ್ಲ ಕೆಲಸವಾದ ಮೇಲೆ ಆತುರಾತುರವಾಗಿ ಬಂದರೆ ಆಂಟಿಗಳು ಅದನ್ನು ಕಂಡು ಹಿಡಿದುಬಿಟ್ಟರು. ಅಷ್ಟೆಲ್ಲಾ ಕಂಡುಹಿಡಿದವರಿಗೆ ಗಲ್ಲ ಕಟ್ಟಿರುವುದು ಗೊತ್ತಾಗೊಲ್ವ? ಅದು ಗೊತ್ತಾದ ಮೇಲೆನೇ "ಎಲ್ಲಿಗೆ ಹೋಗಿದ್ಯೆ?" ಅಂತ ಇರೋದು. ಇವಳಿಗೆ ನಾಚಿಕೆ

ಸರಿ ಚೆಕ್ ಲಿಸ್ಟ್ ಒಂದು ಮುಗಿದ ಮೇಲೆ ಎರಡನೆಯ ಚೆಕ್ ಲಿಸ್ಟ್ ಹಿಡಿದು ಕೇಳಲು ಶುರು ಮಾಡುತ್ತಾರೆ

"ಕಾಲ್ಗಳು ಬೀಗುತ್ತಿವೆ-ಕಣ್ಗಳು ತೇಗುತ್ತಿವೆ
ಸೊಂಟವೂ ಜಗ್ಗಿದೆ-ಹೆಣ್ಣೆದೆ ಹಿಗ್ಗಿದೆ
ಯಾಕಿಂಗೆ ಮಾಗಿದ್ದೀಯೇ?"

ಸರಿ ಎರಡನೇ ಲಿಸ್ಟ್ ಸ್ವಲ್ಪ ಬಲವಾದ ಸಾಕ್ಷಿಗಳು ಇರುವ ಲಿಸ್ಟ್ ಇದು ಬರೀ ಪ್ರಣಯ ಪೂರ್ವ ಚಟುವಟಿಕೆಗಷ್ಟೇ ನಿಂತಿಲ್ಲ ಎಂದು ಗೊತ್ತಾಗಲಿಕ್ಕೆ ಸುಲಭವಾಗಿ ತಗುಲಾಕಿಸಬಹುದಾದ ಚೆಕ್ ಲಿಸ್ಟ್. ಕಾಲ್ಗಳು ಬೀಗುತ್ತಿವೆ, ಅಂದರೆ ಕಾಲು ಗಟ್ಟಿಯಿಲ್ಲ ಮೆಲ್ಲಗೆ ನಡುಗುತ್ತಾ ಬೀಗಿವೆ, ಕಣ್ಣಿನಲ್ಲಿ ಆಯಾಸ, ಸೊಂಟ ಕೂಡ ಜಗ್ಗಿ ಹೆಣ್ತನದ ಎದೆ ಹಿಗ್ಗಿದೆ. ಎಷ್ಟೆಲ್ಲಾ ಗಮನಿಸಿದ್ದಾರೆ. ಮೊದಲ ಪ್ರಣಯದ ಆಯಾಸ ಸುಸ್ತು ಎಲ್ಲಾ ಅರಿದು ಕುಡಿದು ನೆನೆದು ನೆನಪಲ್ಲಿ ಇಟ್ಟುಕೊಂಡ ಆಂಟಿಯರು ಬಲು ಚಾಲಾಕಿಯರು. ಎಲ್ಲ ಗೊತ್ತಾಗಿ "ಯಾಕ್ ಹಿಂಗೆ ಮಾಗಿಬಿಟ್ಯೆ?" ಎಂದು ಕೇಳಿದಾಗ ನಮ್ ಹೀರೊಯಿನ್ ಬಲು ನಾಚಿಕೆ ಸ್ವಭಾದವಳು ಹಾಗಾಗಿ ಅವಳು ಕೂಡ ನೇರವಾಗಿ ಏನನ್ನೂ ಬಿಟ್ಟುಕೊಡದೆ ಒಗಟು ಒಗಟಾಗಿ ಪರೋಕ್ಷವಾಗಿ ಬಿಡಿಸಿ ಹೇಳುತ್ತಿದ್ದಾಳೆ, ಅದೇ ಹೊತ್ತಿಗೆ ಆ ಕಡೆ ಆಯಾಸದಿಂದ ಎದ್ದು ಕೂರೋ, ಗಂಡಾಗಿಬಿಟ್ಟ ಗಂಡ ಹೆಣ್ಣಾಗಿಬಿಟ್ಟ ಹೆಂಡತಿಯ ವಿವರಣೆಗೆ ಹ್ಞೂಂಗುಡುವುದು ಅಲ್ಲದೇ ಸಬೂಬು ಜವಾಬು ಕೊಡುತ್ತಾ ಹೋಗುವನು.

***"ರಾಗಿ ಹೊಲದಾಗೆ ಖಾಲಿ ಗುಡಿಸಲು
ಗುಡಿಸಲಿಗೆ ಹೋದೆ ಮಾತು ಕಲಿಸಲು
ನನ್ನ ಪತಿರಾಯರಿಗೆ ತಿನಿಸಲು
ಜೇನುತುಪ್ಪ ತಂದೆ ಮಾತು ಬರಿಸಲು"***

ರಾಗಿಹೊಲ ಯಾಕೆ ಅಂದರೆ ಮೆದೆಗೆ, ಬೆದೆಗೆ ಬಂದವರಿಗೆ, ಮೆದೆ ಸಿಕ್ಕಿದರೆ ಸ್ವರ್ಗಕ್ಕೆ ಕಿಚ್ಚು ಹಚ್ಚದೇ ಸುಮ್ಮನಿರ್ತಾರ? ಅಲ್ಲಿಗೆ ನಾಯಕಿ ಹೋಗಿರೋದು ಮಾತು ಕಲಿಸೋಕ್ಕೆ, ಮಾತು ಅಂದರೆ ಪ್ರಣಯ ಪೂರ್ವ ತಯಾರಿ ಅರ್ಥಾತ್ ಫೋರ್ಪ್ಲೇ, ಪ್ರಣಯದ ಮೊದಲ ಹಂತವೇ ಮುತ್ತು, ಅದನ್ನ ಜೇನುತುಪ್ಪ ಅನ್ನೋ ನಾಯಕಿ ಫೋರ್ಪ್ಲೇಗೆ ಅಡಿಪಾಯ ಹಾಕಲು ಜೇನುತುಪ್ಪ ಕೊಟ್ಟೆ ಅನ್ನುತ್ತಾಳೆ, ಆ ಕಡೆ ಪಂಚೇನ ಎತ್ಕೊಂಡು ನಾಯಕ 'ಓಹೋ' ಅನ್ನುವನು. ಈಗಾಗಲೇ ರಾಗಿಹೊಲದ ಹುಲ್ಲಿನ ಮೆದೆಯಲ್ಲಿ ನಡೆದ ರಾಸಲೀಲೆಯ ನೆನಪುಗಳ ಚಿತ್ರಣ ಅವನಲ್ಲಿ ಜಾತ್ರೆ ಹೊರಟಿದೆ.

ಸರಿ ಆಂಟೀಯರು ಬಲು ತುಂಟಿಯರು, ನಾಯಕಿ ಹೇಳುತ್ತಿರುವುದೆಲ್ಲಾ ಹಾಡುತ್ತಿರುವುದೆಲ್ಲಾ ಗೊತ್ತಾದ್ರೂ ಇನ್ನೂ ಕಿಚಾಯಿಸ್ತಾ ಮೂರನೆಯ ಚೆಕ್ ಲಿಸ್ಟಿಗೆ ಜಿಗಿಯುವರು

***"ತಾಳಿಯೂ ಬೆನ್ನಲ್ಲಿದೆ–ಸತ್ಯವೂ ಕಾಣುತ್ತಿದೆ
ಕತ್ತಲೂ ಕಾಯದೇ–ಲೋಕವೂ ನೋಡದೆ
ಏನೇನು ಮಾಡಿದ್ದಿಯೇ?"***

ಇಲ್ಲಿ ಮಜ ನೋಡಿ ತಾಳಿ ಬೆನ್ನಿಗೆ ಬಂದಿದೆ, ಅಂದರೆ ಉರುಳಾಡಿಕೊಂಡು ನಡೆದಿದೆ ಪ್ರಣಯ ಜಾತ್ರೆ, ಅದಕ್ಕೆ ಆಂಟೀರು "ನಿನ್ನ ಆಟ ಗೊತ್ತಾಯ್ತು ಡವ್

ಸಾಕು, ನೈಟು ಆಗೋವರೆಗೂ ವೇಯ್ಟ್ ಮಾಡದೆ ಯಾರಾದ್ರೂ ನೋಡುದ್ರೆ? ಅಂತ ಬೈದು ಕುತೂಹಲಕ್ಕೆ ಏನೇನು ಮಾಡಿದ್ಯ? ಎಂದು ಕಣ್ಣು ಹೊಡೆಯುತ್ತ ಕೇಳುತ್ತಾರೆ, ಸತ್ಯ ಗೊತ್ತಾದ್ರೂ ನಾಯಕಿ ಮತ್ತೆ ಸೂಚ್ಯವಾಗಿ ದ್ವಂದ್ವಾರ್ಥದಲ್ಲೇ ಉತ್ತರಿಸುವಳು.

"ನನ್ನ ಪುಟ್ಟ ಪತಿರಾಯ
ಪುಟವಿತ್ತ ಚನ್ನಿಗರಾಯ ಕೇಳಿರಿ
ಹತ್ತಿರಕ್ಕೆ ಬಾ ಅಂದರೂ ಬೇಡ ಅಂದ್ರೂ ಬಿಟ್ಟು ಕೊಟ್ಟರು
ತಿಳಿಯಿರೇ"

ಪುಟವಿತ್ತ ಚನ್ನಿಗರಾಯನಂತ ಗಂಡ, ಅವಳ ಕಣ್ಣಿಗೆ ಪುಟ್ಟ ಪತಿರಾಯ (ಇಲ್ಲ ಅವನೊಳಗಿರುವ ಪುಟ್ಟ ಪತಿರಾಯನ ಬಗ್ಗೆ ಹೇಳ್ತಾ ಇದ್ದಾಳ?!) ಪ್ರೀತಿಯಿಂದ ಕೂಡಿದ ಹೆಂಡತಿಗೆ ಗಂಡ ಮಗುವಂತೆ ಕಾಣೋದು ಸಹಜ. ಹಾಗಾಗಿ ಪುಟ್ಟ ಪತಿರಾಯ ಅಂದು, ಹತ್ತಿರ ಬಾ ಅಂದು ಬೇಡ ಅಂದ್ರೂ ಬಿಟ್ಟುಕೊಟ್ಟರು ಅನ್ನುವಳು. ಆಸೆ ಬರಿಸಿದ ಇವಳು ಆಮೇಲೆ ಸಾಕು ಅಂದಿರುತ್ತಾಳೆ ಮೊದಲ ಸಲ ರೊಚ್ಚಿಗೆದ್ದಿರೋ ಅವನು ಸುಮ್ಮನಿರ್ತಾನಾ "ಬಿಟ್ಟುಕೊಟ್ಟಿದ್ದಾನೆ" ತಿಳುಕೊಳ್ರೇ ಅಂದು ಅವನ ಮೇಲೆ ನಾಯಕಿ ಸಿಹಿ ಚಾಡಿ ಹೇಳಿದಾಗ

ಅವನು ಛೀ ಕಳ್ಳಿ "ನೀನು ತಾನೇ ಆಸೆ ತಂದೆ"ಎಂದರೆ, ಅವಳು ನಾಚುತ್ತಾ "ನೀನು ಯಾಕೆ ಜೇನು ತಿಂದೆ" ನೀನು ಯಾಕೆ ಮುತ್ತು ಕೊಟ್ಟೆ ಅನ್ನುವಳು, ಅವನು ಹೌದು ಮುತ್ತು ಕೊಟ್ಟೆ "ಹೌದು ತಿಂದೆ" ಏನು ಮುಂದೆ? ಅನ್ನುವನು, ಅವಳು "ನಾನು ತಾಯಿ ನೀನು ತಂದೆ" ಅಂದರೆ ನಾಯಕನಿಗೆ ಡೌಟು, ಮೊದಲೇ ಪೆದ್ದನಾದ ಅವನು ಡೌಟಲ್ಲಿ 'ಕೂಸಿಲ್ಲದಿದದ್ದರೂ ಅಪ್ಪ ಅಮ್ಮನ?' ನನಗೇನು ಅರ್ಥ ಆಗಿಲ್ಲ ಅಂದು ಅವಳ ಹಿಡಿಯುವನು. ಅವನದು ಮೊದಲ ಮಹಾ "ಗದಾ" ಯುದ್ಧ.

ಇವಾಗ ಅವಳು ಹೇಳಿದ ಸಾಲನ್ನೇ ಇವನು ಹೇಳುವನು ರಾಗಿ ಹೊಲದ ಖಾಲಿ ಗುಡಿಸಲಿಗೆ ಮಾತು ಕೇಳಕ್ಕೆ ಹೋದಾಗ ತಂದ ಜೇನು ತಿಂದು ಹೊಸ ಮಾತು ಕಲಿತೆ ಅನ್ನುವನು. ಅವಳು ತುಂಬ ಹೊತ್ತು ಮುದ್ದಾಡುದ್ರೂ ಅನ್ನೋದನ್ನ ತುಂಬ ಹೊತ್ತು ಮಾತು ಕಲಿತ್ರೂ ಅನ್ನುವಳು.

ಸರಿ ಈ ಚೆಕ್ ಲಿಸ್ಟ್ ಕ್ಲಿಕ್ ಆಯ್ತೂ ಆಂಟಿಗಳಿಗೆ ಮತ್ತೆ ಅನುಮಾನ ಅದು ಎಂತಹ ಅನುಮಾನವೆಂದರೆ ಇವರ ಪ್ರಣಯ ಜಾತ್ರೆಯಲ್ಲಿ ಬಟ್ಟೆಗಳು ಮೈ ಮೇಲೆ ಇದ್ದವಾ? ಇಲ್ಲ ನಾಚಿಕೆ ಬಿಟ್ಟು ಮೂಲೆ ಸೇರಿದ್ದವಾ ಅಂತ.

"ಪಂಚೆಯ ಅಂಚು ಎಲ್ಲಿ,
ಲಂಗದ ಮೂತಿ ಎಲ್ಲಿ
ಬಟ್ಟೆಗಳೆಲ್ಲವೂ ತಿರುವು ಮುರುವು
ಏನೇನು ಕಾದಿತ್ತಲ್ಲಿ?"

ಪಂಚೆಯ ಅಂಚು ಎಲ್ಲಿ? ಲಂಗದ ಮೂತಿ ಎಲ್ಲಿ? ಸರಿಯಾಗಿ ಅಂಚು ಮೂತಿ ಇದ್ದ ಕಡೆ ಇದ್ದರೆ ಬಟ್ಟೆ ಕೆಳಗೆ ಬಿದ್ದಿಲ್ಲ ಎಂದು ಅರ್ಥ, ಆದರೆ ಅವರು ಕೇಳಲು ಮುಖ್ಯ ಕಾರಣ ನಾಯಕ ನಾಯಕಿಯ ಬಟ್ಟೆಗಳೆಲ್ಲವೂ ತಿರುವು ಮುರುವಾಗಿವೆ ಅದಕ್ಕೆ ಅವರಿಗೆ ಈ ಅನುಮಾನ, ಅಲಾ ಪೋಲಿ ಆಂಟಿಗಳಾ! ಕೇಳೇಬಿಟ್ರು ಅದುಕ್ಕೆ ನಾಯಕಿ ಹೇಳ್ತಾಳೆ

"ದೂರದಿಂದ ನೋಡಿದರು
ಸಣ್ಣ ಪದ ಹಾಡಿದರು ಕೇಳಿರಿ
ಕಣ್ಣುಗಳ ಹೊಗಳಿದರು
ತಾಳಿ ಮಧ್ಯೆ ನಿಲ್ಲಿಸಿದರು ತಿಳಿಯಿರಿ"

ದೂರದಿಂದ ನೋಡಿದರು ಅಂದ್ರೆ ಅವನ ಪೋಲಿ ತರಲೆಗಳಿಗೆ ಅವಳು ನಾಚಿ ದೂರ ಹೋಗಿ ನಿಂತಿದ್ದಾಳೆ. ಬೆದೆಗೆ ಬಂದ ನಾಯಕ ನೋಡ್ತಾ ಇದ್ದಾನೆ, ಸಣ್ಣಪದ ಅಂದ್ರೆ ಏನೋ ಡರ್ಟಿಟಾಕ್ ಮಾತಾಡಿದ್ದಾನೆ, ಹಾಗೇ ಹತ್ರ ಬಂದು 'ನಿನ್ನ ಕಣ್ಣುಗಳು ಬೆದರೋ ಜಿಂಕೆಗಳು' ಅಂತ ಸುರು ಮಾಡಿ, ತಾಳಿ ಮಧ್ಯ ಅರ್ಥಾತ್ ಎದೆ ಭಾರದ ಮೊದಲಿಗೆ ಬಂದು ನಿಲ್ಲಿಸಿದ್ದಾನೆ ಪೋಲಿ.

ಇವಳು ಹಿಂಗೆ ಎಲ್ಲ ಹೇಳ್ಬೇಕಾದ್ರೆ ಅವನು ಅಡ್ಡಬಾಯಿ ಹಾಕಿ ಅದಕ್ಕೆಲ್ಲ ಕಾರಣಗಳನ್ನ ಕೊಡ್ತಾ ಇದ್ದಾನೆ, ಅದು ನಾಯಕಿಯನ್ನ ಕೇಳುತ್ತಾ,

"ನೀನು ತಾನೇ ಹಾಡು ಎಂದೆ
ಯಾಕೆ ನನ್ನ ಪ್ರಾಣ ತಿಂದೆ
ಪ್ರೀತಿಯಿಂದ ಹಾಗೇ ಅಂದೆ
ನಾವು ಇನ್ನು ಪ್ರೀತಿ ಇಂದೆ
ಈ ಪ್ರೇಮ ಪಾಠ ಈ ಜೇನಿನೂಟ
ಈ ತಲೆಗೆ ಈಗೇರಿತು
ಆ.ಆ.ಓ ಚೆಲುವೆ ಏನಾಯಿತು"

ನೀನು ತಾನೇ ಹಾಡು ಅಂದೆ ಎನ್ನುವವನು, ಅದಕ್ಕೆ ಅವಳು ನೀನೆ ತಾನೇ ಕಾಡಿದ್ದು ಯಾಕೆ ಪ್ರಾಣ ತಿಂದೆ ಅನ್ನುವವಳು, ಪ್ರೀತಿಯಿಂದ ಚೆನ್ನ ಅಂತಾ

ಐಸ್ ಹೊಡಿತಾನೇ, ಇವಳು ಇನ್ಮೇಲೆ ಪ್ರತಿದಿನ ಈ ಪ್ರೀತಿ ಆಡೋಣ ಅಂತ ಹಚ್ಕೋತಾಳೆ. ಕೊನೆಗೆ ಈ ಪ್ರೇಮದ ಪಾಠ ಜೇನಿನ ಊಟದ ನಶೆ ತಲೆಗೆ ಏರಿದಾಗ ಏನೇನು ಮಾಡಿದೆ ಚೆಲುವೆ ಅನ್ನುವಲ್ಲಿಗೆ ಹಾಡು ಮುಗಿಯುವುದು

ಹಂಸಲೇಖರ ಕಲ್ಪನೆ, ಆ ಚೆಕ್ ಲಿಸ್ಟ್ ಅಬ್ಬಬ್ಬ! ಇಷ್ಟು ಆಳವಾಗಿ ಸೊಗಸಾಗಿ ಮಜಭೂತವಾಗಿ "ಮೊದಲ ಕಾವ"ನ್ನ ಕಾವ್ಯಮಯವಾಗಿಸುವ ಶಕ್ತಿ ಅವರೊಬ್ಬರಿಗಷ್ಟೇ!

ಓ ಪುಟ್ಟನಂಜ ನೀನು ನಮ್ಮೂರ ಒಕ್ಕಲುಂಜ– ಹಂಸಲೇಖ ಹಂಚಿದ ಪೋಲಿ ಮಸಾಲ ದೋಸೆ

ಸುಮ್ನೆ ಕಣ್ ಮುಚ್ಕೊಂಡ್ ಹಾಡು ಕೇಳ್ತಾ ಇದ್ರೆ ಯಾವುದೋ ಒಂದು ಸಾಲಿಗೆ ಹಂಗೆ ಕಣ್ ಬಿಟ್ಟು ತುಟಿಯಲ್ಲಿ ಒಂದು ತುಂಟ ಮುಗುಳ್ನಗು ಬಂದ್ರೆ ಅದು ಹಂಸಲೇಖ ಬರೆದ ಸಾಲುಗಳೇ ಅಂತ ಹೇಳಬಹುದು. "***ನಗುನಗುತ ನೀ ಬರುವೆ ನಗುವಿನಲೇ ಮನ ಸೆಳೆವೆ***" ಅಂತ ಸರಳವಾಗಿ ಬರೆದರೆ ಚಿ.ಉದಯ್ ಶಂಕರ್, "***ಗಂಡು ಜಾತಿ ಗೋಳಿದು ತೇಪೆ ಹಾಕಲಾಗದು ಕಿತ್ತು ಜೋಡಿನಂಗೆ ಕೈಗೆ ಬಂದರೆ, ಇವಳ ಕಣ್ಣ ಕಾಡಿಗೆ ನನ್ನ ಮನೆಯ ಬಾಡಿಗೆ ಒಂದೇ ರೇಟು***" ಅಂತ ಮಜದ ಲಿರಿಕ್ಸ್ ಭಟ್ಟರದು, "***ನೀನೆಂದರೆ ನನ್ನೊಳಗೆ ಏನೋ ಒಂದು ಸಂಚಲನ ನಾ ಬರೆಯದ ಕವಿತೆಗಳ ನೀನೇ ಒಂದು ಸಂಕಲನ***" ಅಂತ ಕಾವ್ಯಾತ್ಮಕವಾಗಿ ಬರೆದರೆ ಜಯಂತ್ ಕಾಯ್ಕಿಣಿ. ಹಂಸಲೇಖ ವಿಶೇಷವಾಗಿರೋದು ಅವರಿಗೆ ಮೇಲೆ ಹೇಳಿದ ಅಷ್ಟು ತರಹದ ಸಾಹಿತ್ಯ ಬರೆವ ಗತ್ತು ತಾಕತ್ತು ಪದಸಂಪತ್ತು ಇರೋ ಜೊತೆಗೆ ಹೆಂಡತಿಗೆ ತಕ್ಕ ಗಂಡನಂತೆ ಸಾಹಿತ್ಯಕ್ಕೆ ಸಂಗೀತ ಜೋಡಿಸುವ ಪ್ರತಿಭೆ ಕೂಡ ಜೊತೆಗೆ ಇತ್ತು.

ಸಾಮಾನ್ಯವಾಗಿ ಹಂಸಲೇಖರ ಹಾಡುಗಳನ್ನ ಕೇಳಿ ಎಂಜಾಯ್ ಮಾಡಿರ್ತೀವಿ, ಅದರಲ್ಲೂ ಜಾಸ್ತಿ ದೃಶ್ಯ ರೂಪದಲ್ಲಿ. ಆದರೆ ನನಗೆ ವಿಚಿತ್ರ ಅನಿಸೋದು, ವಿಡಿಯೋ ರೂಪದಲ್ಲಿ ಅವರ ಹಾಡುಗಳಲ್ಲಿ ಮೇಲೆ ಮೇಲೆ

ಕೆಲವು ಅರ್ಥ ಕೊಟ್ಟು ಒಂದು ಹಾಡು ದಾಟಿಸಿದರೆ, ಅದನ್ನು ಡಿ-ಕೋಡ್ ಮಾಡಿ ಕೂತರೆ ಮತ್ತೊಂದು ರೋಚಕ ಪ್ರಪಂಚ ಎದುರಾಗುವುದು. ಅವರ ಹಾಡುಗಳನ್ನು ಡ್ಯಾನ್ಸ್ ಮೂಲಕ ರವಿಚಂದ್ರನ್ ಸೇರಿ ಎಷ್ಟೋ ನಾಯಕರು ದಾಟಿಸಿದರು, ಅದು ಕೂಡ ಮೇಲೆ ಮೇಲೆ ಅಷ್ಟೇ, ನನಗೆ ಅನಿಸೋದು ಹಂಸಲೇಖರ ಸಾಹಿತ್ಯ ನಿಜಕ್ಕೂ ರವಿಚಂದ್ರನ್‌ಗೆ ಅಷ್ಟು ಎಫೆಕ್ಟಿವ್ ಆಗಿ ದಾಟಿತ್ತಾ? ದಾಟಿದ್ದರು ಅದನ್ನು ಅದರ ಕಾವ್ಯದ ಟಚ್ ಅನ್ನು ತೆರೆ ಮೇಲೆ ತರಲಿಕ್ಕೆ ಆಗ್ತಿತ್ತಾ? ಖಂಡಿತ ಇಲ್ಲ, ನೃತ್ಯಕ್ಕೆ ಬೇಕಿರೋದು ರಿದಮ್, ಹಂಸಲೇಖರ ಹಾಡುಗಳಲ್ಲಿ ರಿದಮ್ ಕೂಡ ಅಷ್ಟೇ ಚೆನ್ನಾಗಿತ್ತು.

ಆದರೂ ಹಂಸಲೇಖರನ್ನು ಹಿಡಿದು ಕನ್ನಡ ಚಿತ್ರರಂಗಕ್ಕೆ ಕನ್ನಡ ಸಿನಿ ಸಾಹಿತ್ಯಕ್ಕೆ ತಳ್ಳಿದ ದೊಡ್ಡ ಪುಣ್ಯ ರವಿಚಂದ್ರನ್ ಅವರಿಗೆ ಸೇರಲೇಬೇಕು. ಆಗಲೇ ಹೇಳಿದಂತೆ ಹಂಸಲೇಖರ ಸಿನಿಸಾಹಿತ್ಯ ಒಂದು ಕಾವ್ಯ, ಅದನ್ನು ಓದಿ ಕಲ್ಪಿಸಿ ಪಡೆಯೋ ಸುಖ ಅದನ್ನು ದೃಶ್ಯ ಮಾಧ್ಯಮದಲ್ಲಿ ಮಾಮೂಲಿ ನೃತ್ಯದಲ್ಲಿ ನೋಡಿದಾಗ ದಕ್ಕೊಲ್ಲ, ಉದಾಹರಣೆಗೆ ಸಂಕ್ರಾಂತಿ ಬಂತು ರತ್ತೋ ರತ್ತೋ ಹಾಡಿನಲ್ಲಿ ಒಂದು ಸಾಲಿದೆ ***"ಗಾಳಿಗಿಷ್ಟು ಜಾಗವಿಲ್ಲದೆ ಅಪ್ಪಿಕೊಳ್ಳೋ ಹಳ್ಳಿ ಗಂಡಿದೆ ಗಡುಸಿಗೆ ಬೆರಗಾದೆ ಮರುಳ್"*** ಹಾಡಿನ ದೃಶ್ಯದಲ್ಲಿ ನೋಡಿ ನಾಯಕಿ ಕನ್ನಡಿಯಲ್ಲಿ ಬಂದು ನಾರ್ಮಲ್ ಆಗಿ ಹೇಳಿ ಕಣ್ಣು ಹೊಡೆದು ಹೋಗಿಬಿಡ್ತಾಳೆ. ಪಾಪ ಕೊರಿಯೋಗ್ರಾಫರ್‌ಗೆ ಅಷ್ಟು ಡೀಪ್ ಮೀನಿಂಗ್ ಸಾಹಿತ್ಯವನ್ನು ಕುಣಿತಕ್ಕೆ ಸಿಕ್ಕಿಸೋದಾದರೂ ಹೇಗೆ? ಅದನ್ನು ದಕ್ಕಿಸಿಕೊಳ್ಳೋದಾದರೂ ಹೇಗೆ?

ಇರಲಿ ನಾನು ಮಾತಾಡಬೇಕಿರೋ ಹಾಡು ಲಾಕಪ್ ಡೆತ್ ಸಿನಿಮಾದ "ಓ ಪುಟ್ಟನಂಜ" ಹಾಡು, ಲಾಕಪ್ ಡೆತ್ ಆಕ್ಶನ್ ಮೂವಿ, ಪಕ್ಕ ಮಾಸ್ ಆಡಿಯನ್ಸ್‌ಗೆ ಮಾಡಿರೋ ಸಿನಿಮಾ. ಅದರಲ್ಲಿ ವರ್ಕ್ ಔಟ್ ಆಗೋದೇ ಮಸಾಲೆ ಅಂತ ಗೊತ್ತು ಹಂಸಲೇಖರಿಗೆ. ಅದಕ್ಕೆ ಇದರಲ್ಲಿ ಮೂರು ಮಸಾಲೆ ದೋಸೆ (ಬಂತು ಬಂತು ಕರೆಂಟು ಬಂತು, ಕಚ್ಚಿಕೊಂಡಾಡೋಣ ಬಾರೋ ಓ ಹುಡುಗ, ಓ ಪುಟ್ಟ ನಂಜ) ಕೊಟ್ಟಿದ್ದಾರೆ. ಒಂದೊಂದು ದೋಸೆಯ ರುಚಿ ಬಲು ಸೊಗಸು ಜಿಹ್ವಾನಂದ, ಮಿಕ್ಕಿದ ಎರಡು ದೋಸೆಗಳ ಬಗ್ಗೆ ಮತ್ತೊಮ್ಮೆ ಬರೆಯೋಣ, ಈಗ ದೇಸಿ ದೊರೆ ಬರೆದ ಮಸಾಲೆದೋಸೆ ಬಗ್ಗೆ ಮಾತಾಡುವ.

ಹಾಡು ಶುರುವಾಗೋ ಮುಂಚೆ ಅಲ್ಲೊಬ್ಬ ರಸಿಕ ನಾಯಕ, ಮತ್ತೊಂದು ಕಡೆ ಅಷ್ಟೇ ಆಸೆಯಿದ್ದು ನಿಯಂತ್ರಣದಲ್ಲಿರೋ ಸಮಾಜದ ರೀತಿ ನೀತಿ ರಿವಾಜುಗಳಿಗೆ ಗಂಟು ಬಿದ್ದು ಹದ್ದುಬಸ್ತಲ್ಲಿ ಇರೋ ನಾಯಕಿ, ಅವರಿಬ್ಬರಿಗೂ ಪ್ರೀತಿ ಆಗಿದೆ ಇಬ್ರೂ ಪೋಲಿ, ಅದರಲ್ಲೂ ನಾಯಕ ಪರಮಪೋಲಿ, ಅವನಿಗೆ ಸಂಜೆ ತನಕ ಕಾಯೋ ಸಹನೆ ಸಂಯಮ ಇಲ್ಲ. ಅದಕ್ಕೆ ಅವಳನ್ನು ಭೇಟಿ

ಆಗಿ ಮುದ್ದಾಟ ಆಡಲು ಕರಿಯುತ್ತಿದ್ದಾನೆ, ಅದು ಫೋರ್ಪ್ಲೆಗೆ ಮಾತ್ರ ಸೀಮಿತ ಇರಬಹುದು ಅಂತ ನನ್ನ ಊಹೆ, ಅವನು ಕರೆದಾದ ಮೇಲೆ ಅವಳು ಕೊಡುವ ಉತ್ತರದಿಂದ ಹಾಡು ಶುರುವಾಗುತ್ತೆ

"ಓ ಪುಟ್ಟನಂಜ ನೀನು ನಮ್ಮೂರ ಒಕ್ಕಲುಂಜ
ಓ ಪುಟ್ಟನಂಜಿ ನೀನು ನಮ್ಮೂರ ಪುಕ್ಕಲಂಜಿ"

ಈ ಮೊದಲ ಸಾಲಿನಲ್ಲೇ ನಾಯಕಿ ಎಷ್ಟು ಬುದ್ಧಿವಂತಳೆಂಬ ಹಿಂಟ್ ಕೊಡ್ತಾರೆ. ಆಕೆಗೆ ನಾಯಕ ಅವಳ ಊರಿನ ಒಕ್ಕಲಿನವನೇ, ಒಂದೇ ಒಕ್ಕಲಿನವನನ್ನು ಪ್ರೀತಿಸಿದ್ದಾಳೆ. ಮದುವೆಗೆ ದಾರಿ ಸರಾಗ, ಜೊತೆಗೆ ಆ ಊರು ಆ ಒಕ್ಕಲು ಎಂಥದ್ದು ಅಂತ ಮುಂದಿನ ಸಾಲುಗಳಲ್ಲಿ ಬರುತ್ತೆ. ಆಕೆಗೆ ಊರಿನವರನ್ನು ಕಂಡರೆ ಭಯ ಅದರಲ್ಲೂ ಇವನ ಜೊತೆ ಇರೋದ್ ಕಂಡ್ರೆ ಅಷ್ಟೇ ಅಂತ ಅವಳಿಗೇ ಗೊತ್ತು. ಅವಳ ಭಯ ಹಿಂಜರಿಕೆ ಅದೆರಡನ್ನು ಮೀರಿದ ತುಂಟ ಕುತೂಹಲ ಅವಳಿಗೆ ಇರೋದು ಇವನಿಗೂ ಗೊತ್ತು. ಹಾಗಾಗಿ ಅವನು ಹಠ ಬಿಡದ ರಣವಿಕ್ರಮನಂತೆ ಮಟ ಮಟ ಮಧ್ಯಾಹ್ನ ಬಂದು ಅವಳನ್ನು ಕರೆದು ಅವಳ ಪುಕ್ಕಲುತನ ಕಂಡು ಓ ಪುಕ್ಕಲಂಜಿ ಎಂದು ಕಾಲೆಳೆಯುತ್ತಿದ್ದಾನೆ, ಮುಂದಿನ ಸಾಲುಗಳು ಹೀಗಿವೆ

"ಸುತ್ತಲೂ ಹೆಂಗಸರೇ
ಗೊತ್ತಾದ್ರೆ ಹಂಗಿಸರೇ?
ಮುದ್ದಾಟ ಬಯಲಲ್ಲಿ"

ನಮ್ ಊರಲ್ಲಿ ಹೆಂಗಸರು ಜಾಸ್ತಿ, ಸುತ್ತಮುತ್ತ ಅವರೇ ಇದ್ದಾರೆ, ಹೀಗಿರುವಾಗ ನಾವಿಬ್ರು ಮುದ್ದಾಟ ಮಾಡೋದು, ಅದು ಕೂಡ ಬಯಲಲ್ಲಿ

ಗೊತ್ತಾದ್ರೆ ಸುಮ್ನೆ ಬಿಡ್ತಾರಾ? ಅದು ಇಂಥಾ ವಿಷಯಗಳಲ್ಲಿ ಹೆಂಗಸ್ರು ಎಷ್ಟು ಸೂಕ್ಷ್ಮ ಅಂತ ಅವನನ್ನು ಕನ್ವಿನ್ಸ್ ಮಾಡ್ತಾ ಇದ್ದಾಳೆ. ಜೊತೆಗೆ ಇಲ್ಲಿ ಮಜದ ಪಾಯಿಂಟ್ ಅಂದ್ರೆ ಇಷ್ಟೆಲ್ಲಾ ಹೇಳುತ್ತಾ ಇದ್ದಾಳೆ ಅಂದರೆ ಈಗಾಗ್ಲೇ ಅವರು ಯಾವುದೋ ಬಯಲಲ್ಲಿ ಬೆಳಿಗ್ಗೊ ರಾತ್ರಿಯೋ ಯಾರಿಗೂ ಕಾಣದಂತೆ ಭೇಟಿ ಮಾಡಿದ್ದಾರೆ, ಪ್ರಣಯದ ಆಟ ಕೂಡ ಆಡಿದ್ದಾರೆ ಅಂತ ಗೊತ್ತಾಗುತ್ತೆ. ಅವಳು ಹಾಗೆ ಅನ್ನಲಿಕ್ಕೂ ಕಾರಣ ಇದೆ ಯಾಕಂದ್ರೆ

"ಓ ಪುಟ್ಟನಂಜಿ ಓ ಪುಕ್ಕಲಂಜಿ
ನಾನು ಸಂಜೆಗೆ ಕಾಯುತ್ತೀನಿ
ನನ್ನ ಮುಂಜಾನೆ ಕೂಗುತ್ತಿನಿ"

ಯಾಕಂದ್ರೆ ಅವನು ಸಂಜೆಗೆ ಸಿಗೋಣ ಮಜಾ ಇರುತ್ತೆ, ನೀನು ದೊಡ್ಡ ಪುಕ್ಲು ಅಂತ ಹೇಳ್ತಾ ಇದ್ದಾನೆ. ಆಕೆ ಅಯ್ಯೋ ಸಂಜೆ ಬೇಡ ಸುತ್ತ ಹೆಂಗಸರು ಆಕ್ಟೀವ್ ಆಗಿ ಓಡಾಡ್ತಾ ಇರ್ತಾರೆ ಅದರ ಬದಲು ಬೆಳ್ ಬೆಳಗ್ಗೆನೇ ಶುರು ಹಚ್ಕೊಳ್ಳೋಣ ಬಾ ಹೆಂಗಸರೆಲ್ಲ ಮಲ್ಕೊಂಡಿರ್ತಾರೆ ಆರಾಮಾಗಿ ಇರಬೌದು ರಿಸ್ಕ್ ಯಾಕೆ ಅನ್ನುತ್ತಾಳೆ, ಆದರೆ ನಾಯಕ ಬಾ ಸಂಜೆನೇ ಈ ಬಾಧೆ ತಡಕೊಳ್ಳೋಕೆ ಆಗೋಲ್ಲ ಅಂತ ಕೈ ಹಿಡಿದು ಹೇಳ್ತಾ ಇದ್ದಾನೆ, ಇವನದು ಒಳ್ಳೆ ಕತೆ ಆಯ್ತಲ್ಲ ಎಂದು ಅವಳು ಕೈ ಎಸೆದು ಹೋಗಲು

"ತಾಳ್ ನಂಜಿ ತಾಳ್ ಓಡಬೇಡ
ಮರೆಯೊಳಗೆ ಮುದ್ದು ಮಾಡ"

ಅವಳು ಕೈ ಎಸೆದು ಹೋಗಲು ಸಿಕ್ಕಿರೋ ಚಾನ್ಸ್ ಮಿಸ್ ಮಾಡ್ಕೊಳ್ಳಕ್ಕೆ ಮನಸೇ ಇಲ್ಲ ಅವನಿಗೆ. ಓಡಿ ಹೋಗಬೇಡ ನಿಂತ್ಕೋ ಬಾ ಅಲ್ಲೇಲ್ಲಾದರೂ ಮರೆಯಲ್ಲಿ ಒಂದು ಸುತ್ತು ಮುಗಿಸೋಣ ಅಂತಾನೆ, ಕಾಮದ ವಿಷಯದಲ್ಲಿ ಗಂಡು ಭಿಕ್ಷುಕ, ಅವನಿಗೆ ಬಿರಿಯಾನಿ ಅಲ್ಲದಿದ್ದರೂ ಕುಷ್ಕ ಬೇಕು. ಅವನು ಹಾಗೆ ಬೇಡಿಕೊಂಡ್ರೆ ನಾಯಕಿ

"ಕೇಳ್ ನಂಜ ಕೇಳ್ ಕಾಡಬ್ಯಾಡ
ಬಿಸಿಲೊಳಗೆ ಬಿಸಿ ಬೇಡ"

ಅವಳು ಕೈ ತೆಗೆದು ಹೊರಡಲು ಅವನು ಬಿಡದೆ ಇರೋದು ನೋಡಿ ಇಲ್ ಕೇಳಪ್ಪ ರಾಜ ನನ್ನ ಬಿಡು ಸುಮ್ನೆ ಕಾಡಬೇಡ, ಸಂಜೆ ಸಿಗೋಣ ಅಂತ ಮಧ್ಯಾಹ್ನ ಕರೆದು ಈವಾಗಲೇ ಮುದ್ದು ಮಾಡು ಅಂತಿಯಲ್ಲೋ, ಈ

ಬಿಸಿಲಲ್ಲಿ ಮೈ ಬಿಸಿ ಬೇರೆ ಬೇಕಾ? ಬೇಡ ಅನ್ನುತ್ತಾಳೆ. ಯಾಕಂದ್ರೆ ಒಂಟಿ ಮಧ್ಯಾಹ್ನದ ಬಿಸಿ ಎಲ್ಲಿ ಹೋಗಿ ತಟ್ಟುತ್ತೆ ಮುಟ್ಟುತ್ತೆ ಅವಳಿಗೆ ಗೊತ್ತಿರಬೇಕು, ನಾಯಕ ಅಷ್ಟಕ್ಕೇ ಸುಮ್ನೆ ಆಗೋಲ್ಲ

*"ತಾಳ್ ನಂಜಿ ತಾಳ್ ಅಂಜಬೇಡ
ಬಿಸಿ ಮೈಯ್ಯ ಕಾಯ್ಸ ಬೇಡ"*

ಅವನು ಆಗಲೇ ಬಿಸಿಯಾಗಿಬಿಟ್ಟಿದ್ದಾನೆ, ಮಿಥುನದ ವಿಷ್ಯದಲ್ಲಿ ಗಂಡಸು ಜಲಪಾತ, ಹೆಣ್ಣು ನದಿ, ಮಿಥುನ ಸಮುದ್ರ. ಅವನು ಆಗಲೇ ಬಿಸಿಯಾಗಿಬಿಟ್ಟಿದ್ದಾನೆ, ಸಣ್ಣದೊಂದು ಪೆಗ್ ಆದರೂ ಸಿಕ್ಕು ಕಿಕ್ ಏರಿಸಿಕೊಂಡು ಹೋಗುವ ಅಂತ ಅವನ ಪ್ಲ್ಯಾನ್.

ಅವಳು ಯಾಕೆ ಆಗ್ತಿಲ್ಲ ಇವಾಗ ಬೇಡ ಅಂತ ಹೇಳ್ತಿದ್ದಾಳೆ ಅಂದರೆ ಅವಳೇ ಹೇಳುತ್ತಾಳೆ ಕೇಳಿ

*"ನಮ್ಮೂರು ನಿಯಮಗಳ ತವರು
ಪಂಚಾಯ್ತಿ ಬಾಯಿಗಳ ಜೋರು
ಗುಲ್ಲಾದರೆ ಗಡಿಪಾರು
ಪಾರು ಮಾಡು ಪಾರು"*

ಗೊತ್ತಾಯ್ತ? ಸಾಮಾನ್ಯದ ಊರಲ್ಲ ಅದು ಭಯಂಕರ ರೂಲ್ಸ್ ಇರೋ ಊರು. ಜೋರು ಜೋರು ಪಂಚಾಯ್ತಿ ಆಗಿ ಅಲ್ಲೇ ಮಾನ ಮರ್ಯಾದೆ ಹರಾಜು ಹಾಕುವ ಊರು. ಅಲ್ಲಿರೋ ಬಾಯಿಗಳು ಬೊಂಬಾಯಿಗಳು, ಅದಕ್ಕೆ ಸುಮ್ನೆ ಇರೋ ನನ್ ರಾಜ ಬೆಳಗ್ಗೆ ಸಿಕ್ರೆ ಮಜಾ ಮಾಡೋಣ, ನನಗೆ ಈ ರೂಲ್ಸ್ ಇರೋ ಊರಿಂದ, ಹಾರ್ಮೋನ್ ಹಾವಳಿ ಇರೋ ಈ ಬಾಧೆಯಿಂದ ಪಾರು ಮಾಡು ಪಾರು ಅನ್ನುತ್ತಾಳೆ, ಬಹುಶಃ ಆ ಊರಿನಲ್ಲಿ ಈ ಥರಾ ಸಿಹಿ ಹಾದರ ಮಾಡುತ್ತಾ ಸಿಕ್ಕಿ ಹಾಕಿಕೊಂಡ ಎಷ್ಟೋ ಕತೆಗಳು ಇದ್ದವು ಅನಿಸುತ್ತೆ, ಅದಕ್ಕೆ ಎಷ್ಟೋ ಪಂಚಾಯತಿ ಆಗಿ ಮುಖಕ್ಕೆ ಉಗಿದಿರೋ ದೃಶ್ಯಗಳನ್ನ ಅವಳು ಕಂಡಿರುತ್ತಾಳೆ ಹಾಗಾಗಿ ಭಯ ಅವಳಿಗೆ

ಅದಕ್ಕೆ ನಾಯಕ

*"ಗುಟ್ಟೇನಾಯ್ತೆ ನಾನು ನೀನು ಪ್ರೀತಿ ಮಾಡುತ್ತೀವಿ
ಬೀದಿ ಮೇಲೆ ಹಾಡಿ ಕೂಡಿ ಕೆಟ್ಟೋರಾಗುತ್ತೀವಿ
ತಪ್ಪೇನಾಯ್ತೆ ನಾಳೆ ನಾವು ಮದ್ವೆ ಆಗುತ್ತೀವಿ
ಮದುವೆ ಮಾತ್ರ ಬೀದಿಲಿದ್ರೆ ಊರು ಗೆಲ್ಲುತ್ತೀವಿ"*

ನಾಯಕ ಹೇಳ್ತಾನೆ ನಾವಿಬ್ರು ಓಡಾಡೋದು ಕೂಡೋದು ಹಾಡೋದು ಊರಿನವರಿಗೂ ಗೊತ್ತು. ಅದರಲ್ಲಿ ತಪ್ಪೇನಿದೆ? ನಾವಿಬ್ರು ಲವ್ ಮಾಡ್ತಿಲ್ವ? ಅಂತ. ಅದಕ್ಕೆ ಅವಳು ಆ ಥರಾ ಆಡುದ್ರೆ ಊರ್ ಮುಂದೆ ಕೆಟ್ಟೋರಾಗ್ತೀವಿ ಅವರ ಬಾಯಿಗೆ ಆಹಾರ ಆಗ್ತೀವಿ ಅಂತ ಟಿಪಿಕಲ್ ಡೈಲಾಗು ಹೊಡಿತಾಳೆ, ಸರಿ ಅದರಲ್ಲೇನು ತಪ್ಪು ಇಬ್ರೂ ಮದ್ವೆ ಆಗ್ತೀವಿ ಅಲ್ವಾ ಅಂತ ಹೇಳ್ತಾನೆ, ಅದಕ್ಕೆ ಅವಳು 'ಮದ್ವೆ ಬೀದೀಲಿ, ಪ್ರೀತಿ ಮನೇಲಿ' ಇದ್ರೆ ಒಳ್ಳೇದು ಅದು ಉಲ್ಟಾ ಆದ್ರೆ ಜನ ಆಡ್ಕೋತಾರೆ, ಬೀದೀಲಿ ಎಲ್ಲರ ಮುಂದೆ ಮದ್ವೆ ಆದ್ರೆ ಅವರ ಮುಂದೆ ನಾವು ಗೆಲ್ತೀವಿ ನಮ್ ಪ್ರೀತಿ ಗೆಲ್ಲುತ್ತೆ ಅನ್ನುತ್ತಾಳೆ, ಮುಂದೆ ಅವಳ ಮಾತು ಕೇಳಿ ಮತ್ತೆ ಅವಳನ್ನು ಪುಕ್ಕಲಂಜಿ ಅಂತ ಕಿಚಾಯಿಸುತ್ತಾನೆ, ಆಕೆ ನೀನು ನಮ್ಮೂರ ಒಕ್ಕಲ ಹುಂಜ ಟೆನ್ಶನ್ ಬೇಡ ಮದ್ವೆ ಆಗುತ್ತೆ ಆಮೇಲೆ ರಾಜಾರೋಷವಾಗಿರೋಣ ಅನ್ನುತ್ತಾಳೆ, ನಾಯಕ ಇನ್ನು ಭರವಸೆ ಕಳಕೊಂಡಿಲ್ಲ

"ಎಲ್ಲಾರು ನಮ್ಮವರು
ತುಂಟಾಟ ಮೆಚ್ಚುವರು
ತಪ್ಪಾದ್ರೆ ತಿದ್ದುತ್ತಾರೆ
ನಾಳೆ ಮುಂಜಾನೆ ಕೂಗುತೀನಿ
ಇಂದು ಸಂಜೆಗೆ ಕಾಯುತೀನಿ"

ಇದು ನಮ್ಮೂರು, ಇಲ್ಲಿ ಇರೋರೆಲ್ಲ ನಮ್ಮೋರೆ, ನಮ್ಮಿಬ್ಬರನ್ನು ಚಿಕ್ಕ ವಯಸ್ಸಿನಿಂದ ನೋಡ್ತಾ ಇದ್ದಾರೆ ಅವರೇನು ಅಂದುಕೊಳ್ಳೋಲ್ಲ. ಆದರೆ ಈ ಐಸ್ ಮಾತುಗಳಿಗೆ ಕರಗೋದೇ ಇಲ್ಲ ನಾನು ಮುಂಜಾನೆ ಕೂಗುತ್ತೀನಿ ಬರಂಗಿದ್ರೆ ಬಾ ಬಿಟ್ರೆ ಬುಡು ಅಂತ ನಾಯಕಿ ಹೇಳಿದರೆ ಇವನು ನಾನು ಸಂಜೆಗೆ ಕಾಯುತ್ತೀನಿ ಅಂತ ಕಣ್ಣು ಹೊಡೀತಾನೆ

ಈ ಹಂತಕ್ಕೆ ಹಾಡು ಒಂದು ಕ್ಷಣ ಸ್ಟಾಪ್ ಆಗಿ ಒಂದು ಪಿಸುಮಾತಿನ ಡೈಲಾಗ್ ಬರುತ್ತೆ, ಅದನ್ನು ನಾಯಕ ತೀರಾ ಮಾದಕ ಧ್ವನಿಯಲ್ಲಿ ಹೊಡೀತಾನೆ, ನಾಯಕಿ ಅಷ್ಟೇ ಸೆಡಕ್ಟಿವ್ ಆಗಿ ಉತ್ತರಿಸುತ್ತಾಳೆ, ಹಾಡು ಹಾಡ್ತಾನೆ. ನಾಯಕ "ಅಲ್ಲೊಂದು ಮರ ಇರೋದು ನೋಡಿ ಅದರ ಹಿಂದೇನೇ ಕೆಲಸ ಮುಗಿಸೋಣ" ಅಂತ ಅವಳಿಗೆ ಈ ಡೈಲಾಗ್ ಹೇಳ್ತಾನೆ

"ಹೇ ನಂಜಿ ಈ ಮರದ ಹಿಂದೆ ಮರೆ ಅಯ್ತೆ ಬಾ ಬಾ"

ಕಾಮ ನೆತ್ತಿಗೇರುದ್ರೆ ನಲಜ್ಜಂ ನಭಯಂ ಅಂತ ಕೇಳಿರುತ್ತೀವಿ, ಅದೇ ಥರಾ ಕಾಮ ಪಿತ್ತಕ್ಕೆರುದ್ರೆ ನಾ ಕಾಮನ್ ಸೆನ್ಸ್ ಅನ್ನೋದು ಇಲ್ಲಿ ಗೊತ್ತಾಗುತ್ತೆ.

ಆ ಮರ ಜಾಲಿ ಮರ, ಆ ಜಾಲಿ ಮರದ ಹಿಂದೆ ಜಾಲಿ ರೈಡಿಗೆ ಅವಳನ್ನು ಕರೆದಾಗ ಆಕೆ ಇವನ ಆತುರತನ ಮತ್ತು ಬುದ್ಧಿಯನ್ನ ಮೂದಲಿಸುತ್ತ

"***ಅಯ್ಯೋ ಜಾಲಿ ಮರದ ನೆರಳಲ್ಲಿ ಎಲ್ಲ ಕಾಣುತಾಯಿತೇ***" ಅಂತಾಳೆ, ಜಾಲಿ ಮರದ ಎಲೆಗಳು ಚಿಕ್ಕವು ಅದರ ಹಿಂದೆ ಇವರು ನಿಂತರೆ ಎಂಥವರಿಗೂ ಗೊತ್ತಾಗುತ್ತೆ ಅಂತ ನಾಯಕಿ ಹೇಳುತ್ತಾಳೆ, ಅಲ್ಲಿ ಜಾಲಿ ಮರದ ಬದಲು ಆಲದ ಮರ ಇದ್ದಿದ್ರೆ ನಾಯಕಿಯ ಉತ್ತರ ಏನಿರಬಹುದಿತ್ತು?

ಅಲ್ಲಿಗೆ ಇದು ಆಗದ ಮಾತು ಅಂತ ನಾಯಕನಿಗೆ ಗೊತ್ತಾಗುತ್ತೆ ಕಾಮ ದಹನವಾದ ಮೇಲೆ, ದ್ರಾಕ್ಷಿ ಸಿಗದ ನರಿಗೆ ಕೊನೆಗೆ ಹೊಳೆಯೋದೇ ಫಿಲಾಸಫಿ. ಇಲ್ಲೀವರ್ಗು ತುದಿಗಾಲಲ್ಲಿ ನಿಂತು ಪ್ರೇಮಿಯಾಗಿದ್ದ ಅವನು ಯಾವಾಗ ಈ ಮಧ್ಯಾಹ್ನ ಒಂದು ಸಣ್ಣ ಫೋರ್‌ಪ್ಲೇ ಆಗೋಲ್ಲ ಅಂತ ಗೊತ್ತಾದೊಡನೆ ಫಿಲಾಸಫಿಯ ಕತೆ ಹೊಡೆದು ಅವಳನ್ನು ಪ್ರಶ್ನೆ ಹಾಕುತ್ತಾನೆ

***"ಕಾಡೋರ ಮೆಚ್ಚುತ್ತೀರಿ ನೀವು
ಹಂಗಾಗಿ ಹೆಚ್ಚುತ್ತೀವಿ ನಾವು
ಕಲ್ ಹಾಕದೆ ಕೋಲೆತ್ತದೆ ಹಾರುತೈತ ಹಾವು"***

ಸುಮ್ನೆ ಇರೋದು ಹೇಳಿ ನಿಮ್ನ ಪಟಾಯ್ಸೋದು ಕಷ್ಟ, ನಿಮಗೆ ಕಾಡಬೇಕು, ಬೇಡಬೇಕು, ಹೊಗಳಬೇಕು ಅವಾಗ ಅಷ್ಟೇ ನೀವು ಮೆಚ್ಚೋದು ನಮ್ಮನ್ನ, ಅದಕ್ಕೆ ಅಪ್ಲಿಕೇಶನ್ ಹಾಕೋದು ಜಾಸ್ತಿ ಆಗ್ತಾರೆ, ಪ್ರೀತಿಲಿ ಹೌದು ಅಥವಾ ಇಲ್ಲ ಅನ್ನದೇ ಒಪ್ಪಿಕೊಳ್ಳುವವರೆಗೂ ಅಡ್ಡಗೋಡೆ ಮೇಲೆ ದೀಪ ಇಡುತ್ತೀರಾ ಅನ್ನುವವನು, ಅವನ ಇವತ್ತಿನ ಕಾತುರಕ್ಕೆ ಆತುರಕ್ಕೆ ಅವಳು ಕೂಡ ಕಾರಣ ಎಂದು ಹೇಳುತ್ತಾನೆ "ಕಲ್ ಹಾಕ್ದೆ ಕೋಲ್ ಎತ್ತದೆ ಹಾವು ಹಾರುತ್ತಾ?" ಅನ್ನುತ್ತಾನೆ... ಹೇ ಒಂದ್ನಿಮಿಷ ಒಂದ್ನಿಮಿಷ ಯಾವ ಹಾವು ಬಗ್ಗೆ ಹೇಳ್ತಾ ಇದ್ದಾರೆ ಇಲ್ಲಿ ಏಕ ಅರ್ಥದ ಹಾವಾ?

***"ಹಾಲು ಕೀರು ಹಾಕುತೀವಿ ಹಾವು ದೇವರಂತ
ಹಾವು ಹಾನಿ ಮಾಡದಂತೆ ಪ್ರೀತಿ ಪೂಜೆ ಎಂತ?
ಬೆಂಕಿ ಹಾಕಿ ಹಾಡುತ್ತೀವಿ ಕಾಮ ಸಾಯಲಂತ
ಕಾಮ ಹೋಗಿ ಪ್ರೀತಿಯಾಗಿ ಜನ್ಮ ತಾಳಿತಂತ"***

ಅವನು ಇಷ್ಟೆಲ್ಲಾ ಅವಳ ಮೇಲೆ ಗೂಬೆ ಕೂರಿಸಿ ತನ್ನ ಬೇಜಾರನ್ನ ಕೋಪವನ್ನ ತೋರಿಸಿದರೆ ಆಕೆ ಅಷ್ಟೇ ಶಾಂತಳಾಗಿ "***ಹಾಲು ಕೀರು ಹಾಕುತೀವಿ ಹಾವು ದೇವರಂತ***" ಅನ್ನುತ್ತಾಳೆ, ಅವನು ಹೇಳುತ್ತಿರುವ ಹಾವು ಅವಳಿಗೆ

ದೇವರ ಸಮಾನ, ಹಾಗಾಗಿ ದೇವರ ಮೆಚ್ಚಿಸಲು ಹಾಲು ಹಾಕ್ತೀವಿ, ಹಾಗೆ ಕೀರು ಕೂಡ ಹಾಕ್ತೀವಿ ಅನ್ನುತ್ತಾಳೆ, ಅದಕ್ಕೆ ನಾಯಕ ಇವಾಗ ವರ್ಕ್ ಔಟ್ ಆಗ್ತಿದೆ ಅಂತ "***ಹಾವು ಹಾನಿ ಮಾಡದಂತೆ ಪ್ರೀತಿ ಪೂಜೆ ಎಂತ?***" ಅಂತ ಪ್ರಶ್ನಿಸುತ್ತಾನೆ, ಪಾಪ ಅವನ ಕಷ್ಟ ಅವನಿಗೆ, ಅದಕ್ಕೆ ಅವಳು "***ಬೆಂಕಿ ಹಾಕಿ ಹಾಡುತ್ತೀವಿ ಕಾಮ ಸಾಯಲಂತ***" ಇಲ್ಲಿ ಸ್ವಲ್ಪ ಅನುಮಾನ ಇದೆ, ಎಡೆ ಎತ್ತಿದ ಹಾವನ್ನ ಯಾವ ಬೆಂಕಿಗೆ ಹಾಕ್ತಾಳೆ ಅನ್ನೋದು? ಅವನನ್ನ ಫೋರ್‌ಪ್ಲೇ ಸೋಲಿಸಿ ಬಿಡುತ್ತಾಳೆ ಅಂತಾನ? ಇಲ್ಲ ಬೆಚ್ಚಗಿರೋ ಬೆಂಕಿ ನಿಜಕ್ಕೂ ಹಾಕುತ್ತಾಳಾ? ಹೆಂಗೋ ಒಟ್ಟಿನಲ್ಲಿ ಕಾಮವನ್ನು ಟೆಂಪರರಿಯಾಗಿ ಸಾಯಿಸುತ್ತಾಳೆ ಅಂತ ಆಯ್ತು. (ಆಮೇಲೆ ಸ್ನೇಹಿತರು ಹೇಳಿದ್ದು ಇದು ಕಾಮನ ಹಬ್ಬದ ರೆಫರೆನ್ಸ್ ಅಂತ)

ಅಲ್ಲಿಗೆ, ನಾಯಕ ಅವಳ ಈ ಮಾತು ಕೇಳಿ ಸಿಕ್ಕ ಗ್ರೀನ್ ಸಿಗ್ನಲಿಗೆ ಫುಲ್ ಖುಶಿಯಾಗಿ "ಕಾಮ ಹೋಗಿ ಪ್ರೀತಿಯಾಗಿ ಜನ್ಮ ತಾಳಿತಂತ" ಅಂತ ಕುಣಿಯುವಲ್ಲಿಗೆ ಈ ಹಾಡು ಮುಗಿಯುತ್ತದೆ

ಈ ಹಾಡನ್ನು ಟಿವಿಯಲ್ಲಿ ಎಷ್ಟೋ ಬಾರಿ ನೋಡಿರಬಹುದು ನಾಯಕ ನಾಯಕಿಯ ಡ್ಯಾನ್ಸು ನೋಡಿರಬಹುದು, ಇದರ ಸಾಲುಗಳು ನಮಗೆ ನೆನಪಿರಲೂಬಹುದು, ಆದರೆ ಒಮ್ಮೆ ಈ ಹಾಡಿನ ಸಾಲುಗಳ ಆಳ ಕೆದಕುತ್ತಾ ಹೋದ್ರೆ ಎಷ್ಟು ದಕ್ಕುತ್ತೋ ಅಷ್ಟು ದಕ್ಕುತ್ತಾ ಹೋಗುತ್ತದೆ.

ಕಚ್ಚಿ ಮುಚ್ಚಿ ಬಿಚ್ಚಿ
ಪದಪರಮಾತ್ಮನ ಪದಗಳ ನೆಚ್ಚಿ

ಈ ಹಾಡು ಸಿನಿಮಾದಲ್ಲಿ 'ಓ ಪುಟ್ಟನಂಜ ನೀನು ನಮ್ಮೂರ ಒಕ್ಕಲುಂಜ' ಹಾಡಿನ ಮುಂಚೆಯೇ ಬರುತ್ತದೆ, ಆ ಹಾಡು ನಾಯಕನಿಂದ ಶುರುವಾದರೆ ಈ ಹಾಡು ನಾಯಕಿಯಿಂದ ಶುರುವಾಗುತ್ತೆ, ಆ ಹಾಡಿನಲ್ಲಿ ನಾಯಕ ರೊಚ್ಚಿಗೆದ್ದಿದ್ದರೆ, ಈ ಹಾಡಿನಲ್ಲಿ ನಾಯಕಿಯೇ ರೊಚ್ಚಿಗೆದ್ದಿರುತ್ತಾಳೆ, ಅದು ಎಷ್ಟರಮಟ್ಟಿಗೆ ಅಂದರೆ

"ಕಚ್ಚಿಕೊಂಡಾಡೋಣ ಬಾರೋ ಏ ಹುಡುಗ ಏ ಹುಡುಗ
ಮುಚ್ಚಿಕೊಂಡಾಡೋಣ ಬಾರೋ ಏ ಹುಡುಗ ಏ ಹುಡುಗ'

ಎಂದು ಶುರು ಮಾಡುತ್ತಾಳೆ.

ಇದೊಂಥರಾ ಮಜಾ, ಆ ಹಾಡಿನಲ್ಲಿ ಊರೋರೆಲ್ಲ ನೋಡ್ತಾರೆ ಹಾಡು ಹಗಲೇ ಬಯಲಿನಲ್ಲಿ ಖುಲ್ಲಂ ಖುಲ್ಲಾ ಬೇಡ, ಮುಂಜಾನೆ ಬಾ ಯಾರು ಎದ್ದಿರೋಲ್ಲ ಆಗ ಶುರು ಮಾಡಿ ಮುಗಿಸೋಣ ಎಲ್ಲಾ ಗುಟ್ಟಿನಲ್ಲಿ

ಆಗಲಿ, ಮದುವೆ ಮುಂಚೆ ಗುಟ್ಟು ರಟ್ಟಾದರೆ ನಮ್ಮೂರಲ್ಲಿ ಪಂಚಾಯಿತಿ ಮುಂದೆ ನಿಲ್ಲಬೇಕಾಗುತ್ತೆ ಏಕೆಂದರೆ ನಮ್ಮೂರು ಪಂಚಾಯಿತಿಗಳ ಊರು, ಈ ಥರಾ ತಪ್ಪು ಮಾಡಿದವರನ್ನ ಗಡಿಪಾರು ಮಾಡ್ತಾರೆ ಅಂತ ನಾಯಕನನ್ನ ಸಮಾಧಾನ ಮಾಡುವ ಅದೇ ನಾಯಕಿ ಈ ಹಾಡಿನಲ್ಲಿ ನಾಯಕನಿಗಿಂತ ರೊಚ್ಚಿಗೆದ್ದು ಕಚ್ಚಿಕೊಂಡಾಡೋಣ ಬಾ ಅಂತ ಇದ್ದಾಳೆ, ಜೊತೆಗೆ ಅದರಲ್ಲೂ ಮುಚ್ಚಿಕೊಂಡಾಡೋಣ ಬಾರೋ ಏ ಹುಡುಗ ಅಂತ ಕರೀತಾ ಇದ್ದಾಳೆ, ಏನನ್ನ ಕಚ್ಚಿ? ಏನನ್ನ ಮುಚ್ಚಿ? ಎನ್ನುವುದು ಮುಂದಿನ ಪ್ಯಾರಾದಲ್ಲಿ ಇನ್ನು ಅರ್ಥ ಮಾಡಿಸುತ್ತಾಳೆ

ಬಾಯಿಗೆ ಬಾಯಿಯ ಬೀಗವ ಏರಿಸಿ...

ನೋಡುದ್ರಾ? ಬಾಯಿಗೆ ಬಾಯಿಯ ಬೀಗವ ಏರಿಸಿ ಅಂತೆ... ಅಂದ್ರೆ ಫ್ರೆಂಚ್ ಕಿಸ್, ಕಣ್ಣಿಗೋ ಕೆನ್ನೆಗೋ ಮುತ್ತು ಕೊಡಿಸಿಕೊಳ್ಳೋ ಮೂಡಲ್ಲಿ ಇಲ್ಲ ನಾಯಕಿ. ಸೀದಾ ಬಾಯಿಗೆ ಬಾಯಿ ಸೇರಿಸಿ ಫ್ರೆಂಚ್ ಕಿಸ್ ಮಾಡೋಣ ಬಾ, ನಾಲಗೆ ಇಂದ ನಾಲಗೆ ಕಚ್ಚಿ ಮುದ್ದಾಡೋಣ ಬಾ ಅಂತ ಕರೀತಿದ್ದಾಳೆ, ಎಲಾ ಇವಳಾ? ಇದೇ ನಾಯಕಿನಾ ಆ ಹಾಡಿನಲ್ಲಿ ಅಷ್ಟೊಂದು ನಾಚಿ ನೀರಾಗಿದ್ದು ಪ್ರಣಯದ ಕರೆಯನ್ನ ನಿರಾಕರಿಸಿದ್ದು. ಇರಲಿ, ಹೀಗೆ ನಾಯಕಿ ಹಾಡು ಹೇಳುತ್ತಾ ಕುಣಿಯುತ್ತಾ ಬಾರೋ ಹುಡುಗ ಎಂದು ಕರೆದರೆ ನಾಯಕ ಅವಳ ಮಾತಿಗೆ ಕರೆಗೆ ಸೊಪ್ಪು ಹಾಕದೆ ಸ್ಕೋಪ್ ಕೊಡುತ್ತಾ ಅವಳ ಕುಣಿತ ನೋಡುತ್ತಾ ಆ ಕಡೆ ಇಂದ ಈ ಕಡೆಗೆ ಈ ಕಡೆಯಿಂದ ಆ ಕಡೆಗೆ "ಓ" ಎಂದು ವಿಚಿತ್ರವಾಗಿ ರಿಯಾಕ್ಟ್ ಮಾಡಿ ಟಿಪಿಕಲ್ 'ಆಲ್ಫಾ ಮೇಲ್' ಥರಾ ಆಡ್ತಾ ಇರ್ತಾನೆ, ಮಜಾ ಅಂದ್ರೆ ಇದೇ ನಾಯಕ ಆ ಹಾಡಿನಲ್ಲಿ 'ಬೀಟಾ ಮೇಲ್' ಥರಾ ಆಡ್ತಾ ಇರ್ತಾನೆ. ಎಂತಹ ವೈರುಧ್ಯ?

*"ಸಿಹಿಯೆಲ್ಲ ಇಟ್ಟುಕೊಂಡು
ಹುಳಿಯೆಲ್ಲ ಬಿಟ್ಟುಕೊಂಡು
ಮಾವಿನ ತೋಪಿನ ತುಂಬಾ
ಉರುಳುರುಳಾಡೋಣ"*

ಹೀಗೆ ಫ್ರೆಂಚ್ ಕಿಸ್ ಮಾಡಬೇಕಾದ ಆಸೆ ಜೊತೆಗೆ, ಆ ಆಸೆ ಮಾವಿನ ತೋಪಲ್ಲಿ ಆಗಲಿ ಎನ್ನುವ ಹುಳಿಯಾಸೆ ಕೂಡ ಇದೆ. ಯಾವ ನಾಚಿಕೆ ಇಲ್ಲದೆ ಹೇಳ್ತಾಳೆ ಸಿಹಿಯೆಲ್ಲಾ ಇಟ್ಟುಕೊಂಡು, ಪ್ರಣಯದಲ್ಲಿ ಸಿಹಿ ಯಾವುದು ಮುತ್ತು, ಮತ್ತು, ಗಮ್ಮತ್ತು ಅವನ್ನೆಲ್ಲ ಇಟ್ಟುಕೊಳ್ಳೋಣ ಎನ್ನುತ್ತಾಳೆ. ಹುಳಿಯೆಲ್ಲ ಬಿಟ್ಟುಕೊಂಡು ಅನ್ನುತ್ತಾಳೆ ಹುಳಿಯೆಂದರೆ ಏನಿರಬಹುದು ಅದು ಪ್ರಣಯದಲ್ಲಿ? ಬೆವರು. ಬೆವರೆಲ್ಲಾ ಬಿಟ್ಟುಕೊಂಡು ಎಂದರೆ ಬೆವರುವಷ್ಟು ಮುದ್ದಾಡೋಣ ಅಂತ ಅಲ್ವಾ? ಹೀಗೆ ಮುತ್ತು ಕೊಡುತ್ತಾ ಹಾಗೆ ಬೆವರುತ್ತಾ ಆ ಮಾವಿನ ತೋಪಿನ ತುಂಬಾ ಉರುಳು ಆಡೋಣ ಅಂತೆ! ಪ್ರಣಯದಲ್ಲಿ ಬೆವರೋದು ಯಾವಾಗ? ಬರಿ ಮುತ್ತಿನಿಂದ ಬೆವರುತ್ತಾರಾ? ಅದು ಮಾವಿನ ತೋಪಿನ ತಂಗಾಳಿ ಬೀಸೋ ಸಮಯದಲ್ಲಿ ಭಾರೀ ಇದ್ದಾಳೆ ನಾಯಕಿ.

ಹಂಗೇ ಮುಂದುವರೆದು

***"ಎದುರು ಬದುರು ಗಲ್ಲ ನಡುವೆ ಗಾಳಿ ಇಲ್ಲ
ಆಲೆಮನೆಯ ಬೆಲ್ಲ ತುಟಿಯ ಮೇಲೆ ನಲ್ಲ"***

ಇದು ಹಂಸಲೇಖರ ಕೆಲವು ಗೀತೆಗಲ್ಲಿ ಅದರಲ್ಲೂ ಪ್ರೀತಿ ಪ್ರೇಮ ಪ್ರಣಯದ ಹಾಡುಗಳಲ್ಲಿ ಬಂದೆ ಬರುವ ಸಾಲು ಅಂದರೆ ತಬ್ಬಿ ಮುತ್ತು ಕೊಡುವುದು, ಅದು ಹೇಗೆ ತಬ್ಬಬೇಕೆಂದರೆ ಅವರ ನಡುವೆ ಗಾಳಿ ಕೂಡ ಸುಳಿಯಬಾರದು, ರಸಿಕ ಸಿನಿಮಾದ ಹಾಡಿನಲ್ಲಿ ಇಂಥದೇ ಒಂದು ಸಾಲಿದೆ "ತಂದಾನಿ ತಾನಿ ತಾನಿ ತಾನತಾನ, ಗಾಳಿಯೂ ತೂರದಂತ ಆಲಿಂಗನ" ಅದೇ ವಾಕ್ಯ ಅದೇ ಅರ್ಥ ಸ್ಫುರಿಸುವ ಈ ಹಾಡಿನಲ್ಲಿ ಎದುರು ಬದುರು ಗಲ್ಲ, ಅಂದರೆ ಫ್ರೆಂಚ್ ಕಿಸ್ ಮಾಡುವಾಗ ಗಲ್ಲಕ್ಕೆ ಗಲ್ಲ ತಾಕಿರುತ್ತದೆ, ನಡುವೆ ಗಾಳಿ ಇಲ್ಲ, ಅವರಿಬ್ಬರ ನಡುವೆ ಗಾಳಿ ಕೂಡ ಇಲ್ಲ ಅಂದರೆ ಅಷ್ಟು ಗಟ್ಟಿಯಾಗಿ ಗಾಢವಾಗಿ ತಬ್ಬಿ ಚುಂಬಿಸುತ್ತಿದ್ದಾರೆ.

ಹಾಗೆ ಗಲ್ಲಕ್ಕೆ ಗಲ್ಲ ಕೂಡಿ, ನಡುವೆ ಗಾಳಿ ಇಲ್ಲದ ವೇಳೆ ಆಲೆಮನೆಯ ಬೆಲ್ಲ ಅನ್ನುವ ಪದ ಬರುತ್ತದೆ. ಅದು ಸರಿ ಯಾವ ಆಲೆಮನೆ ಯಾವ ಬೆಲ್ಲದ ಬಗ್ಗೆ ಮಾತಾಡ್ತಾ ಇದ್ದಾರೆ? ಅವರಿರೋದು ಮಾವಿನ ತೋಪಿನಲ್ಲಿ ಹೊರತು ಕಬ್ಬಿನ ತೋಟದಲ್ಲಿ ಅಲ್ಲ, ಮತ್ತೆ ಆಲೆಮನೆ ಯಾಕೆ ಬಂತು? ಅವನ ದೇಹದ ಆಲೆಮನೆಯ? ಇನ್ನು ಹಿಂಟ್ ಬೇಕಾ? ಆಲೆಮನೆಯ ಬೆಲ್ಲ ಅಂತೆ! ನಮ್ಮಕಡೆ

ಬೆಲ್ಲಕ್ಕೆ ಬೇರೆಯೇ ಅರ್ಥ ಉಂಟು... ಅಂತ ಬೆಲ್ಲ ಎಲ್ಲಿರಬೇಕು ಅಂದರೆ ತುಟಿಯ ಮೇಲೆ ನಲ್ಲ ಅಂತೆ! ಯಪ್ಪಾ ಇವಳು ಈ ಮಟ್ಟಿಗಿನ ಪೋಲಿ, ಬಿಡ್ತಾಳ ಮಾಡದೇ ಜಾಲಿ.

ಕನ್ನಡ ಚಿತ್ರಸಾಹಿತ್ಯದ ಅತ್ಯಂತ ಪೋಲಿ ನಾಯಕಿ ಇವಳು. ಇವಳ ಕೈಗೆ ಸಿಕ್ಕ ಅವನ ಗತಿ ಗೋವಿಂದಾ ಗೋವಿಂದ. ಹೀಗೆ ಫ್ರೆಂಚ್ ಕಿಸ್ ಮಾಡುತ್ತಾ ಅವನ ಬೆಲ್ಲ ಅವಳ ತುಟಿಯ ಮೇಲೆ ಇದ್ದಾಗ ಇನ್ನೇನು ಆಗುತ್ತೆ

"ಘಮ ಘಮ ಗಂಧ ಚಿಲಿಪಿಲಿ ರಾಗ
ಕಚ್ಚಿಕೊಂಡಿರುವಾಗ
ಥಕ ಥಕ ಆಸೆ ಮಿಕ ಮಿಕ ಕಣ್ಣು
ಬಿಚ್ಚಿಕೊಂಡಿರುವಾಗ"

ಅಂತ ಸಮಯದಲ್ಲಿ ಗಂಧ ಹರಡಿದೆ, ದೇಹದ ಸುಗಂಧ ಹರಡಿದೆ, ಹರಡಿದ ಗಂಧಕ್ಕೆ ಚಿಲಿಪಿಲಿ ರಾಗ ಹುಟ್ಟುಕೊಂಡಿದೆ, ಅದು ಯಾವಾಗ? ಕಚ್ಚಿಕೊಂಡಿರುವಾಗ. ಏನನ್ನ? ಬಾಯಿಗೆ ಬಾಯಿ ಕಚ್ಚಿಕೊಂಡಿರುವಾಗ, ಹೀಗೆ ಕಚ್ಚಿಕೊಂಡೇ ಇದ್ದಾಳ? ಇಲ್ಲ ಜೊತೆಗೆ ಬಿಚ್ಚಿಕೊಂಡಿದ್ದಾಳೆ, ಏನು ಬಿಚ್ಚಿಕೊಂಡಿದಾಳೆ ಬಟ್ಟೆಯಾ? ಮನಸ್ಸಾ? ಎರಡೂ ಹೌದು, ಹೀಗೆ ಅವರ ನಡುವೆ ಬಟ್ಟೆಯೇ ಇಲ್ಲದಿದ್ದಾಗ ಅವಳ ಕಣ್ಣು ಮಿಕ ಮಿಕ ಆಗಿದೆ ದಿವ್ಯ ನಗ್ನ ದರ್ಶನದಿಂದ ಆಸೆ ಥಕ ಥಕ ಎಂದು ಕುಣಿಯುತ್ತಿದೆ. ಇದಿಷ್ಟು ನನ್ನ ಕಲ್ಪನೆಗೆ ದಕ್ಕಿದ್ದು. ಹಂಸಲೇಖ ಅವರು ಬರೆದಾಗ ಯಾವ ಕಲ್ಪನೆಯಲ್ಲಿ ಬರೆದಿದ್ದಾರೋ ಯಾರಿಗೆ ಗೊತ್ತು?.

"ತಂಗಾಳಿ ತಬ್ಕೊಂಡು
ಬೆಳದಿಂಗಲ್ ಹೊದ್ಕೊಂಡು
ಅರೆ ಬರಿಯ ಬಟ್ಟೆ ಉಟ್ಟು, ಬಿಟ್ಕೋ
ಅಳಗುಳಿ ಆಡೋಣ"

ಹೀಗೆ ಬಿಚ್ಚಿಕೊಂಡ ಮನಸು ದೇಹಗಳ ಜೊತೆ ಅವಳು ತಂಗಾಳಿಯನ್ನ ತಬ್ಬಿಕೊಂಡು, ಬೆಳದಿಂಗಳ ಹೊದ್ದುಕೊಳ್ಳುವ ಆಸೆಯಿದೆ, ಅಂದರೆ ಬೆಳಿಗ್ಗೆ ಶುರುವಾದ ಈ ಪ್ರಣಯದ ಆಟ ರಾತ್ರಿಯವರೆಗೂ ನಡೆಸಬೇಕು ಅಂತ ಇದ್ದಾಳೆ, ಇದು ಒಂದು ಸಲದ ಅಪಘಾತವಲ್ಲ ಅವಳು ಬಯಸುತ್ತಿರುವುದು ಸರಣಿ ಸಾವು, ಸರಣಿ ಪ್ರಣಯದ ಆಟ. ಹೀಗೆ ಸರಣಿಯಲ್ಲಿ ಆಡುವಾಗ ಆಗಾಗ ಬಟ್ಟೆ ಹಾಕಿಕೊಂಡೋ ಇಲ್ಲಾ ಯಾರೂ ಬರದಿದ್ದರೆ ಹಾಗೆ ಹಾಕದೆಯೇ ಅಳಗುಳಿ ಆಟ ಆಡೋಣ ಅಂತ ಹೇಳುತ್ತಿದ್ದಾಳೆ, ಅಳಗುಳಿ ಮನೆ

ಆಟ ಗೊತ್ತಲ್ಲ, ತೂತಾದ ಜಾಗಕ್ಕೆ ಇಬ್ಬರು ಕಾಯಿ ನಡೆಸಬೇಕು, ಅದು ಸ್ವಲ್ಪ ಸಮಯ ಹಿಡಿಯುವ ಆಟವಲ್ಲ ತುಂಬಾ ಸಮಯ ಹಿಡಿಯುತ್ತೆ, ಒಂದು ಸಲ ಒಬ್ಬರು ಕಾಯಿ ನಡೆಸಿದರೆ ಇನ್ನೊಂದು ಸಲ ಇನ್ನೊಬ್ಬರು ಕಾಯಿ ನಡೆಸಬೇಕು. ಹಾಗೆ ಮಿಲನದ ಅಳಗುಳಿ ಮನೆಯಲ್ಲಿ ಅವಳೊಮ್ಮೆ ಕಾಯಿ ನಡೆಸಲು, ಮತ್ತೆ ಅವನೊಮ್ಮೆ ಕಾಯಿ ನಡೆಸುವ ಎಂದು ಕಣ್ಣು ಹೊಡೆದು ಕೇಳಿಕೊಳ್ಳುತ್ತಿದ್ದಾಳೆ, ಪಕ್ಕ ನಾಟಿ ದೇಸೀ ಪ್ರತಿಭೆ ಅವಳದು.

ಹೀಗೆ ಪ್ರಣಯದ ಆಟ ಆಡುವಾಗ

***"ನಾನು ಸೋತ್ರೆ ನೀನು
ನೀನು ಸೋತ್ರೆ ನಾನು
ಆಟ ನಡೆಯಬೇಕು
ಯಾರು ಗೆದ್ದರೇನು?"***

ಅಂದರೆ ಬರಿ ಒಂದು ಸಲ ಅಲ್ಲ, ಪದೇ ಪದೇ ಪ್ರಣಯದ ಆಟ ಆಡಬೇಕು, ಅವಳು ಸೋತಾಗ ಅವನು ಕಾಯಿ ನಡೆಸಬೇಕು, ಅವನು ಬಿದ್ದಾಗ ಅವಳು ಕಾಯಿ ನಡೆಸುವಳು ಹೀಗೆ ಸೋತು ಗೆದ್ದು ಎದ್ದು ಬಿದ್ದು ಮತ್ತೆ ಎದ್ದು ಆಟ ನಿರಂತರವಾಗಿರಬೇಕು. ಯಾರು ಗೆದ್ರೆ ಎಷ್ಟು? ಸೋತ್ರೆ ಎಷ್ಟು? ಅನ್ನುತ್ತಾಳೆ. ಇಬ್ಬರೂ ಗೆಲ್ಲುವ ಇಬ್ಬರೂ ಸೋಲುವ ಏಕೈಕ ಆಟ ಪ್ರಣಯದಾಟ.

ಇಷ್ಟು ಹೇಳಿ, ಇಲ್ಲಿವರೆಗೂ ಆತುರದಲ್ಲಿ ಕಾತುರದಲ್ಲಿದ್ದ ನಾಯಕಿ ಯೂಟರ್ನ್ ತೆಗೆದುಕೊಳ್ಳೋದು ಕೊನೆಯ ಸಾಲಿನಲ್ಲಿ. ಎಲ್ಲಾ ಕಡೆ ಎಲ್ಲಾ ಸಿನಿಮಾದಲ್ಲಿ ಮೊದಲು ಪ್ರೇಮದ ಸವಿ ಮಾತುಗಳನ್ನು ಆಡಿ ಕೊನೆಗೆ ಕಾಮಕ್ಕೆ ತಿರುಗುವುದು ವಾಡಿಕೆ. ಆದರೆ ಈ ಹಾಡಿನಲ್ಲಿ ಇಷ್ಟೊತ್ತು ಕಾಮಕೇಳಿಯ ಗುಂಗು ಹತ್ತಿಸಿ ಹಾದಿ ಕುಣಿದು ನಾಯಕಿ ಕೊನೆಗೆ ಆತುಕೊಳ್ಳುವುದು ಪ್ರೇಮ ಎಂಬ ಭಾವನೆಗೆ.

***"ಮನಸಿಗೆ ಮನಸು ಮಾತಿಗೆ ಮಾತು
ನೆಚ್ಚಿಕೊಂಡಿರುವಾಗ
ಉಸಿರಿಗೆ ಉಸಿರು ಹೆಸರಿಗೆ ಹೆಸರು
ಹಚ್ಚಿಕೊಂಡಿರುವಾಗ"***

ಇಷ್ಟೆಲ್ಲಾ ನಡೆಯೋಕ್ಕೆ ಬರಿ ದೇಹ ಅಲ್ಲ ಬೇಡ್ತಾ ಇರೋದು ಮನಸನ್ನ, ಪ್ರೀತಿಯನ್ನ. ಬರಿ ದೇಹದ ಹಸಿವಷ್ಟೇ ಆದರೆ ಕಾಮ ಅಷ್ಟು ಅರ್ಥವಿರುವುದಿಲ್ಲ ಎಂದು ಅವಳಿಗೆ ಗೊತ್ತು. ಹಾಗಾಗಿ ಒಪ್ಪಿದ ಮನಸುಗಳ ಮಿಲನದ ಸೊಗಸಿನ

ಕಲ್ಪನೆ, ಮುಟ್ಟುವ ಹಂತ ಅವಳಿಗೆ ಗೊತ್ತು. ಅದಕ್ಕೆ ಕೊನೆಗೆ ಮನಸಿಗೆ ಮನಸು, ಮಾತಿಗೆ ಮಾತು ನೆಚ್ಚಿಕೊಳ್ಳಬೇಕು, ಮೊದಲು ಮನಸು ಒಪ್ಪಿ ಆಮೇಲೆ ಮಾತು ಮಾತು ನಡೆದು ಅರ್ಥವಾಗಿರಬೇಕು, ಹಾಗೆ ಅರ್ಥವಾಗುತ್ತಿದ್ದ ಹಾಗೆ ಉಸಿರಿಗೆ ಉಸಿರು ಕೊಡುವ ಪ್ರೀತಿಯಾಗಿ ಹೆಸರಿಗೆ ಹೆಸರು ಕೊಡುವ ಮದುವೆಯಾಗುತ್ತೆ ಆಮೇಲೆ ಇನ್ನೇನು

"ಕಚ್ಚಿಕೊಂಡಾಡೋಣ ಬಾರೋ ಏ ಹುಡುಗ
ಬಿಚ್ಚಿಕೊಂಡಾಡೋಣ ಬಾರೋ ಏ ಹುಡುಗ"

ಎಲ್ಲಿಯೂ ಅಶ್ಲೀಲ ಅನಿಸದೇ ಮುಜುಗರ ಬರಿಸದೆ ಕಾಮಕೇಳಿ ಗೀತೆಗೂ ಒಂದು ಪೊಯೆಟ್ರಿ ಟಚ್ ಕೊಡುವ, ಪೊಯೆಟ್ರಿಯಲ್ಲಿ ಒಗಟು ಇಟ್ಟು ಒಗಟು ಬಿಡಿಸುವ ಹಂಸಲೇಖರ ಹಾಡುಗಳನ್ನು ಕೇಳೋದೇ ಚೆಂದ, ಗುನುಗೋಕ್ಕೆ ಚೆಂದ, ಎಲ್ಲಕ್ಕಿಂತಲೂ ಅದನ್ನು ಬಿಡಿಸಿ ಹೊಡೆದಾಗ ಹೊಮ್ಮುವ ಹೊಸ ಅರ್ಥ ನೋಡೋದೇ ಚೆಂದ ಅನುಭವಿಸೋದೇ ಚೆಂದ, ಅವರೊಂದು ಖನಿಜ ಸಂತೆ, ಅಗೆದರಷ್ಟೇ ಚಿನ್ನ ಬೆಳ್ಳಿ ಮತ್ತೊಂದು. ಎಲ್ಲರಿಗೂ ಅವರು ದಕ್ಕುತ್ತಾರೆ, ಅವರವರ ಕಲ್ಪನೆಗೆ ಸಿಕ್ಕಷ್ಟು.

ಇಂತಹ ಪೋಲಿ ಹಾಡುಗಳನ್ನ ಮನೆಮಂದಿಯೆಲ್ಲ ಕೂತು ನೋಡುತ್ತಿದ್ದೇವೆಲ್ಲಾ ಎಂದು ನೆನಸಿಕೊಂಡರೆ ಆಶ್ಚರ್ಯವಾಗುತ್ತದೆ. ಸಾಹಿತ್ಯ ಮತ್ತು ಸಂಗೀತಕ್ಕಿರುವ ಶಕ್ತಿ ಅದು. ಅವೆರಡೂ ದಕ್ಕಿಸಿಕೊಂಡ ಹಂಸಲೇಖರಿಗೆ ಮನೆ ಮಂದಿಯನ್ನೆಲ್ಲಾ ಕೂರಿಸಿ ಹಾಡು ತೋರಿಸುವ ತಾಕತ್ತು ಇತ್ತು ಜೊತೆಗೆ ಒಬ್ಬರೇ ಗುನುಗುವಾಗ ಹೊಸ ಅರ್ಥ ಕೊಟ್ಟು ಕಚಗುಳಿ ಇಡುವುದು ಕರಗತವಾಗಿತ್ತು.

ಮಾನವ ಮಲ್ಲೆ ನಾನು ನಾಚಿಕೆ ಕಾಡದೇನು? ಕತ್ತಲೆಗಾಗಿ ನಾ ಬೇಡುವೆ

'ಕಚ್ಚಿಕೊಂಡಾಡೋಣ ಬಾರೋ ಏ ಹುಡುಗ' ತರಹದ ಇನ್ನೊಂದು ಹಾಡು ಇದೆ, ಮುಂಜಾನೆಯ ಮಂಜು ಸಿನಿಮಾದ್ದು, ಹೆಚ್ಚು ಕಮ್ಮಿ ಅದೇ ಹಾಡಿನ ಹೋಲಿಕೆ, ಜೊತೆಗೆ ಹಾಡಿನ ಉದ್ದೇಶವೂ ಕೂಡ ಹಾಗೇ ಇದೆ. ಅದನ್ನೊಮ್ಮೆ ಇಲ್ಲಿ ಕಣ್ಣಾಡಿಸುವ.

ಬಿಟ್ಟಿರಲು ಆಗದ ನಾಯಕ ನಾಯಕಿಯನ್ನು ಕರೆದಾಗ ಶುರುವಾಗುವ ಹಾಡು, ನಾಯಕಿಯಿಂದಲೇ ಶುರುವಾಗುತ್ತದೆ.

"ದುಂಬಿ ದುಂಬಿ ದೂರ ಹೋಗು ದುಂಬಿ ಆಯಿತು ಸಾಯಂಕಾಲ
ಮಲ್ಲೆ ಮಲ್ಲೆ ಮಲ್ಲೆ ಇಂದು ರಾತ್ರಿ ಇಲ್ಲೇ ಇದ್ದರೆ ಅನುಕೂಲ"

ಮಲ್ಲಿಗೆಯಂಥಾ ನಾಯಕಿ, ದುಂಬಿಯಂಥಾ ನಾಯಕನಿಗೆ "ಇಲ್ಲಿ ನೀನಿರುವುದು ಬೇಡ, ನೀನಿದ್ದರೆ ಮಧು ಹೀರದೆ ಇರಲಾಗುವುದಿಲ್ಲ ನಿನಗೆ, ಹೋಗು ಸಾಯಂಕಾಲ ಬೇರೆ ಆಗ್ತಿದೆ" ಅನ್ನುತ್ತಿದ್ದಾಳೆ. ಅದಕ್ಕೆ ನಾಯಕ ಮಲ್ಲಿಗೆಯಂಥಾ ಮಳ್ಳಿಯಂಥಾ ನಾಯಕಿಗೆ "ಇವತ್ತು ರಾತ್ರಿ ಇಲ್ಲೇ ನಾನು ಉಳಿದುಕೊಂಡರೆ ತುಂಬಾ ಅನುಕೂಲ" ಅನ್ನುವನು. ಅವನು ಯಾವ ಅನುಕೂಲದ ಬಗ್ಗೆ ಹೇಳುತ್ತಿದ್ದಾನೆ ಅಂತ ನಾಯಕಿಗೆ ಚೆನ್ನಾಗಿ ಗೊತ್ತು, ಅದಕ್ಕವಳು,

***"ಆಗದು ಹೋಯ್, ಆಗಾಗದು ಹೊಯ್
ಜಾಣನಾಗಿ ಊರು ಸೇರಿಕೋ"***

ಅವನು ಅಲ್ಲೇ ಉಳಿಯುವ ಆಸೆ ವ್ಯಕ್ತಪಡಿಸಿದ ಕೂಡಲೇ ಬೇಡವೇ ಬೇಡ ಅದೆಲ್ಲಾ ಆಗೋ ಮಾತಲ್ಲ, ಜಾಣ ಅಲ್ವಾ ಜಾಣನಾಗಿ ಊರು ಸೇರಿಕೋ ಅನ್ನುವಳು, ಅಲ್ಲೇ ಉಳಿದರೆ ದಡ್ಡತನದಲ್ಲಿ ಏನೇನೋ ಆದೀತು ಎಂಬ ಭಯ, ಬಹುಶಃ ಈ ಹಿಂದೆ ಕೂಡ ಇದೇ ಥರಾ ಮಸ್ಕ ಹೊಡೆದು ಅದೇನು ಮಾಡಿದ್ದನೋ?

ನಾಯಕ ಆಶಾವಾದಿ.

***ಮಲ್ಲೆ ಮಲ್ಲೆ ಮಲ್ಲೆ ಇಂದು ರಾತ್ರಿ ಇಲ್ಲೇ ಇದ್ದರೆ ಅನುಕೂಲ
ದುಂಬಿ ದುಂಬಿ ದೂರ ಹೋಗು ದುಂಬಿ ಆಯಿತು ಸಾಯಂಕಾಲ***

ನಾಯಕ ಮತ್ತೆ ಅದನ್ನೇ ಹೇಳುವನು, ನಾಯಕಿ ಅದನ್ನೇ ಹೇಳಿ ಸಮಾಧಾನ ಮಾಡಲು ಯತ್ನಿಸುತ್ತಾಳೆ.

***ಆಗದು ಹೋಯ್, ಆಗಾಗದು ಹೋಯ್
ನನ್ನ ಮುತ್ತು ಒತ್ತೆ ಇಟ್ಟುಕೋ...***

ನಾಯಕಿ ಸಂಜೆ ಆಯ್ತು ಊರು ಸೇರಿಕೋ ಅಂದರೆ, ನಾಯಕ ಅವೆಲ್ಲ ಆಗೋ ಮಾತಲ್ಲ ನನ್ನ ಮುತ್ತನ್ನು ನೀನು ಒತ್ತೆ ಇಟ್ಟುಕೋ ಅನ್ನುತ್ತಾನೆ, ನಾಯಕಿ ಪೇಚಿಗೆ ಸಿಲುಕುತ್ತಾಳೆ. ಮುತ್ತನ್ನ ಒತ್ತೆ ಆಗಿ ಇಟ್ಟುಕೊಂಡರೆ, ಅದು ಎಲ್ಲಿಗೆ ಕೊಂಡೊಯ್ದು ನಿಲ್ಲಿಸುವುದು ಎಂದು ಅವಳಿಗೆ ಗೊತ್ತಿದೆ.

"ಊರೇಕೆ ದುಂಬಿಗೆ, ಸೂರೇಕೆ ದುಂಬಿಗೆ
ಮಲ್ಲಿಗೆ ಮನೆ ದುಂಬಿ ಹಾಡೋ ಜಾಗ
ಹಾಡಿನ ಮಧ್ಯೆ ಜೇನು ಹೀರೋ ಯೋಗ"

ನಾಯಕ ದುಂಬಿಗೆ ಊರು ಯಾಕೆ? ದುಂಬಿಗೆ ಬದುಕುವ ಸೂರು ಯಾಕೆ? ದುಂಬಿ ಇರುವುದೇ ಹೂವ ಹೀರಲು, ಅದಕ್ಕೆ ಮಲ್ಲಿಗೆಯ ಮನೆಯೇ ಸರಿ, ಅಲ್ಲೇ ಹಾಡುತ್ತಾ ಕಾಲ ಕಳೆಯಬಹುದು, ಹಾಡಿನ ಮಧ್ಯದಲ್ಲಿ ಜೇನು ಹೀರಬಹುದು ಎನ್ನುವವನು. ನಾನು ಎಲ್ಲೂ ಹೋಗೋಲ್ಲ ನೀನು ಎಲ್ಲಿ ಇರ್ತೀಯೋ ಅದೇ ನನ್ನ ಊರು, ನೀನು ಎಲ್ಲಿ ಮಲಗ್ತೀಯೋ ಅದೇ ನನ್ನ ಮನೆ, ನೀನು ಇರುವ ಕಡೆ ಹಾಡಿಕೊಂಡು ಮಧ್ಯೆ ಮಧ್ಯೆ ಮುತ್ತ ಹಂಚಿಕೊಂಡು ಆರಾಮಾಗಿ ಇರ್ತೀನಿ ಅನ್ನುವವನು. ಹಾಡು ಅಂದ್ರೆ ಬರೀ ಹಾಡಲ್ಲ ಅದು ಅವನು ನೀಡುತ್ತಿರುವ ಪ್ರಣಯದ ಸೀಕ್ರೆಟ್ ಕೋಡು!

"ಜಾಣ ಜಾಣ ನೀನು ಹಾಡಿನ ಬಾಣ ಹೂಡುವೆ
ಜೀವ ಜಾರೋವಾಗ ಅರ್ಧ ಪ್ರಾಣ ನೀಡುವೆ"

ನಾಯಕಿ ನಾಯಕ ಹಾಡಬೇಕು ಅನ್ನುವುದನ್ನು ಕೇಳಿ ನಕ್ಕು, ನೀನು ಜಾಣ ಈ ಥರಾ ಹಾಡು ಹಾಡಬೇಕು ಎನ್ನುವ ಸಿಗ್ನಲ್ ಕೊಡುತ್ತಲೇ ನಾನು ಸೋಲುವಂತೆ ಮಾಡುತ್ತೀಯ, ನನ್ನ ಜೀವ ನಿನ್ನ ಬಿಟ್ಟ ಇರಲು ಒದ್ದಾಡುವಾಗ ಈ ತರ ಐಡಿಯಾ ಹೇಳಿ ಅದಕ್ಕೆ ಅರ್ಧಪ್ರಾಣ ನೀಡುವೆ ಎಂದು ಹಾಫ್ ಸಿಗ್ನಲ್ ಕೊಡುವಳು, ಅದಕ್ಕೆ ಕಾದ ನಾಯಕ

"ಅಂಜುವೆ ಏಕೆ ಮಲ್ಲಿ ಕಂಪಿನ ತೋಟದಲ್ಲಿ,
ಉತ್ತಮನಾಗಿ ಓಡಾಡುವೆ"

ಇದಕ್ಕೆಲ್ಲ ಹೆದರಬೇಡ, ಯಾಕೆ ಅಂಜುತ್ತ ಇದ್ದಿಯಾ, ಕಂಪಿನ ತೋಟದಲ್ಲಿ, ಉತ್ತಮನಾಗಿ ಓಡಾಡುವೆ ಅನ್ನುವನು, ಪ್ರಣಯದ ಆಟದಲ್ಲಿ ಯಾವ ಅಪಾಯ ತರದೇ ಆದಷ್ಟು ಒಳಗೆ ಇಳಿಯುವುದಿಲ್ಲ ಅನ್ನುವನು. ಕಿಲಾಡಿ ಜಾಣ.

"ಮಾನವ ಮಲ್ಲೆ ನಾನು ನಾಚಿಕೆ ಕಾಡದೇನು,
ಕತ್ತಲೆಗಾಗಿ ನಾ ಬೇಡುವೆ"

ಇದು ಆ ದುಂಬಿಯಲ್ಲ, ನಾನು ಮಲ್ಲಿಗೆ ಸುಮವಲ್ಲ, ನಾನು ಮಾನವ ಮಲ್ಲಿಗೆ, ಜೀವ ಇರುವ ಮಲ್ಲಿಗೆ, ಸಂಪ್ರದಾಯ, ನಂಬಿಕೆ, ಊರು, ಸಮಾಜದ ಮಧ್ಯ ಇರುವ ಮಲ್ಲಿಗೆ, ನೀನು ಇಷ್ಟೆಲ್ಲಾ ರಸಿಕವಾಗಿ ಕರೆಯುವಾಗ ಬೇರೆ

ಕೋಡುಗಳನ್ನು ಕೊಟ್ಟು ಕೂಡುವ ಸಿಗ್ನಲ್ ಕೊಡುವಾಗ ನನಗೆ ನಾಚಿಕೆ ಆಗೋಲ್ವಾ? ಎಷ್ಟೇ ಆಗಲಿ ನಾನು ಒಂದು ಹೆಣ್ಣು ಎಂದು, ಹೀಗೆ ಸಂಜೆ ಸಂಜೆಯೇ ಬೆಳಕಿದ್ದಾಗ ಕೂಡುವುದು ಬೇಡ, ಯಾರಾದರೂ ನೋಡಿಯಾರು, ಕೊನೆ ಪಕ್ಷ ಕತ್ತಲೆಗಾಗಿ ಕಾಯೋಣ, ಕತ್ತಲೆಗಾಗಿ ನಾ ಬೇಡುವೆ ಎನ್ನುವಳು. ಅವನ ರಸಿಕ ಕರೆಗೆ ಆಗಲೇ ಅವಳು ಕರಗಿದ್ದಾಳೆ.

"ಆಗದು ಹೋಯ್, ಆಗಾಗದು ಹೋಯ್
ಕಣ್ಣು ಮುಚ್ಚಿ ಕತ್ತಲೆಂದುಕೋ"

ಇಲ್ಲ ಇಲ್ಲ ನಾನು ಕತ್ತಲೆ ಆಗುವವರೆಗೂ ಕಾಯಲಿಕ್ಕೆ ಆಗುವುದಿಲ್ಲ, ವಿರಹದಲ್ಲಿ ಬೇಯಲಿಕ್ಕೆ ಆಗುವುದಿಲ್ಲ, ನಿನಗೆ ಅಷ್ಟು ನಾಚಿಕೆ ಆದರೆ, ಕತ್ತಲೆನೇ ಬೇಕೆಂದುಕೊಂಡರೆ, ಕಣ್ಣು ಮುಚ್ಚಿ ಕತ್ತಲೆಂದುಕೋ ಎಂದು ನಗುವನು, ಮಾತಿನ ಮಲ್ಲ ನಾಯಕ

ಇಷ್ಟೆಲ್ಲಾ ಹೇಳಿದ ಮೇಲೆ ಅವನ ರಸಿಕ ಕರೆ ಕೇಳಿದ ಮೇಲೆ, ಅವಳು ಕರಗಿ ಬಿಡಲಾಗದೇ,

"ಬಾ ನನ್ನ ಹತ್ತಿರ, ಬಾ ಇನ್ನೂ ಹತ್ತಿರ
ಹತ್ತಿರ ಬಂದ ಮೇಲೆ ಹಚ್ಚಬೇಡ
ಮೆಚ್ಚಿನ ರಾಸಲೀಲೆ ನೆಚ್ಚಬೇಡ"

ಸರಿ ಬಾ ಎನ್ನುವಳು, ಅವನು ಬರುವನು, ಇನ್ನೂ ಹತ್ತಿರ ಬಾರಪ್ಪ ಮಾರಾಯ ಎನ್ನುವಳು, ಇದು ಅವನ ಟ್ರಿಕ್ ಇರಬಹುದು, ಮೊದಲ ಸಾಲಿನಲ್ಲಿ ಬೇಡ ಸಂಜೆ ಆಯ್ತು ಊರಿಗೆ ಹೋಗು ಅನ್ನುತ್ತಿದವಳು, ಈಗ ಇನ್ನೂ ಹತ್ತಿರ ಬಾ ಎನ್ನುತ್ತಿದ್ದಾಳೆ. ಅವನು ಎಂತ ರಸಿಕ ಎಂದು ಗೊತ್ತು, ಅದಕ್ಕೆ ಸಣ್ಣಗೆ ಒಂದು ಸ್ವೀಟ್ ವಾರ್ನಿಂಗ್ ಕೂಡ ಕೊಡುತ್ತಿದ್ದಾಳೆ. ಹತ್ತಿರ ಬಂದ ಮೇಲೆ ಹಚ್ಚಬೇಡ, ತುಟಿಗೆ ತುಟಿ ಹಚ್ಚಬೇಡ, ಇಷ್ಟು ದಿನ ಇದೇ ಥರಾ ನನ್ನ ಏಮಾರಿಸಿ ನನ್ನ ಜೊತೆ ರಾಸಲೀಲೆ ಆಡ್ತೀನಿ ಎಂದು ನೆಚ್ಚಬೇಡ, ಬರೀ ಮುತ್ತು ಅಷ್ಟೇ ಎನ್ನುವಳು. ಅದಕ್ಕಿಂತ ಜಾಸ್ತಿ ಬೇಡ ಎನ್ನುವಳು

"ಮಾತು ಮತ್ತು ಮುತ್ತು ಈಗ ಸಾಲ ನೀಡು
ಅಂತರಂಗ ಒಪ್ಪಿದಾಗ ಪ್ರೀತಿ ಮಾಡು"

ಸರಿ ಸುಮ್ಮನೆ ಕೂರಬೇಡ ಇಂತಹ ಹೊತ್ತಲ್ಲಿ ಮಾತಾಡಿಕೊಂಡು ಕೂತುಕೋ, ಆಗಾಗ ಮಧ್ಯೆ ಮುತ್ತು ಕೂಡ ಕೊಡ್ತಾ ಇರು, ಯಾವಾಗ ನಿನ್ನ ಅಂತರಂಗ ಒಪ್ಪುತ್ತೋ ಆಗ ಪ್ರೀತಿಯಿಂದ ನನ್ನ ಕೂಡು ಎನ್ನುವನು, ಹೆಣ್ಣು

ಅಷ್ಟಾಗಿ ನಂಬಿಕೆಯಿಲ್ಲದೆ ನಂಬಿಕೆ ಬಾರದೆ ಗಂಡಿನೊಂದಿಗೆ ಕೂಡುವುದಿಲ್ಲ ಎಂಬ ತಿಳುವಳಿಕೆ ಅವನಿಗಿದೆ.

"ತಣ್ಣನೆ ಗಾಳಿಯಂತ ಸಂಜೆಯ ರಂಗಿನಂತ
ದುಂಬಿಯ ಹಾಡಿಗೆ ನಾ ಸೋಲೇನು"

ಈ ಸನಿಹದಲ್ಲಿ ಸ್ಪರ್ಶದಲ್ಲಿ ತಣ್ಣನೆ ಬೇಯುತ್ತಿರುವ ಸಂಜೆಯ ಗಾಳಿಯಲ್ಲಿ ನಾನು ಮೈ ಮರೆತರೂ ದುಂಬಿಯ ಹಾಡಿಗೆ ನಾ ಸೋಲೋಲ್ಲ ಆದಷ್ಟು ಜಾಗರೂಕವಾಗಿ ಇರುವೆ ಎನ್ನುವಳು.

"ಮಾಗಿಯ ಕಾಲದಂತ ಮಾವಿನ ಹಣ್ಣಿನಂತಾ
ಹೆಣ್ಣಿನ ಕಂಪು ನಾ ತಾಳೆನು"

ಈ ಕಾಲ ಮಾಗಿಯ ಕಾಲದಂತಿದೆ, ಮಾಗಿಯ ಕಾಲದಲ್ಲಿ ರಸಭರಿತ ಮಾವಿನ ಹಣ್ಣುಗಳು ಜೋತು ಕರೆಯುವ ಸಮಯ, ಅಂತ ಮಾವಿನ ಘಮಲು ಇರುವ, ಇಂಥಾ ಹೆಣ್ಣಿನ ಕಂಪು ಇರುವಾಗ ಬರೀ ಮಾತು ಮುತ್ತಲ್ಲೇ ಎಲ್ಲಿ ಸಾಕಾಗುತ್ತೆ ನನಗೆ ತಡೆದುಕೊಳ್ಳಲು ಆಗುತ್ತಿಲ್ಲ ಅನ್ನುವನು, ಇವನನ್ನ ಬಿಟ್ಟರೆ ಎಲ್ಲಾ ಮುಗಿಸುವ ಅವಕಾಶ ಗಿಟ್ಟಿಸಿಕೊಳ್ಳುತ್ತಾನೆ ಎಂದು ಅವನಿಂದ ದೂರ ಸರಿದು,

"ಆಗದು ಹೋಯ್ ಹಾಗಾಗದು ಹೋಯ್
ಹಣ್ಣು ತಿಂದು ಹೆಣ್ಣು ಅಂದುಕೋ"

ಎಂದು ಅದಕ್ಕೆ ಅಷ್ಟೇ ಅದ್ಭುತವಾದ ಪಂಚ್ ಕೊಡುವಳು ನಾಯಕಿ

ಏಟಿಗೆ ಎದುರೇಟು ಥರಾ ಇದು ಅವಳು ಸಂಜೆ ಒಳಗೆ ಊರು ಸೇರಿಕೋ ಅಂದರೆ, ಅವನು ನನ್ನ ಮುತ್ತು ಒತ್ತೆ ಇಟ್ಟುಕೋ ಅನ್ನುವನು, ಅವನು ಕಣ್ಣು ಮುಚ್ಚಿ ಕತ್ತಲು ಎಂದುಕೋ ಅಂದರಷ್ಟೇ ಅವಳು ಕಿಚಾಯಿಸುತ್ತಾ ಹಣ್ಣು ತಿಂದು ಹೆಣ್ಣು ಅಂದುಕೋ ಅನ್ನುವಳು, ಹೇಳಿ ಮಾಡಿಸಿದ ಜೋಡಿ ತರಹದ ಪ್ರಾಸದ ಜೋಡಿ.

ಅಲ್ಲಿಗೆ ಹಾಡೇನೋ ಮುಗಿಯುತ್ತೆ, ಆದರೆ ಅವನು ಅವಳನ್ನು ಅಲ್ಲಿಗೆ ಬಿಡುತ್ತಾನಾ? ಅವಳು ಒಪ್ಪುತ್ತಾಳ ಇಲ್ಲಾ ಊರು ಸೇರಿಕೋ ಎನ್ನುತ್ತಾಳಾ ಎನ್ನುವುದು ಅವರಿಗೆ ಬಿಟ್ಟಿದ್ದು.

ಮಡಿಲು ಕೊಟ್ಟ ತಾಯಿಯ ಲಾಲಿಹಾಡಿನಲ್ಲಿ ಹಂಸಲೇಖ ಹೇಳಿದ ಸ್ತ್ರೀಭಗವದ್ಗೀತಾ

ಹಂಸಲೇಖರ ಪೋಲಿ ಗೀತೆಗಳಿಗೆ, ದಾಂಪತ್ಯ ಗೀತೆಗಳಿಗೆ, ಪ್ರೇಮ ಗೀತೆಗಳಿಗೆ ಸ್ವಲ್ಪ ಬ್ರೇಕ್ ಕೊಡೋಣ, ಒಡೆದು ನೋಡುವಂತಹ, ಒಗಟಿನಂತಹ ಹಾಡುಗಳನ್ನು ಮೇಲೆ ಹೇಳಿದ ಗೀತೆಗಳನ್ನು ಬಿಟ್ಟು ಎಷ್ಟೋ ಕಡೆ ಹಂಸಲೇಖರು ಸರಳವಾದ ಹಾಡುಗಳನ್ನು ಬರೆದಿದ್ದಾರೆ. ನೀವು ಏನೇ ಕತೆ ಬರೆದರೂ ಅದು ಮಹಾಭಾರತದಲ್ಲಿರುತ್ತದೆ, ಇಲ್ಲ ರಾಮಾಯಣದಲ್ಲಿರುತ್ತದೆ, ಇಲ್ಲ ಶೇಕ್ಸ್-ಫಿಯರನ ನಾಟಕಗಳಲ್ಲಿ ಇರುತ್ತದೆ ಅಂತಾರೆ. ಹಂಸಲೇಖರ ಎಷ್ಟೋ ಗೀತೆಗಳಲ್ಲಿ ಮಹಾಭಾರತದ, ರಾಮಾಯಣದ, ಜಾನಪದೀಯ ಕತೆಗಳ ರೆಫೆರೆನ್ಸ್ ಬಂದು ಹೋಗುತ್ತದೆ. ***"ಶಂಕೆ ಪಟ್ಟ ರಾಮ ಉತ್ತಮ, ಶೀಲಗೆಟ್ಟರೆ ಶಿವನು ಕಾಮನೇ"*** ಅನ್ನುವ ಸಾಲುಗಳು ಉದಾಹರಣೆಯಷ್ಟೇ.

1998ರಲ್ಲಿ ಎಸ್.ಮಹೇಂದರ್ ನಿರ್ದೇಶಿಸಿದ ಬಿ.ಸಿ.ಪಾಟೀಲ್ ಅಭಿನಯದ ಕೌರವ ಸಿನಿಮಾಕ್ಕೆ ಸಂಗೀತ ಸಾಹಿತ್ಯ ಕೊಟ್ಟಿದ್ದು ಹಂಸಲೇಖ. ತನ್ನ ಹೆಂಡತಿಯಿಂದ ಮೋಸ ಹೋದ ಒಬ್ಬ ನಾಯಕ ಕೌರವನಂತೆ ಮೆರೆದಾಡಿ, ಮತ್ತೆ ಒಂದು ಹೆಣ್ಣಿನಿಂದ ಒಳ್ಳೆ ನಾಯಕನಾಗಿ ಮನ ಪರಿವರ್ತನೆ ಆಗಿ ಬದಲಾಗುವ, ಬದಲಾವಣೆಗೆ ಕಾರಣವಾದ ಹೆಣ್ಣೇ ಮತ್ತೆ ಮೋಸ ಮಾಡುವ ಸಿನಿಮಾ. ಆ ಸಿನಿಮಾದ ಹೈಲೈಟ್ ಹಾಡುಗಳು. ಹಾಡಿನಿಂದ

ಕತೆಯನ್ನು ಹೇಳುವ ರೀತಿಯೇ ಚೆಂದ ಇದೆ. ಕೌರವ ಸಿನಿಮಾದ ಆತ್ಮ ಇರೋದು "ಹೆಣ್ಣು" ಎನ್ನುವ ಪದದಲ್ಲಿ, ಒಂದು ಹೆಣ್ಣು ಸ್ವರ್ಗವನ್ನು ಸೃಷ್ಟಿ ಮಾಡಬಲ್ಲಳು, ರೌರವ ನರಕ ಮಾಡಿ ಕೌರವನಾಗಿ ಕೂಡ ಮಾಡಬಲ್ಲಳು ಎಂಬುದೇ ಸಿನಿಮಾ. ಆ ಸಿನಿಮಾದ **"ಅವಳ್ಯಾವಳೋ ನಕ್ಕು"** ಹಾಡಿನ ಬಗ್ಗೆ ಮಾತಾಡೋಣ.

ಒಂದು ಸಲ ಪಾಂಡವರಿಗಾಗಿ ಮಾಯನ್ ಎಂಬುವ ಆರ್ಕಿಟೆಕ್ಟ್ ನಿರ್ಮಿಸಿದ ಅರಮನೆಗೆ ದುರ್ಯೋಧನ ಬರುತ್ತಾನೆ. ಅದು ಮಾಯದ ಅರಮನೆ, ಮಾಯನ್ ಆ ಕಾಲದಲ್ಲಿ ಅದ್ವಿತೀಯ ಆರ್ಕಿಟೆಕ್ಟ್. ದುರ್ಯೋಧನ ಆ ಅರಮನೆಗೆ ಬಂದಾಗ ಅವನಿಗೆ ಆಶ್ಚರ್ಯವಾಗುತ್ತದೆ, ನೀರು ಎಂದು ಎಂದುಕೊಂಡರೆ ಅದು ಫ್ಲೋರ್, ಫ್ಲೋರ್ ಎಂದು ಕಾಲಿಟ್ಟರೆ ನೀರು, ಗಾಜು ಎಂದುಕೊಂಡರೆ ಅದು ಬಾಗಿಲು, ಬಾಗಿಲು ಎಂದುಕೊಂಡರೆ ಅದು ಗೋಡೆ ಹೀಗೆ ಅರಮನೆ ಒಳಗೆ ಹೋದವನು ಆಶ್ಚರ್ಯಪಡುತ್ತಲೇ ಗೊಂದಲದಲ್ಲಿ ಇರುತ್ತಾನೆ. ಅಂತಹ ಸಮಯದಲ್ಲೇ ಅವನು ನೆಲ ಎಂದು ಕಾಲಿಟ್ಟರೆ ಅದು ಕೊಳವಾಗಿರುತ್ತದೆ, ಕೊಳಕ್ಕೆ ಬೀಳುತ್ತಾನೆ. ಅವನು ಬೀಳುತ್ತಿದ್ದಂತೆ ಅದನ್ನು ಕಂಡ ದ್ರೌಪದಿ ನಗುತ್ತಾಳೆ. ಮುಂಗಾರು ಮಳೆ ಗಣೇಶ ಆಗಿದ್ದರೆ ಅವನು ನಗುತ್ತಿದ್ದನೇನೋ ಆದರೆ ಅವನು ದುರ್ಯೋಧನ, ಕೌರವಾಧಿಪತಿ ಅವಳ ನಗುವಿನಿಂದ ಅವನಿಗೆ ಅವಮಾನವಾಗುತ್ತದೆ. ಅದು ಸೇಡಾಗಿ ಬದಲಾಗುತ್ತದೆ, ಕೊನೆಗೆ ದ್ರೌಪದಿ ಮಾನಹರಣ ಮಾಡಲು ಯತ್ನಿಸುವುದು ತನ್ನ ತೊಡೆ ಮೇಲೆ ಕೂರಲು ಹೇಳುವುದು ಅದರಿಂದ ಅವಮಾನಿತಳಾದ ದ್ರೌಪದಿ ಅದೇ ತೊಡೆಯನ್ನು ತನ್ನ ಗಂಡನಿಂದ ಮುರಿಸುವ ಶಪಥ ತಟ್ಟುವುದು ಇದು ಕತೆ. ಇದನ್ನೇ ಇಟ್ಟುಕೊಂಡು ಈ ಹಾಡು ಆರಂಭವಾಗುತ್ತದೆ,

"ಅವಳ್ಯಾವಳೋ ನಕ್ಕು
ವನವಾಸ ಪೊಕ್ಕು
ಕೌರವನ ಮಂಡಿ ಮುರಿದ್ಹಂತೆ"

ಅವಳು ಬೇರೆ ಯಾರು ಅಲ್ಲ ಅವಳು ದ್ರೌಪದಿ, ನಕ್ಕಿದ್ದು ದುರ್ಯೋಧನ ಕೊಳಕ್ಕೆ ಬಿದ್ದದ್ದು ನೋಡಿ, ಕೌರವರಿಂದ ಪಾಂಡವರು ವನವಾಸ ಹೋಗಬೇಕಾಗಿ ಬಂದಾಗ ಪಾಂಡವರ ಸಖಿಯಾಗಿ ಹೋದವಳು ಅವಳು, ತೊಡೆ ಮೇಲೆ ಕೂರು ಎಂದವನ ತೊಡೆ ಮುರಿಸುವವವರೆಗೂ ತನ್ನ ಮುಡಿ ಕಟ್ಟದವಳು ದ್ರೌಪದಿ.

ಅದೇ ಸಾಲು ಮುಂದುವರಿದು

"ಅವಳ್ಯಾರೋ ಅತ್ತು
ಅಪವಾದ ಹೊತ್ತು
ರಾವಣನ ವಂಶ ತೊಳೆದಳಂತೆ"

ರಾವಣನ ವಂಶ ತೊಳೆದದ್ದು ಸೀತೆ, ಮಾಯಾ ಜಿಂಕೆ ಬೆನ್ನಟ್ಟಿ ರಾಮ ಲಕ್ಷ್ಮಣ ಕಾಡಿನಿಂದ ಸೀತೆ ಒಬ್ಬಳನ್ನೇ ಬಿಟ್ಟು ಹೋದಾಗ ರಾವಣ ಬಂದು ಅವಳನ್ನು ಅಪಹರಿಸಿದ, ರಾವಣನ ದೂರ್ತತನದಿಂದಾಗಿ ಅತ್ತು ಕರೆದ ಅವಳು, ಕೊನೆಗೆ ಅವಳಿಂದಲೇ ರಾವಣನ ಅಂತ್ಯವಾಯ್ತು. ಅಷ್ಟಾಗಿಯೂ ಶ್ರೀರಾಮನೇ ಅವಳನ್ನು ಅನುಮಾನಿಸಿದ, ಅವಳ ಪಾವಿತ್ರ್ಯತೆ ಬಗ್ಗೆ ಅನುಮಾನಿಸಿದ, ಲೋಕದ ಎದುರು ಪುರೋಷತ್ತಮನಾಗಲು ಸೀತೆಗೆ ಅಗ್ನಿಪರೀಕ್ಷೆ ಕೊಟ್ಟ, ಅಗ್ನಿಯನ್ನ ತುಳಿದು, ಗಂಡು ಕುಲದ ಅನುಮಾನ ಹೊಗೆದು ಸೀತೆ ಮಾತೆಯಾದಳು.

"ಹೆಣ್ಣಿಂದ ನಾಕ, ಹೆಣ್ಣಿಂದ ನರಕ ಅಂದೋನ್ ಯಾವನೋ ಜೋಗಯ್ಯ
ಇದು ಏನು ಬಾಳುವೆ ಹೋಗಯ್ಯಾ"

ಈ ಹಾಡು ಸಿನಿಮಾದಲ್ಲಿ ಈ ಸಾಲುಗಳನ್ನು ಹಾಡುತ್ತಿರೋದು ನಾಯಕನ ಅಮ್ಮ. ತನ್ನ ಹೆಂಡತಿ ಪರಪುರುಷನ ಜೊತೆ ಮಲಗಿದ್ದನ್ನು ನೋಡಿ ಅವಳ ತಲೆ ಬೋಳಿಸಿದ ನಾಯಕ ಅಮ್ಮನ ಮಡಿಲೇರಿ ಅಳುತ್ತಾ ಮಲಗಿದ್ದಾಗ ಅಮ್ಮ ಹೇಳುವ ಸಾಲುಗಳಿವು ಒಂದು ಹೆಣ್ಣು ಪುರುಷನಿಗೆ ಸ್ವರ್ಗವನ್ನು ಕೊಡಬಲ್ಲಳು ಹಾಗೆಯೇ ನರಕವನ್ನು ಸೃಷ್ಟಿಸಬಲ್ಲಳು. ಅದು ಅವರವರಿಗೆ ಬಿಟ್ಟಿದ್ದು. ಇದನ್ನ ಅದ್ಯಾವ ಜೋಗಯ್ಯ ಹೇಳುದ್ನೋ ಅವಳಿಗೂ ಗೊತ್ತಿಲ್ಲ, ಇಂತಹ ಬದುಕನ್ನು ಏನು ಎಂದು ಬಾಳುವುದು ಹೋಗಯ್ಯಾ ಎನ್ನುವಳು.

"ಉಂಗುರ ಕಳೆದು ಉಡುದಾರ ಹರಿದು
ಕಡಗ ಕಳೆದು ಹೋದರು ತರಬಹುದು
ಬೊಕ್ಕಸ ಬಳದು, ಭಂಟರು ಅಳಿದು
ರಾಜ್ಯ ಕಳೆದು ಹೋದರು ಗೆಲಬಹುದು"

ಉಂಗುರ ಮುರಿದು ಹೋದರೆ ಏನು ಮಾಡಬಹುದು? ಇನ್ನೊಂದು ಉಂಗುರ ತರಬಹುದು. ಉಡುದಾರ ಹರಿದು ಹೋದರೂ ಅಷ್ಟೇ ಕಡಗ ಕಳೆದು ಹೋದರು ಅಷ್ಟೇ. ಇವಕ್ಕೆಲ್ಲ ಜೀವವಿಲ್ಲ, ನಿರ್ಜೀವ ವಸ್ತುಗಳು. ಮತ್ತೆ ಬೇರೆ ರೀತಿಯಾಗಿ ಮತ್ತೆ ಪಡೆಯಬಹುದು. ಅದೇ ತರಹ ಬೊಕ್ಕಸ ಬರಿದಾದರೆ ತುಂಬಬಹುದು, ಭಂಟರು ಸತ್ರೆ ಮತ್ತೊಂದಷ್ಟು ಭಂಟರನ್ನು ತರಬಹುದು, ರಾಜ್ಯವೇ ಕೈತಪ್ಪಿ ಹೋದರೆ ಮತ್ತೊಂದು ಯುದ್ಧ ಮತ್ತೊಂದು ಗೆಲುವು ಮತ್ತೊಂದು ರಾಜ್ಯ. ರಾಜ್ಯ ಬಂದರೆ ರಾಜ್ಯಕೋಶ, ಬೊಕ್ಕಸ, ಭಂಟರು ಎಲ್ಲಾ ಮತ್ತೆ ಸಿಗುತ್ತಾರೆ. ಕಾಯಬೇಕಷ್ಟೇ.

ಆದರೆ:

"ಜನುಮಕ್ಕೆ ಒಮ್ಮೆ ದಕ್ಕೋ ನಮ್ಮ
ಅಮ್ಮನ ಕಳೆದು ತರಬಹುದೇ
ಕಂದ ಅಮ್ಮನಿಲ್ಲದೇ ಇರಬಹುದೇ?"

ಮೇಲೆ ಹೇಳಿದ್ದೆಲ್ಲವೂ ಮತ್ತೆ ಸಿಗಬಲ್ಲವು, ಸಿಗದಿದ್ದರೂ ಮತ್ಯಾವುದೋ ರೀತಿಯಲ್ಲಿ ಸ್ಥಾನ ತುಂಬಬಲ್ಲವು. ಆದರೆ ಜನ್ಮಕ್ಕೊಮ್ಮೆ ಅಮ್ಮ. ಜನ್ಮಕ್ಕೆ ಒಂದೇ ಅಮ್ಮ ಒಂದೇ ಅಪ್ಪ, ಅಂತಹ ಜನುಮ ನೀಡಿದ ಅಮ್ಮನೇ ಇಲ್ಲವಾದರೆ ಕಳೆದು ಹೋದರೆ ಮತ್ತೆ ಅಮ್ಮನ ತರಲು ಸಾಧ್ಯವಿಲ್ಲ. ಅಪ್ಪನಿಲ್ಲದಿದ್ದರೆ ಮಕ್ಕಳು ತಬ್ಬಲಿ ಆಗುವುದಿಲ್ಲ. ಅಮ್ಮನಿಲ್ಲದಿದ್ದರೆ ಮಕ್ಕಳು ತಬ್ಬಲಿ. ನಾಥನಿಲ್ಲದಿದ್ದರೆ ಅನಾಥ, ಮಡಿಲಿಲ್ಲವೆಂದರೆ ತಬ್ಬಲಿ.

ಸತ್ಯವಾನನ ಹೆಂಡತಿ ಸಾವಿತ್ರಿ, ಸತ್ಯವಾನನಿಗೆ ಒಂದು ಶಾಪವಿರುತ್ತೆ ತಾನು ಮದುವೆಯಾದ ಒಂದು ವರ್ಷಕ್ಕೆ ಅವನು ಸಾಯುವನು ಎಂದು. ಅವನನ್ನು ಅತಿಯಾಗಿ ಪ್ರೀತಿಸಿದ ಸಾವಿತ್ರಿ ಆ ಶಾಪಕ್ಕೂ ಯೋಚಿಸದೆ ಇದ್ದರೂ ಅವನ ಜೊತೆ ಸತ್ತರೂ ಅವನ ಜೊತೆ ಎಂದು ಅವನನ್ನೇ ವರಿಸುವಳು. ಮದುವೆಯಾಗಿ ಇಬ್ಬರು ಕಾಡಿಗೆ ಹೋಗುತ್ತಾರೆ, ಕೊನೆಗೆ ಸತ್ಯವಾನ್ ಸಾಯುವ ಸಮಯ ಬರುತ್ತದೆ, ಸಾವಿತ್ರಿಯ ತೊಡೆ ಮೇಲೆ ಮಲಗಿಯೇ ಕೊನೆ ಉಸಿರು ಬಿಡುವನು. ಅವನು ಸಾಯುತ್ತಿದ್ದಂತೆ ಯಮ ಬರುತ್ತಾನೆ. ಆದರೆ ಸಾವಿತ್ರಿ ತಾನು ಕೂಡ ಗಂಡನ ಜೊತೆ ಬರುವೆ ಎನ್ನುವಳು, ಯಮ ನಿನ್ನ ಸಮಯ

ಇನ್ನೂ ಬಂದಿಲ್ಲಮ್ಮಾ ಎಂದು ಸಮಾಧಾನ ಮಾಡಿದರೂ ಕೇಳುವುದಿಲ್ಲ, ಅವನ ಹಿಂದೆಯೇ ಹೋಗುವಳು. ಅವಳ ಪತಿ ಪ್ರೀತಿಗೆ ಮೆಚ್ಚಿದ ಯಮ ಎರಡು ವರ ಬೇಡು ಕೊಡುವೆ ಎನ್ನುತ್ತಾನೆ. ಅದರಲ್ಲಿ ಒಂದು ವರ ಅವಳಿಗೆ ನೂರು ಮಕ್ಕಳು ಬೇಕು ಎನ್ನುವಳು. ತಥಾಸ್ತು ಎನ್ನುವನು. ಅಲ್ಲಿಗೆ ಅವನು ಸಿಕ್ಕಿ ಹಾಕಿಕೊಂಡ, ಸಾವಿತ್ರಿ ಯಮನಿಗೆ ಗಂಡನಿಲ್ಲದೆ ಮಕ್ಕಳು ಪಡೆಯುವುದಿಲ್ಲ, ಪಡೆದರೆ ಅವನಿಂದಲೇ ಮಾತ್ರ ಎಂದಾಗ ಅವಳ ಭಕ್ತಿ ಮತ್ತು ಬುದ್ಧಿಗೆ ಸೋತು ಸತ್ಯವಾನನನ್ನು ಹಿಂದಿರುಗಿಸುವನು. ಸಾವನ್ನೇ ಸೋಲಿಸಿದ ಸತಿ ಅವಳು.

ಅದನ್ನೇ ಮುಂದಿನ ಸಾಲುಗಳಲ್ಲಿ ಹಂಸಲೇಖ ಬರೆಯುವರು

"ಸಾವನ್ನ ಸೋಲಿಸಿ ಪಾವಿತ್ರ್ಯ ಪಾಲಿಸಿ
ಗಂಡನ ಪಡೆದೋಳು ಒಂದು ಹೆಣ್ಣೇ
ಪಂಚಭೂತಗಳಂಥಾ ಧರ್ಮ ಕಾಯುವಂಥಾ
ವೀರರ ಕೊಟ್ಟೋಳು ಒಂದು ಹೆಣ್ಣೇ
ಶ್ರೀದೇವಿ ಹೆಣ್ಣು ಭೂದೇವಿ ಹೆಣ್ಣು
ನಿತ್ಯ ದೇವತೆ ಒಂದು ಹೆಣ್ಣೇ
ಬುದ್ಧಿ ತಿದ್ದಿ ತೀಡೋಳು ಒಂದು ಹೆಣ್ಣೇ"

ಎಲ್ಲದಕ್ಕೂ ಹೆಣ್ಣೇ ಮೂಲ, ಹೆಣ್ಣಿಗೆ ತಾಯ್ತನ ಮೂಲ. ಗಂಡನನ್ನು ಸಾವಿನಿಂದ ಕರೆತಂದವಳು ಹೆಣ್ಣೇ, ಪಾಂಡವರನ್ನು ಪಡೆದವಳು ಹೆಣ್ಣೇ, ದೇವರನ್ನೇ ಸೃಷ್ಟಿಸಿದ ಶ್ರೀದೇವಿ ಕೂಡ ಹೆಣ್ಣೇ, ಮನುಜರನ್ನು ಕಾಪಾಡುವ ಭೂದೇವಿ ಕೂಡ ಹೆಣ್ಣೇ, ಎಲ್ಲವೂ ಹೆಣ್ಣೇ, ಬುದ್ಧಿ ತೀಡೋ ತಾಯಿ ಕೂಡ ಒಂದು ಹೆಣ್ಣೇ ಎನ್ನುವರು. ಇದಕ್ಕಿಂತ ಒಂದು ಹೆಣ್ಣನ್ನ ತಾಯಿಯನ್ನ ತಾಯ್ತನವನ್ನ ವಿವರಿಸಲು ಸಾಧ್ಯವೇ?

ಇನ್ನೊಂದು ಸ್ವಾರಸ್ಯಕರವಾದ ಅದ್ಭುತವಾದ ತಾಯಿ ಪ್ರೀತಿಯ, ಪತ್ನಿ ಪ್ರೀತಿಯ ಕತೆ ಇದೆ. ಅದನ್ನು ಹೇಳುವ ಮೊದಲು ಈ ಹಾಡಿನ ಮುಂದಿನ ಸಾಲುಗಳನ್ನು ನೋಡೋಣ

"ಅವರ್ಯಾರೋ ಮೂರು ಜಗ ಕಾಯೋ ದೇವ್ರು
ತಾಯಿಗೆ ಪರೀಕ್ಷೆ ಇಟ್ರಂತೆ
ತಾಯಿ ಸುಮ್ನೆ ನಕ್ಕು ದೇವರಾದ್ರೂ ಮಕ್ಳು
ಎತ್ಕೊಂಡು ಎದೆ ಹಾಲು ಕೊಟ್ಟಳಂತೆ"

ಇದು ಈ ಹಾಡಿನಲ್ಲಿ ಬರುವ ಅದ್ಭುತ ಸಾಲು. ಈ ಸಾಲಿನ ಹಿಂದೆ ಒಂದು ಅದ್ಭುತ ತಾಯಿಯ, ಪತ್ನಿಯ ಕತೆಯಿದೆ. ಅದು ಅನುಸೂಯ

ಎಂಬ ಮಹಾನ್ ತಾಯಿ ಕತೆ. ಅನುಸೂಯ ಬ್ರಹ್ಮದೇವನ ಮಗ ಭಯಂಕರ ಕೋಪಿಷ್ಠ ಅತ್ರಿ ಮುನಿಯ ಹೆಂಡತಿ. ಅನುಸೂಯ ಗಂಡನನ್ನು ಅದ್ಭುತವಾಗಿ ನೋಡಿಕೊಳ್ಳುತ್ತಿದ್ದಳು. ಅವಳು ನೋಡಿಕೊಳ್ಳುವ ಬಗೆಯನ್ನು ನಾರದ ಮುನಿ ಒಮ್ಮೆ ಬ್ರಹ್ಮ ವಿಷ್ಣು ಮಹೇಶ್ವರರ ಹೆಂಡತಿಯಾರಾದ ಸರಸ್ವತಿ, ಲಕ್ಷ್ಮಿ ಮತ್ತು ಪಾರ್ವತಿಯ ಮುಂದೆ ಹಾಡಿ ಹೊಗಳುವನು. ಇದರಿಂದ ಸಿಟ್ಟಿಗೆದ್ದ ಅವರು ಮೂವರೂ ಅನುಸೂಯಳನ್ನು ಪರೀಕ್ಷಿಸಲು ತಮ್ಮ ಗಂಡಂದಿರನ್ನೇ ಛೂ ಬಿಡುವರು. ಬ್ರಹ್ಮ, ವಿಷ್ಣು ಮತ್ತು ಮಹೇಶ್ವರ ಅನುಸೂಯಳ ಮನೆಗೆ ಅತಿಥಿಗಳಾಗಿ ಮಾರುವೇಷದಲ್ಲಿ ಬರುವರು. ಅವರಿಗೆ ಆತಿಥ್ಯ ನೀಡಲು ಅನುಸೂಯ ಖುಷಿಯಿಂದ ಒಪ್ಪುವಳು. ಆತಿಥ್ಯಕ್ಕೆ ಒಪ್ಪಿದ ತ್ರಿಮೂರ್ತಿಗಳು ಅವಳಿಗೆ ಊಟ ಮಾಡಿಸಲು ಹೇಳುವರು ಜೊತೆಗೆ ಒಂದು ಅಸಾಧ್ಯವಾದ ಷರತ್ತು ಕೂಡ ಹಾಕುವರು. 'ನೀ ಬೆತ್ತಲಾಗಿ ನಮಗೆ ನಿರ್ವಾಣ ಭಿಕ್ಷೆ ನೀಡಬೇಕು' ಎನ್ನುವರು. ಪರಮ ಪತಿವ್ರತೆಯಾದ ಅನುಸೂಯ ಅವರ ಷರತ್ತು ಕೇಳಿ ನಗುವಳು ನಕ್ಕು ಅವಳ ಶಕ್ತಿಯಿಂದ ಆ ತ್ರಿಮೂರ್ತಿಗಳನ್ನ ಮಕ್ಕಳಾಗಿಸಿ ಅವರಿಗೆ ಎದೆ ಹಾಲು ಕುಡಿಸುವಳು. ಇತ್ತ ಇನ್ನೂ ವಾಪಸಾಗದ ಗಂಡಂದಿರರನ್ನು ಹುಡುಕಿಕೊಂಡು ಲಕ್ಷ್ಮಿ, ಸರಸ್ವತಿ ಮತ್ತು ಪಾರ್ವತಿ ಬಂದು ತಮ್ಮ ಗಂಡಂದಿರರನ್ನು ವಾಪಸು ಕೊಡಬೇಕೆಂದು ಕೇಳಿಕೊಂಡಾಗ ಅನಸೂಯ ತನ್ನ ಮಂತ್ರಶಕ್ತಿಯಿಂದ ನೀರನ್ನು ಚುಮಿಕಿಸಿ ಮತ್ತೆ ತ್ರಿಮೂರ್ತಿಗಳನ್ನು ದೊಡ್ಡವರನ್ನಾಗಿ ಮಾಡಿ ಕಳಿಸಿಕೊಡುತ್ತಾಳೆ. ಇದು ಅನುಸೂಯಳ ಕತೆ. ಅಂತ ಕತೆಯನ್ನ ಕೇವಲ ನಾಲ್ಕು ಸಾಲಲ್ಲೇ ಹಂಸಲೇಖ ನಮಗೆ ದಾಟಿಸುವ ಪರಿ ಅನನ್ಯ ಮತ್ತು ಅದ್ಭುತ.

ಪರುಶರಾಮ ಗೊತ್ತಲ್ಲ, ವಿಷ್ಣುವಿನ ಆರನೇ ಅವತಾರ. ಜಮದಗ್ನಿ ಮತ್ತು ರೇಣುಕಾ ದೇವಿಯ ಮಗ, ಬ್ರಾಹ್ಮಣ. ಆದರೆ ಕ್ಷತ್ರಿಯನಾಗಿ ಬೆಳೆದವನು. ರೇಣುಕಾ ಪ್ರತಿನಿತ್ಯ ದೂರದ ನದಿಯಲ್ಲಿ ಬಿಂದಿಗೆ ಹಿಡಿದು ನೀರು ತಂದು ಗಂಡನ ಸೇವೆ ಮಾಡುತ್ತಿದ್ದ ಸಾಧ್ವಿಮಣಿ. ಮರಳಿನಿಂದ ಮಡಕೆ ಮಾಡುವ ವಿಶೇಷ ಶಕ್ತಿ ಇದ್ದ ರೇಣುಕಾ ಒಂದು ದಿನ ನೀರು ತರಲು ನದಿ ಬಳಿ ಬಂದಾಗ ಮೈಮರೆತ ಗಂಧರ್ವ ದಂಪತಿಗಳನ್ನು ನೋಡಿ ತನ್ನ ಏಕಾಗ್ರತೆ ಕಳೆದುಕೊಂಡು ಮಡಕೆ ಮಾಡಲಾಗದೆ ಬರೀ ಕೈಯಲ್ಲಿ ಆಶ್ರಮಕ್ಕೆ ಹೋದಾಗ ತನ್ನ ಪತಿ ಜಮದಗ್ನಿ ಇದನ್ನ ಕೇಳಿ ಸಿಟ್ಟಾಗಿ ಅವಳಿಗೆ ಘನವಾದ ಚರ್ಮ ರೋಗ ಶಪಿಸಿ ಕಣ್ಣಿಗೆ ಕಾಣಿಸದಂತೆ ಹೊರತು ಹೋಗು ಅನ್ನುವನು, ಕಾಡಿನಲ್ಲಿ ರೇಣುಕಾ ದಿನಗಳನ್ನು ಕಳೆದು ತಪಸ್ಸು ಕುಳಿತು ಶಿವನ ಅನುಗ್ರಹದಿಂದ ಶಾಪವಿಮೋಚಿತಳಾಗುತ್ತಾಳೆ, ಮತ್ತೆ ಜಮದಗ್ನಿ ಬಳಿ ಬಂದಾಗ, ಜಮದಗ್ನಿ

ಅವಳ ಆತ್ಮ ಮಟ್ಟಿ ಮನಸ್ಸನ್ನು ಇಂದ್ರಿಯ ಸುಖಗಳಿಂದ ಮುಕ್ತಿಗೊಳಿಸಲು ಯೋಚಿಸಿ ಅವಳ ತಲೆ ಕತ್ತರಿಸಿ ಕಪಾಲ ಮೋಕ್ಷ ನೀಡಲು ನಿರ್ಧರಿಸಿದನು. ಜಮದಗ್ನಿ ತನ್ನ ನಾಲ್ಕು ಕಿರಿಯ ಪುತ್ರರಿಗೆ ಅವರ ತಾಯಿಯ ಕತ್ತನ್ನು ಕತ್ತರಿಸಲು ಹೇಳುವನು. ಅವರು ಒಪ್ಪುವುದಿಲ್ಲ, ಅದಕ್ಕೆ ಕೆರಳಿದ ಜಮದಗ್ನಿ ಕೊನೆಯ ಮಗ ಪರುಶರಾಮನಿಗೆ ತಾಯಿ ಮತ್ತು ನಾಲ್ವರು ಸಹೋದರರನ್ನು ಕೊಲ್ಲಲು ಹೇಳುವನು. ಪರುಶರಾಮ ಹಿಂದೆ ಮುಂದೆ ಯೋಚಿಸದೇ ಕೊಲ್ಲುವನು. ಇದರಿಂದ ಖುಷಿಯಾದ ಜಮದಗ್ನಿ ತನ್ನ ಮಗ ಪರುಶರಾಮನಿಗೆ ಏನು ವರ ಬೇಕು ಕೇಳು ಕೊಡುವೆ ಎಂದು ಹೇಳಿದಾಗ ಪರಶುರಾಮ ತಾಯಿಯನ್ನು ಮತ್ತೆ ಸಹೋದರರನ್ನು ಮರಳಿ ಕೊಡಲು ಕೇಳುವನು. ಕೇಳುವನು ಜೊತೆಗೆ ತನ್ನ ತಾಯಿ ಹಾಗೂ ಸಹೋದರರಿಗೆ ನಡೆದ ವಿಷಯ ನೆನಪಾಗಬಾರದೆಂದು ಕೋರಿಕೊಳ್ಳುವನು ಜಮದಗ್ನಿ ತಥಾಸ್ತು ಎನ್ನುವನು.

ಇದೇ ಕತೆಯನ್ನ ಕೇವಲ ನಾಲ್ಕು ಸಾಲಿನಲ್ಲಿ ಹೀಗೆ ಬರೆಯುತ್ತಾರೆ

"ಅವನ್ಯಾನೋ ಪುತ್ರ ಗುರುಪಿತೃ ಹತ್ರ
ತಾಯಿಯ ತಲೆಯ ಕಡುದ್ನಂತೆ
ಮುನಿ ಮಗನ ಮೆಚ್ಚಿ ವರ ಬೇಡು ಅಂದ್ರೆ
ತಾಯಿಯ ತಾರೋ ಅಂದ್ನಂತೆ"

ಪರುಶರಾಮನಿಗೆ ಜಮದಗ್ನಿ ಗುರುವು ಹೌದು, ಪಿತೃವು ಹೌದು ಕೂಡ. ತಂದೆ ವರ ಕೇಳಿದಾಗ ಪರುಶರಾಮ ಏನನ್ನಾದರೂ ಕೇಳಬಹುದಿತ್ತು ಆದರೆ ಅವನು ಕೇಳಿದ್ದು ತಾಯಿಯನ್ನ. ಯಾಕೆಂದರೆ ತಾಯಿ ಇದ್ರೆ ಅಷ್ಟೇ ಮಕ್ಕಳಿಗೆ ಸ್ವರ್ಗ, ಅವಳು ಇಲ್ಲದಿದ್ದರೆ ಶೋಕವಷ್ಟೇ. ಇದೇ ಸತ್ಯ, ಇದೇ ಬ್ರಹ್ಮ ಸತ್ಯ ಎನ್ನುತ್ತಾರೆ ಮುಂದಿನ ಸಾಲಿನಲ್ಲಿ

"ತಾಯಿದ್ರೆ ನಾಕ ಇರದಿದ್ರೆ ಶೋಕ
ಅಂದೋನ್ ಯಾವನೋ ಜೋಗಯ್ಯ ಇದು ಬ್ರಹ್ಮ ಸತ್ಯವೋ ಕೇಳಯ್ಯ"

ಕೊನೆಯ ಸಾಲಿನಲ್ಲಿ ಹೀಗೆ ಬರೆಯುತ್ತಾರೆ

"ಹೆಣ್ಣಿಂದ ಸೃಷ್ಟಿ
ಹೆಣ್ಣಿಂದ ವೃಷ್ಟಿ
ಅಂದೋನ್ ಯಾವನೋ ಜೋಗಯ್ಯ
ಇದು ಸುಳ್ಳು ಪೊಳ್ಳು ಅಲ್ಲ ಕೇಳಯ್ಯ"

ಸೃಷ್ಟಿಯ ಮೂಲ ಅವಳೇ, ವೃಷ್ಟಿ ಅಂದ್ರೆ ಮಳೆಯ ಮೂಲ ಕೂಡ ಅವಳೇ. ಎಲ್ಲವೂ ಅವಳೇ, ಇದು ಸುಳ್ಳು ಕೂಡ ಅಲ್ಲ ಪೊಳ್ಳು ಕೂಡ ಅಲ್ಲ ಎಂದು ಮುಗಿಸುವರು.

ಪುರಾಣದ ಕತೆಗಳನ್ನ ಕೆಲವೇ ಸಾಲುಗಳಲ್ಲಿ ದಾಟಿಸುವ ಹಂಸಲೇಖರ ಈ ಹಾಡು ಒಂದು ಹೆಣ್ಣಿನ ಹಾಡು, ಜಗದ ಹಾಡು ಕೂಡ. ಇಂಥಾ ಹಾಡು ಕೊಟ್ಟ ಹಂಸಲೇಖರಿಗೆ 'ಥ್ಯಾಂಕ್ ಯೂ' ಅಂದ್ರೆ ಅದು ಸಾಲದು.

ಸರಿ ಇನ್ನೇನು ಹೇಳಬಹುದು?

ಒಂಟಿತನದ ಬೋರು, ಹಂಸಲೇಖರ ಪದಗಳ ಕಾರುಬಾರು

2001ರಲ್ಲಿ ಭಾವ ಭಾಮೈದ ಸಿನಿಮಾ ಬಂದಿದ್ದು, ಆ ಕಾಲಕ್ಕೆ ಮೊಬೈಲ್ ಅದರಲ್ಲೂ ಸ್ಮಾರ್ಟ್ ಫೋನುಗಳು ಅಷ್ಟಾಗಿ ಜನರ ಕೈಯಲ್ಲಿ ಇರಲಿಲ್ಲ. ಆಮೇಲೆ ಸ್ಮಾರ್ಟ್ ಫೋನ್ ಅಲ್ಲದ ಫೋನುಗಳು ಬಂದ್ವು, ಆಮೇಲೆ ಬಂದಿದ್ದು ನಮ್ಮೆಲ್ಲರ ಬದುಕನ್ನೇ ವಿಭಿನ್ನ ರೀತಿಯಲ್ಲಿ ತಿರುವಿಸಿದ ಸ್ಮಾರ್ಟ್ ಫೋನುಗಳು. ಮೊಬೈಲ್ ಇಲ್ಲದ ಕಾಲದಲ್ಲಿ ಪ್ರೇಮಿಗಳು ಕಣ್ಣೋಟದ ಮೇಲೆ, ಹಿಂಬಾಲಿಸುವುದರ ಮೇಲೆ, ಪತ್ರಗಳ ಮೇಲೆ, ಲ್ಯಾಂಡ್ ಲೈನ್ ಫೋನುಗಳ ಮೇಲೆ ಅವಲಂಬಿತರಾಗಿದ್ದರು. ಆಮೇಲೆ ಮೊಬೈಲ್‌ಗಳು ಬಂದು ಅದರಲ್ಲಿ ಕಾಲು ಮೆಸೇಜ್ ಶುರು ಹಚ್ಚಿಕೊಂಡರು. ಈ ಸಿನಿಮಾ ಬಂದ ಕಾಲದಲ್ಲಿ ಮೊಬೈಲ್ ಪ್ರಭಾವ ಕಮ್ಮಿ, ಜೊತೆಗೆ ಸಿನಿಮಾ ಪೂರ್ತಿ ಗ್ರಾಮೀಣ ಹಿನ್ನೆಲೆಯಲ್ಲೇ ಇದೆ. ಭಾವ ಭಾಮೈದ ಸಿನಿಮಾದಲ್ಲಿ ಹಂಸಲೇಖ ಅದ್ಭುತವಾದ ಹಾಡುಗಳನ್ನು ಕೊಟ್ಟಿದ್ದಾರೆ, ಪ್ರಣಯ ಪೂರ್ವಕ್ಕೆ ***'ಒಂಟಿ ಒಂಟಿಯಾಗಿರುವುದು'***, ಒಂಟಿತನ ನೀಗಿಕೊಂಡವರ ***'ಪ್ರೀತಿ ನೀನಿಲ್ಲದೆ ನಾನು ಹೇಗಿರಲಿ'*** ಹಾಡಿದೆ, ಹಳ್ಳಿ ಹೈಕಳುಗಳಿಗೆ ಪೋಲಿ ಪುಂಡರಿಗೆ ಅನ್ನುತ್ತಾನೆ ***'ಓ ಜಂಗಲ್ ಹಕ್ಕಿ ಬಾ'*** ಹಾಡಿದೆ, ಕನ್ನಡದ ಅತ್ಯುತ್ತಮ ಐಟಂ ಹಾಡುಗಳಲ್ಲಿ ಅದು ಒಂದು ಅನ್ನೋದು ಹೇಳಬೇಕಿಲ್ಲ.

ಈ ಹಾಡಿಗೆ ಬಂದರೆ ಇದು ಅಧಿಕೃತವಾದ ಫೋರ್ಪ್ಲೇ ಹಾಡು, ಅರ್ಥಾತ್ ಪ್ರಣಯಪೂರ್ವದ ಚಟುವಟಿಕೆಗಳ ಕುರಿತ ಹಾಡು. ನಾಯಕ ನಾಯಕಿಗೆ ಪ್ರೀತಿ ಹುಟ್ಟಿದೆ, ಅವರಿಬ್ಬರಿಗೂ ಮದುವೆ ಆಗಿಲ್ಲ, ವಿರಹ ಅವರನ್ನು ಉರಿದು ಬಿಸಾಕುವಾಗ ವಿರಹಕ್ಕಿಂತ ಅದು ಉಂಟು ಮಾಡುವ ಬೋರಿಗಿಂತ ಪ್ರಿಯನ/ಪ್ರಿಯಳ ಸನ್ನಿಧಿ ಎಷ್ಟು ಕ್ಷೇಮ ಎಂದು ಹಾಡುವ ಹಾಡು. ಇಲ್ಲಿ ಒಂಟಿತನದ ವಿರಹವಿದೆ, ಪ್ರಣಯ ಪೂರ್ವ ಚಟುವಟಿಕೆಯ ಕಾವಿದೆ, ಪ್ರೇಮವಿದೆ, ಹೊಳೆಯುವ ಕಾಮವಿದೆ. ಹೀಗೆ ಪ್ರೀತಿ ಆಗಿ ದೂರ ದೂರ ಇರೋ ಸಂಕಟ ಯಾರಿಗೂ ಬೇಡ, ಅದೇ ಸಂಕಟದಲ್ಲಿ ನರಳಿದ ನಾಯಕ ನಾಯಕಿ ಎಲ್ಲರ ಕಣ್ತಪ್ಪಿಸಿ ಸ್ವಲ್ಪ ಗಂಟೆಗಳ ಕಾಲ ಭೇಟಿಯಾದಾಗ ಹುಟ್ಟೋ ಹಾಡಿದು.

"ಒಂಟಿ ಒಂಟಿ ಆಗಿರುವುದು
ಬೋರೋ ಬೋರು ಬೋರು ಬೋರು
ಬೋರೋ ಬೋರು ಬೋರು ಬೋರು
ಬೇಸರ ಕಳೆಯಲು ಆತುರ ಅರಗಲು
ಪ್ರಿಯನ ಸನ್ನಿಧಿ ಕ್ಷೇಮವೋ

ಒಂಟಿ ಒಂಟಿ ಆಗಿರುವುದು
ಬೋರೋ ಬೋರು ಬೋರು ಬೋರು
ಬೋರೋ ಬೋರು ಬೋರು ಬೋರು
ಪ್ರಾಯದ ಕಾಟಕೆ ಪ್ರೀತಿಯ ಆಟಕೆ
ಪ್ರಿಯಳ ಸನ್ನಿಧಿ ಕ್ಷೇಮವೋ"

ಕೊನೆಗೂ ವಿರಹದ ಏಟಿಗೆ ಸಿಕ್ಕಿ ನರಳಿ ಒದ್ದಾಡಿ ಬಂದ ನಾಯಕಿ 'ಒಂಟಿ ಒಂಟಿ ಆಗಿರವುದು ಬೋರೋ ಬೋರೋ ಬೋರು ಬೋರು' ಎನ್ನುತ್ತಾಳೆ. ಅಷ್ಟು ಬೋರಾಗಿದೆ ಅವಳಿಗೆ, ಸಿಟಿಯಲ್ಲಿ ಬೆಳೆದ ಹುಡುಗಿ, ಪಕ್ಕ ದೇಸೀ ತಳಿ ಹುಡುಗನ ಪ್ರೀತಿ ಪಡೆದ ಹುಡುಗಿ, ಪ್ರೀತಿ ಆಗಿ ದೂರ ಇರೋದು ಹೇಗೆ? ಅದು ಪ್ರಾಯದ ಹುಡುಗಿ ಬೇರೆ, ಹಾರ್ಮೋನುಗಳು ಹಿಗ್ಗಾಮುಗ್ಗಾ ರುಬ್ಬುವ ವಯಸ್ಸು ಅದು. ಕೊನೆ ಪಕ್ಷ ಬೇಸರವನ್ನು ಕಳೆಯಲಿಕ್ಕೆ, ಎದೆಯಲ್ಲಿ ಉಕ್ಕಿದ ಆತುರವನ್ನ ಅರಗಿಸಲು ಪ್ರಿಯನ ಸನ್ನಿಧಿ ಬೇಕೇ ಬೇಕು ಅನ್ನುವಳು.

ಇತ್ತ ನಾಯಕನ ಪಾಡು ಅವಳಿಗಿಂತೇನೂ ಕಮ್ಮಿಯಿಲ್ಲ, ಪ್ರೇಮ ಕಾಮದಲ್ಲಿ ವಸಿ ತಡೆದು ಹರಡಿಕೊಳ್ಳುವ ಅಭಿವ್ಯಕ್ತಪಡಿಸುವ ನಾಯಕಿಯೇ ರೊಚ್ಚಿಗೆದ್ದು ನಾಯಕನ ಸನ್ನಿಧಿ ಕ್ಷೇಮ ಎನ್ನುವ ಮಟ್ಟಕ್ಕೆ ಹಾಡುತ್ತಿದ್ದಾಳೆ. ಇನ್ನೂ ಗ್ರಾಮೀಣ ಪ್ರತಿಭೆ, ವಯಸ್ಸಿಗೆ ಬಂದ ಹಳ್ಳಿ ಹೈದ, ಸಿಟಿ ಹುಡುಗಿಯ ಮನಸು ಕದ್ದ ಹೈದ ಸುಮ್ಮನೆ ಒಬ್ಬನೇ ವಿರಹವನ್ನು ಹೇಗೆ ನುಂಗಿ ಕೂರುತ್ತಾನೆ? ಅವನಿಗೂ ಅಷ್ಟೇ ಬೋರೆದ್ದು ಹೋಗಿದೆ. ಅದಕ್ಕೆ ಅವನು ಕೂಡ ಒಂಟಿ ಒಂಟಿ ಆಗಿರುವುದು ಬೋರೋ ಬೋರೋ ಬೋರು ಬೋರು ಎನ್ನುತ್ತಾನೆ. ಪ್ರಾಯದ ಕಾಟ ತಡೆದುಕೊಳ್ಳಲು ಆಗುತ್ತಿಲ್ಲ, ಪ್ರೀತಿಯ ಆಟ ಆಡಲು ಆಗುತ್ತಿಲ್ಲ ಎಂದು ಪಾಪ ನರಳುತ್ತಿದ್ದಾನೆ. ಈ ಪ್ರಾಯದ ಕಾಟಕ್ಕೆ ಕೊನೆ ಹಾಡಲು, ಪ್ರೀತಿಯ ಆಟಕ್ಕೆ ಅಂಗಣವಾಗಲು ಪ್ರಿಯಳ ಸನ್ನಿಧಿಯೇ ಕ್ಷೇಮ ಎನ್ನುವನು. ನಿಧಿಯಂಥಾ ಹುಡುಗಿ ಬೆಡಗಿ ಸಿಕ್ಕ ಜಾಗ ಅದು ಸನ್ನಿಧಿ ಅಲ್ಲದೇ ಮತ್ತೇನು?

"ಗಡಿ ದಾಟಲು ಅಪ್ಪಣೆ ಇಲ್ಲ
ಮಿತಿ ಮೀರಲು ಒಪ್ಪಿಗೆ ಇಲ್ಲ
ದಾಟದಂತೆ ಮೀರುವ ಮೀರದಂತೆ ದಾಟುವ"

ವಿರಹ ದಾಟಿ ಒಂಟಿತನ ಮೀಟಿ ಅಪರೂಪಕ್ಕೆ ಇಬ್ಬರೂ ಸಿಕ್ಕಿದ್ದಾರೆ. ಅವರ ಬಳಿ ಅಷ್ಟೊಂದು ಸಮಯವಿಲ್ಲ. ಇದ್ದ ಸಮಯದಲ್ಲೇ ಒಬ್ಬರೊಬ್ಬರನ್ನು ದೋಚಬೇಕು ಬಾಚಬೇಕು. ಸಿಕ್ಕ ಕ್ಷಣದಲ್ಲೇ ಅವರ ಪ್ರಣಯದ ಆಟ ಶುರು ಆಗಿಬಿಟ್ಟಿದೆ ಅನಿಸುತ್ತೆ, ಕಾಮದಲ್ಲಿ ಗಂಡು ಬೇಗ ಸಂಯಮ ಕಳೆದುಕೊಂಡು ರೊಚ್ಚಿಗೇಳುವುದು ಸಹಜ ಅಂತಹ ರೊಚ್ಚಿಗೆ ಕಂಡ ನಾಯಕಿ ಅವನನ್ನು ಸಮಾಧಾನ ಮಾಡುತ್ತಾ ***"ಗಡಿ ದಾಟಲು ಅಪ್ಪಣೆ ಇಲ್ಲ, ಮಿತಿ ಮೀರಲು ಒಪ್ಪಿಗೆ ಇಲ್ಲ"*** ಅವರಿಬ್ಬರೂ ಇನ್ನು ಮದುವೆಯಾಗಿಲ್ಲ, ನಾಯಕಿಗೆ ಅದರ ಅರಿವಿದೆ, ಮದುವೆಯಾದ ಮೇಲೆಯೇ ಎಲ್ಲವನ್ನು ಸಮರ್ಪಿಸಿಕೊಳ್ಳಲು ಕಾದಿದ್ದಾಳೆ.

ಮದುವೆ ಮುಂಚೆ ಬೇಡ ಅನ್ನುವುದು ಅವಳ ಕರಾರು ತಕರಾರು, ಇದು ಹೆಚ್ಚು ಕಮ್ಮಿ ಹಂಸಲೇಖರ ಎಲ್ಲ ವಿವಾಹ ಪೂರ್ವಪ್ರಣಯ ಗೀತೆಗಳಲ್ಲಿ ಕಾಣಬಹುದು, ಮುತ್ತೇ ಪ್ರಥಮ ಎಂದು ನಾಯಕ ಹೇಳಿದರೆ, ಮದುವೆ ಪ್ರಥಮ ಎಂದು ನಾಯಕಿ ಹಾಡುವುದನ್ನು ನೀವು ಕೇಳಿದ್ದೀರಿ. ಇಲ್ಲಿಯೂ ಸಹ ಅದೇ ಟಿಪಿಕಲ್ ನಾಯಕಿ ಅವಳಿಗೆ ಸಂಪೂರ್ಣವಾಗಿ ಅವನಿಗೆ ಅರ್ಪಿಸಿಕೊಳ್ಳಲಾಗುತ್ತಿಲ್ಲ ಅದಕ್ಕೆ ಒಂದು ಸಣ್ಣ ಎಚ್ಚರಿಕೆ ಕೊಡುತ್ತಾಳೆ. ಈ ಆಟದ ಮಿತಿಗೆ ಒಂದು ಗಡಿ ಇದೆ ನೀನು ಅಷ್ಟರಲ್ಲೇ ಆಟ ಆಡಿಕೊಂಡು ಇರು, ಆ ಗಡಿ ದಾಟಲು ನಾನು ಅಪ್ಪಣೆ ಕೊಡುವುದಿಲ್ಲ, ಗಡಿ ದಾಟಿದರೆ ಗಡಿಪಾರು ಆಗುವ ಅಪಾಯವಿದೆ ಎನ್ನುತ್ತಾ ಹಾಗೆ ಮಿತಿ ಕೂಡ ಮೀರಬೇಡ ಎಂದು ಮತ್ತೊಂದು ವಾರ್ನಿಂಗ್ ಕೊಡುವಳು.

ನಮಗೆ ಸಮಯದ ಮಿತಿ ಕೂಡ ಇದೆ ಇರುವ ಸಮಯದಲ್ಲೇ ಗಡಿ ಕೂಡ ದಾಟದೇ, ಮಿತಿ ಕೂಡ ಮೀರದೇ ಆಟ ಆಡಿಕೋ ಅನ್ನುವಳು. ಅದರಲ್ಲೊಂದು ಫನ್ ಇದೆ ಅವಳಿಗೆ ಹೀಗೆ ದಾಟದಂತೆ ಮೀರುವ, ಮೀರದಂತೆ ದಾಟೋಣ ಅನ್ನುವಳು. ಪಕ್ಕ ಲೋಕಲ್ ಭಾಷೇಲಿ ಇಂಟರ್ಕೋರ್ಸ್ ಬೇಡ, ಫೋರ್‌ಪ್ಲೇ ಸಾಕು ಎನ್ನುವ ಅರ್ಥ ಇದು.

ಅದಕ್ಕೆ ಈ ಹಾಡನ್ನು ಅಧಿಕೃತವಾದ ಫೋರ್‌ಪ್ಲೇ ಹಾಡು ಎನ್ನಬಹುದು.

"ನೀರೊಳಗಡೆ ಮುಳುಗದ ಹಾಗೆ
ಅಲೆ ಮೇಲೆ ತೇಲುತ ಹೀಗೆ
ಸೇರಲೆಂದು ಈಜುವ ಈಜದಂತೆ ಸೇರುವ"

ಗಡಿ ದಾಟಬೇಡ ಮಿತಿ ಮೀರಬೇಡ ಎಂದು ನಾಯಕಿ ಎಚ್ಚರಿಸಿದ ಮೇಲೆ ನಾಯಕನಿಗೆ ಪೀಕಲಾಟ, ನರಳಾಟ. ಆದರೆ ಸಿಕ್ಕ ಹುಡುಗಿಯನ್ನ ಸಿಕ್ಕ ಕಮ್ಮಿ ಸಮಯದಲ್ಲಿ ಅವಳಿಗೆ ಎದುರು ಮಾತಾಡಿದರೆ ಸಿಕ್ಕ ಭೋಜನ ಕೂಡ ಕಳೆದುಕೊಳ್ಳಬೇಕಾಗುತ್ತದೆ ಎಂದು ಅವನಿಗೆ ಗೊತ್ತು. ಅದಕ್ಕೆ ಒಲ್ಲದ ಮನಸ್ಸಿನಿಂದಲೇ ಅವಳ ಷರತ್ತಿಗೆ ತಲೆ ಅಲ್ಲಾಡಿಸುತ್ತ ***"ನೀರೊಳಗಡೆ ಮುಳುಗದ ಹಾಗೆ, ಅಲೆ ಮೇಲೆ ತೇಲುತ ಹೀಗೆ"*** ಪ್ರಣಯ ಎನ್ನುವುದು ಒಂದು ಈಜು, ಸರಿ ಈ ಈಜಿನಲ್ಲಿ ಪೂರ್ತಿ ಮುಳುಗೋಲ್ಲ, ಹಂಗೆ ಮೇಲೆ ಮೇಲೆ ಅಲೆಯ ತರಹ ತೇಲುತ್ತಾ ಇರುತ್ತೀನಿ, ನೀನೇನೂ ಗಾಬ್ರಿ ಬೀಳಬೇಡ, ಹದ್ದುಬಸ್ತಿನಲ್ಲಿ ಸದ್ದು ಮಾಡದೇ ಮುದ್ದಾಡುವೆ ಅನ್ನುತ್ತಾ ಇದೇ ಥರಾ ಸೇರಲೆಂದೇ ಈಜೋಣ ಅನ್ನುತ್ತಾನೆ, ಈಜದಂತೆ ಸೇರೋಣ ಅನ್ನುತ್ತಾನೆ. ತುದಿ ಮುಟ್ಟೋದು ಬೇಡ ಆದರೆ ತುದಿವರೆಗೂ ಹೋಗಿ ಇನ್ನೇನೋ ತುದಿ ಸಿಗುವ ಹಾಗೆ ಜಾರಿ ಬೀಳೋಣ ಎಂದು ಒಪ್ಪುವನು. ಅಪ್ಪುವನು.

"ಕಟ್ಟುಪಾಡು ಪಾಲಿಸಿ ಗಟ್ಟಿಯಾಗಿ ಬಂಧಿಸಿ
ಮುತ್ತು ಮಾತ್ರ ಸೇವಿಸಿ ಅರ್ಧ ಉಂಡು ಸಾರಿಸಿ
ಹಸಿದು ಇರಬಹುದೇ ವಿನಃ
ಒಂಟಿ ಒಂಟಿ ಆಗಿರುವುದು
ಬೋರೋ ಬೋರೋ ಬೋರು ಬೋರು..."

ಪಾಪ ಅವಳಿಗೂ ಎಲ್ಲಾ ಗಡಿ ದಾಟಲು ಮಿತಿ ಮೀರಲು ಆಸೆ ಇದೆ, ಆದರೆ ಸಮಾಜದ ಕಟ್ಟುಪಾಡುಗಳಿವೆ, ಅದನ್ನು ಅವಳು ಪಾಲಿಸಲೇಬೇಕಿದೆ. ಅದು ಹಳ್ಳಿಯಲ್ಲಿ ಬೇರೆ ಇದ್ದಾಳೆ, ಹಾಗಾಗಿ ಪಾಲಿಸುತ್ತಿದ್ದಾಳೆ. ಹೀಗೆ ಕಟ್ಟುಪಾಡು ಪಾಲಿಸಿ ಗಟ್ಟಿಯಾಗಿ ಬಂಧಿಸಿ ಕೂರಬೇಕು ಎನ್ನುತ್ತಾಳೆ. ಅದಕ್ಕೆ ಅವನು ಬೇಜಾರು ನಿರಾಸೆ ವ್ಯಕ್ತಪಡಿಸುತ್ತಾ ಮುತ್ತು ಮಾತ್ರ ಸೇವಿಸುತ್ತಾ, ಎದುರಿಗೆ ಮೃಷ್ಟಾನ್ನ ಪರಮಾನ್ನ ಇದ್ದರೂ ಪೂರ್ತಿ ಆಗಿ ಉಣಲಾಗದೇ ಅರ್ಧ ಮಾತ್ರ ಉಂಡು, ಉಂಡಿದ್ದ ಗುರುತನ್ನು ಗುರುತಿಲ್ಲದಂತೆ ಸಾರಿಸಿ ಹಸಿದು ಇರಬಹುದು ವಿನಃ ಮತ್ತೆ ನಾವಿಬ್ರೂ ದೂರ ದೂರ ಹೋಗಿ ಒಂಟಿ ಒಂಟಿ ಆಗಿರೋದು ಮಾತ್ರ ಬೋರೋ ಬೋರೋ ಅನ್ನುವನು. ಅವಳು ಹೌದು ಬೋರು ಬೋರು ಅನ್ನುವಳು. ಪಾಪ ಎಂತಹ ಪ್ರಣಯ ಸಂಕಟ ಅವರಿಬ್ಬರದು.

"ಕಿವಿ ಹತ್ತಿರ ಪಿಸ ಪಿಸ ಅಂತ
ಒಳಗಿಳಿಯೋ ಹುಣ್ಣಿಮೆ ಅಂತ
ಪ್ರಿಯನ ಮಾತು ನೀಡುವ ಕಚಗುಳಿಯೇ ಚಂದ"

ಸರಿ ಸಮಯ ಕಮ್ಮಿ ಇದೆ, ಷರತ್ತು ಕರಾರು ತಕರಾರೆಲ್ಲ ನಾಯಕಿ ನೀಡಿದ ಮೇಲೆ ಅವಳು ನೀಡಿದ ಷರತ್ತುಗಳಲ್ಲೇ ಪ್ರಣಯದ ಶರಬತ್ತು ಕುಡಿಯಲು ಬೇಕಾಗುವ ಎಲ್ಲಾ ತಯಾರಿ ಮಾಡಿಕೊಂಡು ಅವಳ ಜೊತೆ ಸರಸಕ್ಕೆ ಇಳಿದಿದ್ದಾನೆ. ಮೊದಲೇ ಹಳ್ಳಿ ಪ್ರತಿಭೆ, ಮಾತಿನಲ್ಲಿ ಮಲ್ಲ ಬೇರೆ, ಅವಳ ಪಕ್ಕವೇ ಕೂತು ಅವಳ ಕಿವಿಯಲ್ಲಿ ಸಿಕ್ಕಾಪಟ್ಟೆ ಪೋಲಿ ಮಾತು ಆಡುತ್ತಿದ್ದಾನೆ ಅದು ಪಿಸು ದನಿಯಲ್ಲಿ. ಕಾಮಕೇಳಿ ಶುರು ಆದಾಗ ಇಡೀ ದೇಹ ಬೆಚ್ಚಗಾಗಿ ಒಳಗಿಂದ ಬರುವ ದಣಿವಲ್ಲೂ ಸುರಿವ ಹನಿಯಲ್ಲೂ ಬಿಸಿ ಇರುತ್ತದೆ, ಹೀಗೆ ಅವಳ ಪಕ್ಕ ಕೂತು ಪೋಲಿ ಆಟ ಆಡುತ್ತಾ ಪೋಲಿ ಮಾತನ್ನು ಅವನು ಅವಳ ಕಿವಿಯಲ್ಲಿ ಹೇಳುವಾಗ ಅವನ ದನಿ ಬಿಸಿ ಆಗಿದೆ ಆ ಬಿಸಿಗೆ ಆಗಲೇ ಹಸಿಯಾಗಿ ಬಿಸಿಯಾಗಿ ಕುಳಿತ ಅವಳ ಒಳಗೆ ಹುಣ್ಣಿಮೆ ಒಳಗಿಳಿಯುತ್ತೆ. ಹೀಗೆ ಅವನು ಆಡುವ ಮಾತು, ಕೊಡುವ

ಮುತ್ತು, ಸುರಿವ ಹುಣ್ಣಿಮೆಯಿಂದ ಅವಳಿಗೆ ಕಚಗುಳಿ ಇಟ್ಟಂತಾಗುತ್ತದೆ, ಆ ಕಚಗುಳಿಯೇ ಚೆಂದ ಅನ್ನುವಳು. ಅಸಲು ಕಾಮದಲ್ಲಿ ಪ್ರೀತಿ ಇದ್ದರೆ ಎಲ್ಲವೂ ಚೆಂದವೇ.

"ಎದೆ ಹತ್ತಿರ ಬುಸು ಬುಸು ಅಂತ
ಉಸಿರಲ್ಲೇ ಬಿಸಿ ಇಡುವಂತ
ಪ್ರಿಯಳ ಮೊಗವೂ ನೀಡುವ ಕಲರವವೇ ಚೆಂದ"

ಹೀಗೆ ನಾಯಕ ಆಡುವ ಪಿಸುಮಾತುಗಳಿಂದ ಕಚಗುಳಿ ಇಟ್ಟಂತಾಗಿ ನಾಯಕಿ ನಾಯಕನ ಎದೆಗೆ ಒರಗುತ್ತಾಳೆ, ಇನ್ನೂ ಹತ್ತಿರವಾಗುತ್ತಾಳೆ. ಅವನು ಮತ್ತಷ್ಟು ಪೋಲಿ ಮಾತು ಆಡುತ್ತಾ, ಪೋಲಿ ಕಾಟ ಕೊಡಲು ಶುರುಮಾಡುತ್ತಾನೆ, ಅವನ ಕಾಟಕ್ಕೆ ಮಾತಿಗೆ ಅವಳ ದೇಹ ಬಿಸಿಯಾಗಿ ಕೆಂಪಾಗಿ ಇನ್ನೂ ಜೋರಾಗಿ ಅವನ ಎದೆ ಬಳಸುವಳು. ಪ್ರಣಯದ ಬಿಸಿಗೆ ಅವಳು ಬೆಂದು ನೊಂದು ನೆನೆದು ಹರಿದು ಬುಸು ಬುಸು ಅನ್ನುತ್ತಿದ್ದಾಳೆ. ಅವಳ ಪ್ರತಿ ಉಸಿರಲ್ಲೂ ಪ್ರೇಮದ ಕಾಮದ ದೇಹದ ಬಿಸಿ ಇದೆ, ಆ ಬಿಸಿಯಲ್ಲಿ ಅವಳ ಮುಖ ಕೆಂಪೇರಿ ಮತ್ತಷ್ಟು ಅಂದವಾಗಿ ಚೆಂದವಾಗಿ ಕಾಣುತ್ತಾಳೆ, ಆ ಮುಖದ ಕಲರವವೇ ಚೆಂದ ಎಂದು ನಾಯಕ ಕವಿಯಂತೆ ಹಾಡುತ್ತಾನೆ.

"ಒಂದು ಮಾತು ಆಡದೇ, ಬೇರೆ ಎಲ್ಲೂ ನೋಡದೇ
ಏನು ಮಾಡ ತೋಚದೇ, ಬಿಟ್ಟು ಹೋಗಲಾಗದೇ
ನರಳುತಿರಬಹುದೇ ಏನಃ
ಒಂಟಿ ಒಂಟಿ ಆಗಿರುವುದು
ಬೋರೋ ಬೋರೋ ಬೋರು ಬೋರು..."

ಇಷ್ಟೆಲ್ಲಾ ನಡೆಯುತ್ತಿರಬೇಕಾದರೆ ಸಮಯ ಬೇರೆ ಆಗುತ್ತಿದೆ, ಇರುವ ಸಮಯದಲ್ಲೇ ಎಲ್ಲವೂ ಆಗಬೇಕು ಏನು ಆಗಬಾರದು, ನಾಯಕಿ ಪೋಲಿ ಆಟ ಸಹಿಸುತ್ತಲೇ ಒಂದು ಮಾತು ಆಡುತ್ತಿಲ್ಲ, ಮಾತು ಆಡುವ ಸಮಯ ಅಲ್ಲ ಇದು, ಅಧರಂ ಮಧುರಂ ರೋಮಾಂಚನಮ್ ಕ್ಷಣಗಳು, ನಾಯಕನನ್ನೇ ನೋಡುತ್ತಾ ಬೇರೆ ಎಲ್ಲಿಯೂ ನೋಡಲಾಗದೇ ಬೇರೆ ಏನು ಮಾತು ಆಡಲಾಗದೇ ಕೂತಿದ್ದಾಳೆ. ನಾಯಕನಿಗೆ ಏನು ಮಾಡುವುದು ಎಂದು ತೋಚುತ್ತಿಲ್ಲ, ಏನೋ ಮಾಡಲು ಹೋಗಿ ಮತ್ತೇನೋ ಆದೀತು ಎನ್ನುವ ಭಯ, ಆದರೆ ಅಪರೂಪಕ್ಕೆ ಸಿಕ್ಕ ನಾಯಕಿ ಮತ್ತೆ ಇನ್ನೆಂದೋ ಸಿಗುವ ಇವಳ ಬಿಡಲು ಮನಸಿಲ್ಲ, ಜೊತೆಗೆ ಅವಳ ಒಂದಷ್ಟು ಷರತ್ತುಗಳ

ನಡುವೆಯೂ ತನಗನಿಸಿದ್ದು ಮಾಡುತ್ತಾ ತನಗೆ ಬೇಕಿದ್ದು ದಕ್ಕಿಸಿಕೊಳ್ಳುತ್ತಾ ಕೂತಿದ್ದಾನೆ, ಹಿಂಗೇ ಏನು ತೋಚದೇ ಬಿಟ್ಟು ಹೋಗಲಾಗದೇ ನರಳುತ್ತಿದ್ದಾರೆ, ಹೊರಳುತ್ತಿದ್ದಾರೆ, ಅರಳುತ್ತಿದ್ದಾರೆ. ಈ ಕ್ಷಣಗಳು ಮುಗಿಯುತ್ತವೆ, ಸಮಯ ಸರಿಯುತ್ತದೆ, ಅವಳು ಅವಳ ಮನೆಯ ಹಾದಿ ಹಿಡಿಯಬೇಕು, ಇವನು ಇವನ ಮನೆಯ ಹಾದಿ ಹಿಡಿಯಬೇಕು, ಭಾರದ ಹೃದಯದೊಂದಿಗೆ ಬೀಳ್ಕೊಡುಗೆ. ಮತ್ತದೇ ಬೇಸರ ಮತ್ತದೇ ವಿರಹ ಮತ್ತದೇ ಒಂಟಿತನ ಮತ್ತದೇ ಬೋರು...

ಒಂಟಿ ಒಂಟಿ ಆಗಿರುವುದು ನಿಜಕ್ಕೂ ಬೋರೋ ಬೋರೋ ಬೋರು ಬೋರು...

ತುಂಬಿದರೂ ತುಳುಕುವ ಬಿಂದಿಗೆ, ಹಂಸಲೇಖರ ರೂಪಕಗಳ ಮಂಡಿಗೆ

ಶ್ರೀ ಮಂಜುನಾಥ ಸಿನಿಮಾ 2001ರಲ್ಲಿ ಬಂದ ಸಿನಿಮಾ. ದೊಡ್ಡ ತಾರಾಗಣ ಬಳಗ ಮತ್ತು ದೊಡ್ಡ ಬಜೆಟ್ ಸಿನಿಮಾ. ಭಕ್ತಿ ಪ್ರಧಾನವಾದ ಚಿತ್ರ. ಭಕ್ತಿಪ್ರಧಾನ ಚಿತ್ರಗಳಲ್ಲಿ ಹಂಸಲೇಖರ ಹಾಡುಗಳು ಅಷ್ಟೇ ಭಕ್ತಿ ಪೂರ್ಣವಾಗಿರುತ್ತದೆ. ಸಿನಿಮಾದಲ್ಲಿ ಹದಿನೈದು ಹಾಡುಗಳಿವೆ. ಸಿನಿಮಾದಲ್ಲಿ ಈ ಹಾಡಿನ ದೃಶ್ಯರೂಪ ಇಲ್ಲ, ಅದು ಶೂಟ್ ಮಾಡಿರುವುದು ಕೂಡ ಅನುಮಾನ, ಯಾಕೆಂದರೆ ಶೂಟ್ ಮಾಡಿದ್ದರೆ ಯೂಟ್ಯೂಬ್ ಅಲ್ಲಿ ಆದರೂ ಸಿಗುತ್ತಿತ್ತು. ಎಲ್ಲಿಯೂ ವಿಡಿಯೋ ರೂಪದಲ್ಲಿ ಸಿಗದ ಈ ಹಾಡು ಆಡಿಯೋ ರೂಪದಲ್ಲಿ ಮಾತ್ರ ಕೇಳಸಿಗುತ್ತದೆ. ಕೇಳುತ್ತಾ ಕೂತರೆ ಅತ್ಯದ್ಭುತವಾದ ಸಾಹಿತ್ಯ, ಶೃಂಗಾರದ ರೂಪಕಗಳು ಸಿಗುತ್ವೆ. ಮಾಧುರ್ಯ ಮತ್ತು ಶೃಂಗಾರ ಸೇರಿ ಅರೆದು ಬರೆದ ಹಾಡಿದು. ಎದ್ದೇಳು ಮಂಜುನಾಥ ಸಿನಿಮಾದಲ್ಲಿ ಇರಬೇಕಾದ ಹಾಡು ಮಿಸ್ ಆಗಿ ಶ್ರೀ ಮಂಜುನಾಥದಲ್ಲಿದೆ. ಸಿನಿಮಾದಲ್ಲಿ ಭಕ್ತಿಯ ಫ್ಲೋಗೆ ಬಹುಶಃ ಈ ಹಾಡು ಅಷ್ಟಾಗಿ ಒಗ್ಗದ ಕಾರಣಕ್ಕೋ, ಈ ಹಾಡಿನಿಂದ ಸಿನಿಮಾದಲ್ಲಿನ ಭಕ್ತಿಯ ಓಘಕ್ಕೆ ಅಡೆಯಾಗುತ್ತದೆ ಅಂತಲೋ ಈ ಹಾಡಿಗೆ ಕತ್ತರಿ ಹಾಕಿರಬಹುದು ಎಂಬುದು ನನ್ನ ಊಹೆ.

ಹಾಡಿನ ಬಗ್ಗೆ ಶುರುಮಾಡೋಣ, ಸಿನಿಮಾದಲ್ಲಿ ನಾಯಕ ನಾಸ್ತಿಕ, ದೇವರನ್ನು ಬಯ್ಯುತ್ತಾ ದೇವರ ಇರುವಿಕೆಯನ್ನು ಅನುಮಾನಿಸುತ್ತಾ "***ಯಾರೋ ಕಂಡೋರ್ ನಿನ್ನ, ನಿನ್ನ ಮೂತಿ ಮುಸುಡಿಯನ್ನ***" ಎಂದು ಹಾಡುವ ಅಡ್ನಾಡಿ, ನಾಯಕಿ ಭಯಂಕರ ಆಸ್ತಿಕಳು ಶಿವನ ಭಕ್ತೆ, ಇವರಿಬ್ಬರಿಗೂ ಪ್ರೀತಿ ಆಗಿ ಮದುವೆ ಕೂಡ ಆಗುತ್ತೆ, ಒಂದು ಹಂತದಲ್ಲಿ ನಾಯಕನಿಗೆ ಶಿವನ ಮೇಲೆ ಭಕ್ತಿ ಬೆಳೆದು ಅವನು ಆಸ್ತಿಕನಾಗುತ್ತಾನೆ. ಇಂತಹ ಕತೆಯಲ್ಲಿ ಈ ವಿವಾಹಪೂರ್ವ ಪ್ರಣಯ ಗೀತೆ ಇದೆ. ಈ ಗೀತೆಯಲ್ಲೊಂದು ಸಕತ್ ರೂಪಕ ಕೂಡ ಇದೆ, ಅದೇ "ತುಂಬಿದ ಬಿಂದಿಗೆ".

ನಮಗೆಲ್ಲಾ ಗಾದೆ ಗೊತ್ತು "ತುಂಬಿದ ಬಿಂದಿಗೆ ತುಳುಕೋಲ್ಲ" ಅಂತ, ಆದರೆ ಈ ಹಾಡಿನಲ್ಲಿ ತುಂಬಿದ ಬಿಂದಿಗೆ ತುಳುಕುತ್ತೆ ಬಳುಕುತ್ತೆ. ವೈಯ್ಯಾರ ಹುಟ್ಟಿದ್ದೇ ಹೆಣ್ಣಿನಿಂದ. ಈ ರೂಪಕ ಶುರುವಾಗೋದೇ, ಈ ಹಾಡು ಶುರುವಾಗೋದೇ ನಾಯಕನಿಂದ, ಅವನು ವೈಯಾರದಲ್ಲಿ ನಡೆಯುತ್ತಾ ಹೊರಟ ನಾಯಕಿಗೆ

"ಹೇ ಹೇ ಬಿಂದಿಗೆ
ತಳುಕು ಬಳುಕು ಬಿಂದಿಗೆ
ತುಂಬು ಬಿಂದಿಗೆ ತುಳುಕೋದು ಎಂದಿಗೆ?
ಚಿನ್ನ ಈ ನಿನ್ನ ನಿಧಿಯ ಕದಿಯೋ ವಿಧಾನ ವಿಭಿನ್ನ"

ನಾಯಕಿಯನ್ನ ನಾಯಕ ಬಿಂದಿಗೆ ಎಂದೇ ಕರೆಯುತ್ತಾನೆ. ಅದು ಬರೀ ಬಿಂದಿಗೆಯಲ್ಲ ತಳುಕು ಬಳುಕು ಬಿಂದಿಗೆ. ಅವಳ ನಡಿಗೆ ಹಾಗಿದೆ. ಸೌಂದರ್ಯ ಹೊತ್ತ ಅವಳು ಅಷ್ಟು ತಳುಕುತ್ತಾ ಬಳುಕುತ್ತಾ ನಡೆದರೆ

ಇವನು "***ತುಂಬು ಬಿಂದಿಗೆ ತುಳುಕೋದು ಎಂದಿಗೆ***" ಎನ್ನುವವನು. ಆ ಬಿಂದಿಗೆ ತುಂಬಿದ ಬಿಂದಿಗೆ ಏನು ತುಂಬಿರೋದು? ಬಿಂದಿಗೆ ಅಂದರೆ ಹೆಣ್ಣು, ನೀರು ಅವಳ ಹೆಣ್ಣುತನ. ಕುಮಾರಿಯಿಂದ ಕನ್ಯೆ ಆದ ತುಂಬಿದ ಬಿಂದಿಗೆ, ಹೆಣ್ಣುತನ ತುಂಬಿದ ಬಿಂದಿಗೆ ಅವಳು, ತುಂಬಿದ ಮೇಲೆ ತುಳುಕಲೇ ಬೇಕು ಅದು ಯಾವಾಗ? ಎಂದು ಕೇಳುತ್ತಿದ್ದಾನೆ. ತುಂಟ ರಸಿಕ. ಬರೀ ಅಷ್ಟಕ್ಕೇ ನಿಲ್ಲಿಸದೇ ನಿಂತ ನಾಯಕಿಯನ್ನ ಚಿನ್ನ! ನಿನ್ನೊಳಗೆ ಅಡಗಿರುವ ನಿಧಿಯನ್ನು ಕದಿಯೋದು ಸುಲಭವಲ್ಲ ನೀನು ಸುಲಭಕ್ಕೆ ಒಲಿಯದ ಹೆಣ್ಣು ಕೂಡ ಅಲ್ಲ, ನಿನ್ನ ನಿಧಿಯ ಕದಿಯೋ ವಿಧಾನವೇ ವಿಭಿನ್ನ ಎನ್ನುವವನು. ಅವನ ಹಾಡಿನಲ್ಲಿ ಅವಳನ್ನು ಹೊಗಳಿ ಅಟ್ಟಕ್ಕೇರಿಸುವ ರಸಿಕ ಪ್ರತಿಭೆಯಿದೆ, ಅವಳ ಬಿಂದಿಗೆ ತುಂಬಿಸುವ ಕಳ್ಳ ಕೋರಿಕೆ ಕೂಡ ಇದೆ. ಅವಳೇನು ಅದನ್ನು ತಿಳಿಯದ ದಡ್ಡಿಯಲ್ಲ.

ಅದಕ್ಕವಳು

"ಈ ಈ ಬಿಂದಿಗೆ ಮನಸು ಮುಟ್ಟೋ ಗಂಡಿಗೆ
ಮದನ ಮಂಡಿಗೆ ಸುರಿಯೋಂತ ಬಿಂದಿಗೆ
ಈ ಈ ಬಿಂದಿಗೆ ಲಕ್ಷ ಲಕ್ಷ ಮಂಡಿಗೆ
ತುಂಬೋ ಬಿಂದಿಗೆ ತುಂಬೋಂತ ಗಂಡಿಗೆ"

ಈ ಬಿಂದಿಗೆ ಅಷ್ಟು ಸುಲಭಕ್ಕೆ ಒಲಿಯದ ಬಿಂದಿಗೆ. ಈ ಬಿಂದಿಗೆ ಒಲಿಯೋದು ಮನಸ್ಸನ್ನು ಮುಟ್ಟುವ ಗಂಡಿಗೆ ಅನ್ನುತ್ತಾಳೆ. ಮೊದಲು ಮನಸ್ಸನ್ನು ಗೆಲ್ಲು ಆಮೇಲೆ ದೇಹವನ್ನು ಇಂಚಿಂಚು ರಸಿಕವಾಗಿ ಕೊಲ್ಲು ಅಂತ ವಾರ್ನಿಂಗ್ ಕೊಡುತ್ತಾ. ಈ ಬಿಂದಿಗೆ ಒಲಿಯೋದು "***ಮದನ ಮಂಡಿಗೆ ಸುರಿಯೋಂತ ಬಿಂದಿಗೆ***" ಎನ್ನುತ್ತಾಳೆ. ಮಂಡಿಗೆ ಎನ್ನುವುದು ಸಿಹಿ ತಿಂಡಿಯ ಹೆಸರು. ಬಾಯಿಗೆ ಇಟ್ಟುಕೊಂಡರೆ ಕರಗಿ ಹೋಗುವ ಹೋಳಿಗೆಯಂತಹ ತಿಂಡಿ. ಗೋಧಿಹಿಟ್ಟು ಸಕ್ಕರೆ, ತುಪ್ಪ ಹಾಕಿ ಮಾಡಿದ ತಿಂಡಿ. ನಾಯಕಿ ಒಲಿಯೋದು ಮದನ ಮಂಡಿಗೆ, ಮದನ ಎಂದರೆ ಕಾಮರಾಜ, ರಸಿಕ. ರಸಿಕತೆ ತುಂಬಿರುವ ಮದನನಿಗೆ ಮಾತ್ರ ತಾನು ಒಲಿಯೋದು, ಅವನು ತನ್ನ ಒಲಿಸಿಕೊಂಡು ನನ್ನ ಮುಂದೆ ಬಗ್ಗಿದರೆ ಈ ಬಿಂದಿಗೆ ಸುರಿದು ಅವನ ದಾಹ ತೀರಿಸೋದು ಎನ್ನುವಳು. ಬರೀ ಅಷ್ಟೇ ಆದ್ರೆ ಓಕೇ ಅಷ್ಟಕ್ಕೇ ನಿಲ್ಲದೆ ಇನ್ನೊಂದು ಎಕ್ಸ್ಟ್ರಾ ಅರ್ಹತೆ ಕೂಡ ಹೇಳುವಳು "***ಲಕ್ಷ ಲಕ್ಷ ಮಂಡಿಗೆ ತುಂಬೋ ಬಿಂದಿಗೆ ತುಂಬೋಂತ ಗಂಡಿಗೆ***" ಯಪ್ಪೋ! ಇದೆಂತಹ ಸಾಧ್ಯತೆ? ಲಕ್ಷ ಲಕ್ಷ ಮಂಡಿಗೆ ತುಂಬೋ ಬಿಂದಿಗೆಯನ್ನ ತುಂಬುವಂತಹ ಗಂಡಿಗೆ ಅನ್ನುತ್ತಾಳೆ. ಅವನ ಪ್ರಣಯದಾಟ ನಿಲ್ಲದ ನಾಗಾಲೋಟವಾಗಿರಬೇಕು, ಲಕ್ಷ ಲಕ್ಷ ಪ್ರಣಯದ

ರೌಂಡುಗಳಾಗಬೇಕು, ಅಂತ ಗಂಡಿಗೆ ತಾನು ಒಲಿಯೋದು ಅನ್ನುತ್ತಾಳೆ, ಅರ್ಥಾತ್ ಕಲಿಯುಗದ ಕೃಷ್ಣನನ್ನು ಕೇಳುತ್ತಿದ್ದಾಳೆ. ಲಕ್ಷ ನಾರಿಯರ ಸೂರೆ ಮಾಡುವ ಗಂಡಿಗೆ ತಾನು ಒಲಿಯೋದು ಅನ್ನುತ್ತಾಳೆ. ಅಂತ ಫಲವಂತನಿಗೆ ಈ ಫಲವತ್ತಾದ ದೇಹ ಭೂಮಿ ಎನ್ನುವಳು. ಕಣ್ಣು ಹೊಡೆಯುವಳು.

ನಾಯಕಿಯ ಬೇಡಿಕೆಗಳ ಕೇಳಿ ನಾಯಕ ಬೆವತು ಹೋಗಿದ್ದಾನೆ ಎಂದುಕೊಂಡರೆ ಅವನೇನು ಸಾಮಾನ್ಯದವನಲ್ಲ. ಅವಳ ಬೇಡಿಕೆ ಇಟ್ಟ ಕೂಡಲೇ ಅವನು

***"ಯಕ್ಷಿಣಿ ಬಿಂದಿಗೆ
ಅತ್ಯಪೂರ್ವ ಬಿಂದಿಗೆ
ಕಡೆದರೆ ಕಾಮನ ಫಲ ಕೈಗೆ"***

ಯಕ್ಷಿಣಿಯಂತ ಹೆಣ್ಣೇ, ಎಲ್ಲೂ ಕಾಣದ ಸಿಗದ ಹೆಣ್ಣೇ, ಕಡೆದರೆ ಕಾಮನ ಫಲ ಕೈಗೆ ಅನ್ನುತ್ತಾನೆ. ಅವನಿಗಿರುವ ಆತ್ಮವಿಶ್ವಾಸ ಅಂತಹದ್ದು. ಆತ್ಮವಿಶ್ವಾಸ ಇದ್ದ ಗಂಡಸನ್ನು ಯಾವ ಹೆಂಗಸು ಸುಲಭವಾಗಿ ಅಷ್ಟಾಗಿ "ರಿಜೆಕ್ಟ್" ಮಾಡುವುದಿಲ್ಲ. ನೀನು ಚಾನ್ಸು ಕೊಟ್ರೆ ಮೊದಲ ಪ್ರಯತ್ನದಲ್ಲೇ ತೊಟ್ಟಿಲು ಫಿಕ್ಸು ಅನ್ನುವ ಅವನಿಗೆ ಅವಳು ಅಷ್ಟೇ ಒಗಟಾಗಿ ಉತ್ತರ ಕೊಡುವಳು.

***"ಕೋಟೆಯ ಬಾಗಿಲ ಮುರಿದಿರೋ ಧೀರಂಗೆ
ಅಂತಃಪುರವೇ ಕಾದಿದೆ ರಾಜಿಗೆ"***

ಕೋಟೆಯ ಬಾಗಿಲು ಮುರಿಯುವ ಧೀರನಿಗೆ ಮಾತ್ರ ಅಂತಃಪುರ ಕಾದಿರೋದು ರಾಜಿಗೆ ಅನ್ನುತ್ತಾಳೆ. ಅವಳ ಹೆಣ್ಣುತನ, ಸೌಂದರ್ಯ ಅನ್ನುವ ಕೋಟೆಯ ಬಾಗಿಲು ಮತ್ಯಾವುದು ಅಲ್ಲ ಅವಳ ಮನಸು, ಶುರುವಿನಲ್ಲೇ ಅವಳು ಹೇಳಿದ್ದಾಳೆ ಕೂಡ ಮನಸು ಮುಟ್ಟೋ ಗಂಡಿಗೆ ಮಾತ್ರ ಈ ಬಿಂದಿಗೆ ಅಂತ ಅದಕ್ಕೆ ಮತ್ತೆ ಅದನ್ನು ನೆನಪಿಸುತ್ತಾ ಮನಸ್ಸನ್ನು ಗೆಲ್ಲು ಅನ್ನುತ್ತಾಳೆ. ಮನಸ್ಸನ್ನು ಗೆದ್ದರೆ ಮಾತ್ರ ಅವಳ ಅಂತಃಪುರ ಕಾದಿರೋದು ಅನ್ನುವಳು.

ನಾಯಕಿಯ ಬೇಡಿಕೆಗಳು ಮುಗಿದು, ನಾಯಕನ ಆತ್ಮವಿಶ್ವಾಸ ಜಿಗಿದು, ನಾಯಕಿ ಅವನಿಗೊಪ್ಪಿ ನಗುತ್ತಿರುವಾಗ ನಾಯಕ

***"ಬಕಾಸುರನ ಹೊಟ್ಟೆಗೆ ಬಂಡಿ ತುಂಬಾ ವೈಯ್ಯಾರ
ವೈಯ್ಯಾರನ ತಿಂತ ತಿಂತ ನೆಂಚಿಕೊ ಮುದ್ದು ಬಂಗಾರ"
ನಾನು ಮೆಲ್ಲುತ್ತಿದ್ದರೆ ನೀನು ತೇಗುವೆಯ
ಚೆನ್ನ ಈ ನಿನ್ನ ಚೆಲುವ ಸವಿಯೋ ವಿಧಾನ ವಿಭಿನ್ನ***

ನವರಸಗಳ ಸುರಭೋಜನ
ಚಪ್ಪರಿಸುವೆ ನೀನೀದಿನ
ಎಲೆತುಟಿಗಳ ವೀಳೇದೆಲೆಗಳ
ಜಗಿ ಜಗಿ ಜಗಿ ಜಗಿ"

ರಸಿಕತೆಯಲ್ಲಿ ಮಿಲನದಲ್ಲಿ ನಾನು ಬಕಾಸುರನಂತಹವನು ನನಗೆ ಬಂಡಿಗಟ್ಟಲೆ ವೈಯ್ಯಾರ ಬೇಕು ಅನ್ನುವನು. ಅದಕ್ಕೆ ನಾಯಕಿ ತಾನು ಅಂತಹ ಬಂಡಿಗಳ ಸರಣಿ, ಬರೀ ಒಂದು ಬಂಡಿಯಲ್ಲ ಖಾಲಿಯಾಗದ ವೈಯ್ಯಾರವಲ್ಲ ಎಷ್ಟು ಬೇಕು ಅಷ್ಟು ತಿನ್ನು, ನೀನು ಖಾಲಿ ಮಾಡಿದಷ್ಟು ನಾನು ಮತ್ತೆ ತುಂಬುವೆ, ವೈಯ್ಯಾರನ ತಿನ್ನುತ್ತಾ ತಿನ್ನುತ್ತಾ ನನ್ನೇ ನೆಂಚಿಕೋ ನನ್ನ ಮುದ್ದು ಬಂಗಾರ ಎನ್ನುವಳು. ಅವಳು ಒಪ್ಪಿಗೆ ಕೊಟ್ಟ ಮೇಲೆ ರಸಿಕ ನಾಯಕ ಸುಮ್ಮನಿರುತ್ತಾನಾ? ತಿನ್ನಲು ಶುರು ಮಾಡುವನು, ಅವಳು ತೇಗುವಳು. ಮಿಲನದಲ್ಲಿ ತಿನ್ನೋರು ಒಬ್ಬರು ತೇಗೋರು ಇನ್ನೊಬ್ಬರು. ಅದೊಂಥರಾ ಒಗಟು ಒಗಟು.

ಅದನ್ನೇ ನಾಯಕ ನಗುತ್ತಾ ಹೇಳುತ್ತಾನೆ ಅಲ್ಲ 'ನಾನು ನೋಡುದ್ರೆ ಹಿಂಗೇ ಬಕಾಸುರನಂತೆ ನಿನ್ನ ತಿನ್ನುತ್ತಾ ಇದ್ರೆ ನೀನು ತೇಗುವೆಯ' ಅಂತ. ಶುರುವಿನಲ್ಲಿ ಚಿನ್ನ ಈ ನಿನ್ನ ನಿಧಿಯ ಕದಿಯೋ ವಿಧಾನ ವಿಭಿನ್ನ ಅಂದವನು, ಈಗ ನಿಧಿಯ ನಾಯಕಿಯೇ ನಿಧಿಯ ಕದ್ದೊಯ್ಯಲು ಅಪ್ಪಣೆ ಕೊಟ್ಟ ಮೇಲೆ, ಇನ್ನೊಂಚೂರು ರಸಿಕತೆ ಹುಟ್ಟಿ ನಿಧಿಯ ಜಾಗಕ್ಕೆ ಚೆಲುವು ಅನ್ನುತ್ತಾನೆ. ಹೆಣ್ಣಿಗೆ ಚೆಲುವು ಕೂಡ ಒಂದು ನಿಧಿಯಲ್ಲವೇ? ಅವನು ಚೆಲುವು ಎಂದೊಡನೆ ಅಲ್ಲೊಂದು ಮೌನ. ಇದು ನಿಧಿಯ ಕದಿಯೋದಲ್ಲ ಅದಕ್ಕೆ ನಾಯಕಿಯೇ ಚೆಲುವು ಎಂದ ಕೂಡಲೇ ಸವಿಯೋ ವಿಧಾನ ಅನ್ನುವಳು. ಅವರಿಬ್ಬರಿಗೂ ಫ್ರೀಕ್ವೆನ್ಸಿ ಮ್ಯಾಚ್ ಆಗಿ, ಅವರ ಪ್ರಣಯ ಈಗ ರೆಸೊನೆಟ್ ಆಗುವ ಸಮಯ. ರಾಗಕ್ಕೆ ತಾಳ ಸೇರಿದಂತೆ, ಅವನ ಮಾತಿಗೆ ಅವಳ ಮಾತು, ಅವನ ಕೊಂಕಿಗೆ ಅವಳ ವೈಯ್ಯಾರ, ಅವನ ಬಕಾಸುರತನಕ್ಕೆ ಅವಳು ಬಂಡಿಯೇ ಆಗುವ ಸಮಯ. ಅವಳು ಸವಿಯೋ ಎಂದ ಕೂಡಲೇ ಆ ಸವಿಯೋ ವಿಧಾನ ಕೂಡ ವಿಭಿನ್ನ ಎನ್ನುವನು. ಇವತ್ತು ನವರಸಗಳನ್ನು ಚಪ್ಪರಿಸುವೆನು ಅನ್ನುವನು, ಶೃಂಗಾರ ಅನ್ನೋದೇ ನವರಸಗಳಲ್ಲಿ ಒಂದು, ಅಂತಹದರಲ್ಲಿ ಶೃಂಗಾರದಲ್ಲೇ ನವರಸಗಳ ಭೋಜನ ನೀನು ಚಪ್ಪರಿಸುವೆ ನಾನು ಎನ್ನುವನು, ಹೌದು ನೀನೇ ಚಪ್ಪರಿಸು ಅನ್ನುವಳು, ಅವನಿಗೆ ಇನ್ನೂ ಉತ್ಸಾಹ ಬಂದು ನಿನ್ನ ಎಲೆತುಟಿಗಳು ವೀಳ್ಯೆದೆಲೆಗಳು ಎನ್ನುವನು ಎಂತಹ ರೂಪಕ! ತುಟಿಗಳನ್ನ ವೀಳ್ಯೆದೆಲೆಗಳಿಗೆ ಹೋಲಿಕೆ. ಅವನು ಹಾಗೆ ಅಂದೊಡನೆ ಅವಳು ಜಗಿ ಜಗಿ ಅನ್ನುವಳು, ಸರಿ ಎಂದು ಜಗಿಯಲು ಶುರುಮಾಡುತ್ತಾನೆ

ವಸಂತ ಮಾಸ ಶೃಂಗಾರ ಮಾಸ, ಎಲೆಗಳೆಲ್ಲಾ ಉದುರಿ ಚಿಗುರೊಡೆಯುವ ಕಾಲ, ಹೊಸದು ಹುಟ್ಟುವ ಕಾಲ, ಮಿಲನೋತ್ಸವಕ್ಕೆ ಹೇಳಿ ಮಾಡಿಸಿದ ಕಾಲ. ಅಂತಹದರಲ್ಲಿ ನಾಯಕನಿಗೆ ಈ ನಾಯಕಿಯೇ ವಸಂತ ಮಾಸ ಅಂತೆ, **ವನಿತಾ ವಸಂತ** ಎಂದು ಕರೆಯುತ್ತಾನೆ.

"ಥೈಯಾತ ಥೈಯಾತ ಅನ್ನುತಾ
ದೇಹದ ಬೆನ್ನು ಹತ್ತಿ ವನಿತಾ ವಸಂತ ಬಂದ
ದೇಹದ ಸುತ್ತಿರೋ ಕಾಮದ ಪ್ರಭಾವಳಿ
ಒಳಗೆ ಗ್ರೀಷ್ಮದ ಛಲ ತಂದ"

ಅವನ ವಿಕ್ರಮನ ದೇಹದ ಬೆನ್ನಿಗೆ ಬೇತಾಳನಂತೆ ಹತ್ತಿದೆ ವನಿತಾ ವಸಂತ, ಅವಳೇ ಒಂದು ವಸಂತ ಮಾಸವಾಗಿ ತಂಪಾಗಿ ಅವನ ಎದುರು ನಿಂತಿರಲು ಅವನಿಗೆ ನೆಲವೇ ಕುಣಿದಂತಾಗಿ ತಾನು ಕುಣಿಯ ಹತ್ತಿದ್ದಾನೆ, ಗಂಡು ನವಿಲಿನಂತೆ. ಅದಕ್ಕೆ ಅವನು ***"ಥೈಯಾತ ಥೈಯಾತ ಅನ್ನುತಾ, ದೇಹದ ಬೆನ್ನು ಹತ್ತಿ ವನಿತಾ ವಸಂತ ಬಂದ"*** ಅನ್ನುವವನು, ಅವಳೇನೂ ಇಂತಹ ಪೋಲಿತನದಲ್ಲಿ ಒಗಟು ಮಾತುಗಳಲ್ಲಿ ಸುಮ್ಮನಿರುವವಳಲ್ಲ ಅದಕ್ಕವಳು ***"ದೇಹದ ಸುತ್ತಿರೋ ಕಾಮದ ಪ್ರಭಾವಳಿ ಒಳಗೆ ಗ್ರೀಷ್ಮದ ಛಲ ತಂದ"*** ಅನ್ನುವಳು ಗ್ರೀಷ್ಮ ಮಾಸ ಉಷ್ಣದ ಮಾಸ, ಒಮ್ಮೊಮ್ಮೆ ಜೋರು ಬಿಸಿಲಿದ್ದು, ಬಿಸಿ ಗಾಳಿ ಬೀಸಿ, ಏಕಾಏಕಿ ಹೊತ್ತಲ್ಲದ ಹೊತ್ತಲಿ ಮೋಡಗಳೆಲ್ಲಾ ಕೂಡಿ ಮಳೆಹನಿಯಾಗಿ ಭೂಮಿ ತಂಪು ಮಾಡುವ ವಿಚಿತ್ರ ಬೆಚ್ಚನೆಯ ಮಾಸ, ಅವನು ಅವಳನ್ನು ವಸಂತ ಮಾಸಕ್ಕೆ ಹೋಲಿಸಿದರೆ ಅವಳು ಅವನನ್ನು ಗ್ರೀಷ್ಮ ಮಾಸಕ್ಕೆ ಹೋಲಿಸುತ್ತಾಳೆ, ಅವನ ಪೋಲಿತನಕ್ಕೆ ರಂಗಿತನಕ್ಕೆ ಮರುಳಾಗಿ ಒಪ್ಪಿಸಿಕೊಂಡ ಅವಳಿಗೆ ದೇಹದ ಸುತ್ತ ಕಾಣದ ಪ್ರಭಾವಳಿ ಹರಡಿಕೊಂಡಿದೆ, ಅರ್ಥಾತ್ ಹಸಿಯಾಗಿ ಬಿಸಿಯಾಗಿದ್ದಾಳೆ ಅದರ ಪ್ರಭಾವಳಿಯಲ್ಲಿ ನೆನೆದು ಹೋಗಿದ್ದಾಳೆ, ಆ ನೆನೆಯುವಿಕೆಯಿಂದ ಅವಳೊಳಗೆ ಗ್ರೀಷ್ಮದ ಛಲ ತಂದಿದೆ. ಭಯಂಕರ ರೊಮ್ಯಾಂಟಿಕ್ ಮೆಟಾಫರ್ ಇದು! ಎಷ್ಟು ಸಿಗುತ್ತೋ ಅಷ್ಟು ಮಾತ್ರ ದಕ್ಕುವಂತಹ ಮೆಟಾಫರ್. ಅವನು ಅವಳನ್ನು ವಸಂತ ಎಂದರೆ ಅವಳು ಅವನನ್ನು ಗ್ರೀಷ್ಮ ಎನ್ನುವಳು, ಅವನು ಅರೆರೆ ನೀನು ಎಲ್ಲಾ ನುಂಗೋ ಚೆಲುವಿನ ಕಡಲು ಎನ್ನುತ್ತಾನೆ, ಅವನನ್ನೇ ಅವಳು ನುಂಗಿಕೊಳ್ಳುವುದು ಬಾಕಿ ಅಂಥಾ ಕಡಲು ಅವಳು, ಅವಳು ಇಂತಹ ಸಮಯದಲ್ಲಿ ನನ್ನ ಚೆಲುವಿನ ಕಡಲಿಗೆ ಒಂದೇ ಸಲ ಆಪೋಶನ ಮಾಡೋ ಖುಷಿ ಆಗೋ ನೀ ಎಂದು ಕೆಣುಕುತ್ತಾಳೆ, ಕೆಣಕಿದೊಡನೆ ಅವನು ಅವಳನ್ನು ಹೀರಲು ಶುರು ಮಾಡುವನು

*"ಎಲ್ಲಾ ನುಂಗೋ ಚೆಲುವಿನ ಕಡಲು ಕಣೆ ನಾರಿ ನೀ
ಒಂದೇಸಲ ಆಪೋಶನ ಮಾಡೋ ಋಷಿ ಆಗೋ ನೀ"*

ಅವಳಿಷ್ಟು ಹೇಳಿದ ಮೇಲೆ ಅವನು ಅವಳನ್ನು ಹೀರಲು ಶುರು ಮಾಡುತ್ತಾನೆ, ಅವಳ ಮಧು ಅವಳ ವೈಯ್ಯಾರ ಹೀರಲು ಶುರುಮಾಡಿ ಅವಳನ್ನು ನೋಡಿದರೆ ಅವಳು ಇನ್ನೂ ಇನ್ನೂ ಉಕ್ಕುತ್ತಿದ್ದಾಳೆ, ಅವನು ಅವಳ ನೋಡಿ ನಗುತ್ತಾ ನಾನು ಈ ಥರಾ ಹೀರುತ್ತಿದ್ದರೆ ನೀನು ಹೀರಿದಷ್ಟು ಉಕ್ಕುತ್ತಿರುವೆಯಲ್ಲಾ ಎಂದು ಕೇಳುತ್ತಾನೆ ಅವಳು ಉಕ್ಕಲು ಶುರುಮಾಡುತ್ತಾಳೆ

ಮತ್ತೆ ಅವನು ಚೆಲುವಿನಿಂದ ಒಲವ ನಿಧಿ ಅನ್ನುತ್ತಾನೆ. ಅವಳು ಚಪ್ಪರಿಸು ಅನ್ನುತ್ತಾಳೆ. ಹೀಗೆ ಎಷ್ಟು ಹೊತ್ತು ಚಪ್ಪರಿಸುತ್ತಾರೆ ಎಂದು ಅವರವರ ಊಹೆಗೆ ಬಿಟ್ಟಿದ್ದು. ಯಾಕೆಂದರೆ ಶುರುವಿನಲ್ಲೇ ನಾಯಕಿ ಹೇಳಿದ್ದಾಳೆ ಲಕ್ಷ ಲಕ್ಷ ಬಿಂದಿಗೆಯನ್ನು ಮಂಡಿಗೆಯಿಂದ ತುಂಬುವ ಮದನ ಬೇಕು ಅಂತ. ಅವನು ಅದಕ್ಕಿಂತ ಹೆಚ್ಚು ಎಂದು ಅವಳನ್ನು ಗೆದ್ದಿರುತ್ತಾನೆ. ಈ ಒಲವ ಯುದ್ಧ ಎಷ್ಟು ರೌಂಡುಗಳಿಗೆ ಮುಗಿದಿರಬಹುದೆಂಬ ಅಂದಾಜು ಹಂಸಲೇಖರಿಗೆ ಅಷ್ಟೇ ಗೊತ್ತಿರಲಿಕ್ಕೆ ಸಾಧ್ಯ!

ಪುನರಪಿ ಜನನಂ ಪುನರಪಿ ಮರಣಂ– ಹಂಸಲೇಖ ಕಟ್ಟಿದ ಪ್ರಣಯ ಸೂತ್ರ

'ತುತ್ತಾ ಮುತ್ತಾ' 1999ರಲ್ಲಿ ಬಂದ ಚಿತ್ರ. ರಮೇಶ್ ಅರವಿಂದ್–ಪ್ರೇಮಾ–ಕಸ್ತೂರಿ ನಟಿಸಿದ್ದರು. ಸಾಮಾನ್ಯವಾಗಿ ಅಲ್ಲಿ ಇಲ್ಲಿ ಕೇಳಿಬರುವ ಕಂಡುಬರುವ ಸಾಧಾರಣ ಕತೆ. ತಂದೆಯಿಲ್ಲದ ಮಗುವನ್ನು ಅತಿ ಪ್ರೀತಿಯಿಂದ ಕಾಪಾಡಿ ಬೆಳೆಸೋ ತಾಯಿ, ಆ ತಾಯಿಗೆ ಅಂಟಿಕೊಂಡು ಬೆಳೆದ ಮಗ, ಮಗನಿಗೊಂದು ಮದುವೆ, ಮಗನನ್ನು ಕಳೆದುಕೊಳ್ಳುವ ಭಯದಿಂದ ಉಂಟಾಗುವ ಸಣ್ಣ ಪುಟ್ಟ ಜಗಳ ಕೊನೆಗೆ ತಾರಕಕ್ಕೇರುವ ಅತ್ತೆ ಸೊಸೆ ಜಗಳ, ಇವರಿಬ್ಬರಿಗೂ ಏನೂ ಹೇಳಲಾಗದೆ **'ತುತ್ತಾ ಮುತ್ತಾ ಎತ್ತ'** ಎಂದು ಬೀದಿಗೆ ಕುಡಿದು ಬೀಳುವ ಮಗ, ಸಡನ್ನಾಗಿ ಈ ಎಲ್ಲಾ ಜಗಳಕ್ಕೂ ಕೊನೆ ಹಾಡೋಕ್ಕೆ ಮೂರನೆಯವಳನ್ನು ಕರೆದುಕೊಂಡು ಬಂದು ಹೆಂಡತಿ, ಅಮ್ಮನ ಮುಂದೆ ***'ಸವತಿ ಶತ್ರು ಯಾರಿಲ್ಲ ಸ್ವಚ್ಛಂದ ರಾಸ ಲೀಲೆಗೆ'*** ಎಂದು ಕುಣಿದಾಗ ಅತ್ತೆ ಸೊಸೆ ಒಂದಾಗಿ ಮೂರನೆಯವಳನ್ನು ಓಡಿಸುವ ಹೊತ್ತಿಗೆ ಅವರವರ ತಪ್ಪಿನ ಅರಿವಾಗಿ ಹ್ಯಾಪಿ ಎಂಡಿಂಗ್–ಶುಭಮ್ ಆಗುವ ಕತೆ, ಸಿನಿಮಾ.

ಇಂತಹ ಸಾಧಾರಣ ಸಿನಿಮಾವನ್ನ ಒಂದು ಮಟ್ಟ ಮೇಲಕ್ಕೆ ಎತ್ತಿಸಿದ್ದು ಹಂಸಲೇಖರ ಹಾಡುಗಳು, ***'ತುಸು ಮೆಲ್ಲ ಬೀಸು ಗಾಳಿಯೇ'***

ಎಂದು ಮಗುವನ್ನು ಮಡಿಲಲ್ಲಿ ಮಲಗಿಸಿಕೊಂಡು ಲಾಲಿ ಹಾಡುವ ಅಮ್ಮನ ಹಾಡು, ಅದೇ ಅಮ್ಮನನ್ನು ಮಡಿಲಲ್ಲಿ ಮಲಗಿಸಿಕೊಂಡು '***ತುಸು ಮೆಲ್ಲ ಬೀಸು ಗಾಳಿಯೇ***' ಎಂದು ಹಾಡುವ ಮಗ, '***ಬಾಳಿಗೊಂದು ಗಂಡು ಬೇಡವೇ***' ಎಂದು ಬದುಕಿಗೆ ಸಂಗಾತಿ ಬೇಕು ಎನ್ನುವ ಬುದ್ಧಿ ಮಾತಿನ ಹಾಡು, '***ಇಬ್ಬರು ಕಂಡಿಹರು ಈ ಗಂಡಿನ ಬೆತ್ತಲೆಯ, ಇಬ್ಬರು ಬೆಳಗಿಹರು ಈ ಹೃದಯದ ಕತ್ತಲೆಯ***' ಎಂದು ತಾಯಿ ಹೆಂಡತಿ ಮಹತ್ವ ಸಾರುವ ಹಾಡು, ಹೀಗೆ ಎಲ್ಲಾ ಹಾಡಿನ ಜೊತೆಗೆ ಸಂಸಾರ ಸೂತ್ರದ ಪಾಠಗಳನ್ನು ಹೇಳುವ ಅವರ ಸಂಗೀತದಲ್ಲಿ ಎರಡು ಚೆಂದದ ಪ್ರಣಯ ಗೀತೆಗಳು ಕೂಡ ಬಂದಿವೆ. ಅದರಲ್ಲಿ ಒಂದು ಸತಿಗೀತೆಯಾದರೆ, ಇನ್ನೊಂದು ಸವತಿಗೀತೆ! ಸದ್ಯಕ್ಕೆ ಸವತಿಗೀತೆ ಸೈಡಿಗೆ ಇಟ್ಟು ಸತಿ ಗೀತೆಯಷ್ಟೇ ಮಾತಾಡೋಣ.

ಮೊದಲೇ ತಾಯಿ ಪ್ರೀತಿಯಲ್ಲಿ ಬೆಳೆದ ಮಗ, ಹೆಣ್ಣಿನ ಸಹವಾಸವಿಲ್ಲದ ಗಂಡು. ನಾಯಕನಿಗೆ ಮದುವೆಯಾಗುತ್ತದೆ, ಮೊದಲೇ ಮಗುವಿನಂತಹವನು. ಮದುವೆಯಾದ ಮೇಲೆ ಹನಿಮೂನಿಗೆ ಹೋಗಬೇಕು, ನಾಯಕನದು ಊಟಿ ಕಡೆ ಹೋಗಿ ಲೂಟಿ ಮಾಡುವ ಯೋಜನೆ, ಆದರೆ ಮನೆಯ ಹಿರಿಯರು ಊಟಿಗೆ ಹೋಗೋ ಮುಂಚೆ ದೇವಸ್ಥಾನ ಮುಖ್ಯ ಅಲ್ಲಿಗೆ ಹೋಗಬೇಕೆಂಬ ಹಿಂಸೆ, ಈ ಹಿಂಸೆಯಲ್ಲಿ ಒದ್ದಾಡುವಾಗ ದೊಡ್ಡಣ್ಣ ನಾಯಕ ರಮೇಶ್ ಅರವಿಂದನ ಸೈಡಿಗೆ ಕರೆದುಕೊಂಡು ಹೋಗಿ 'ನಿನ್ ಹೆಂಡ್ರು ದೇವಸ್ಥಾನದ ಒಳಗೆ ಹೋಗಲಿ, ನೀನು ಹೊರಗೆ ಗೋಪುರ ನೋಡ್ಕೊಂಡು ಅಲ್ಲಿ ಶಿಲ್ಪಿ ಕೆತ್ತಿರೋ ಶಿಲ್ಪಕಲೆ ನೋಡ್ಕೊಂಡು ಹಂಗೆ ಊಟಿಗೆ ಹೋಗು' ಅನ್ನುತ್ತಾನೆ, ಅವನು ಯಾಕೆ ಹಾಗೆ ಅನ್ನುತ್ತಾನೆ ಅಂತ ಗೊತ್ತಾಗೋದು ನಾಯಕ ಗೋಪುರದ ಶಿಲ್ಪಗಳನ್ನು ನೋಡುವಾಗ, ಕಾಮಸೂತ್ರದ ಸಕಲ ಭಂಗಿಗಳನ್ನು ಕೆತ್ತಿರುತ್ತಾರೆ, ಅದನ್ನು ನೋಡುತ್ತಲೇ ನಾಯಕ ಕೆರಳುತ್ತಾನೆ ಅಲ್ಲಿಗೆ ಹಾಡು ಶುರು, ಶುರುವಾಗೋದೇ ಸಂಸ್ಕೃತ ಶ್ಲೋಕದೊಂದಿಗೆ.

ಈ ಹಾಡನ್ನು ಹಾಡಿನಲ್ಲಿ ಬರುವ ಈ ಶ್ಲೋಕವನ್ನ ತುಂಬಾ ಸಲ ಕೇಳಿದೆನಾದರೂ ಸಂಸ್ಕೃತ ಬಾರದಿದ್ದ ಕಾರಣ ಅದರ ಬಗ್ಗೆ ಅಷ್ಟೊಂದು ತಲೆ ಕೆಡಿಸಿಕೊಂಡಿರಲಿಲ್ಲ. ಈ ಒಂದು ಬರಹಕ್ಕಾಗಿಯೇ ಇದನ್ನು ಅಗೆದಾಗ ಸಿಕ್ಕಿದ್ದು ಹಂಸಲೇಖರ ರಸಿಕ ಗಣಿ. ಇದು ಹಂಸಲೇಖ ಬರೆದಿರುವುದೋ ಅಥವಾ ಯಾರೋ ಬರೆದ ಸಂಸ್ಕೃತ ಶ್ಲೋಕವೋ ಗೊತ್ತಿಲ್ಲ. ಆದರೆ ಅದನ್ನು ಪ್ಲೇಸ್ ಮಾಡಿರುವ ರೀತಿ, ಹಾಡಿಗೆ ಬಳಸಿಕೊಂಡಿರುವ ರೀತಿ ಒಂದು ಮಟ್ಟದ್ದಾದರೆ ಆ ಹಾಡಿನ ಅರ್ಥ ಇನ್ನೊಂದು ಮಟ್ಟದ್ದು.

ಶ್ಲೋಕ ಹೀಗಿದೆ

"ಸುರತ ಸುರತ ಸುಖ ಸುಖ ಸುರತ
ಸುಖ ಸಂವರ್ಧಿನಿ ಪಂಚ ಸುರತ
ಕವಿಕಲ್ಯಾಣ ಮಲ್ಲ ವಿರಚಿತ
ಆನತ ಸುರತ ಉತ್ತನ ಸುರತ
ತಿರ್ಯಕ್ ಸುರತೋ ಆಸ್ತಿಕ ಸುರತ
ಸ್ಥಿತ ಸುರತ ಪಂಚ ಸುರತ
ಅನಂಗ ರಂಗ ಸುಖ ಸುರತ
ಸುಖ ಸಂವರ್ಧಿನಿ ಸುಖ ಸುರತ"

ಇದರ ಅರ್ಥ ವಿವರಿಸುವ ಮುನ್ನ ಸ್ವಲ್ಪವೇ ಸ್ವಲ್ಪ ಹಿನ್ನೆಲೆ ಹೇಳಿಬಿಡುವೆ. ವಾತ್ಸಾಯನ ಕಾಮಸೂತ್ರ ತುಂಬಾ ಹಿಂದೆಯೇ ಬರೆದುದ್ದಾದರೂ ಇವತ್ತಿಗೂ ಅಲ್ಲಿ ಇಲ್ಲಿ ಕೇಳಿಬರುವ ಇವತ್ತಿಗೂ ಪ್ರಸ್ತುತವಿರುವ ಕೃತಿ. ಜಗತ್ತಿನ ಎಲ್ಲ ಭಾಷೆಗಳಿಗೂ ತರ್ಜುಮೆಯಾಗಿದೆ. ಕಾಮಸೂತ್ರ ಅಂದ ತಕ್ಷಣ ಮೂಗು ಮುರಿಯುವವರಿದ್ದಾರೆ. ಅದು ಕೇವಲ ಪ್ರಣಯ ಭಂಗಿಗಳನ್ನಷ್ಟೇ ಹೇಳುವ ಕೃತಿ ಎಂದುಕೊಂಡಿದ್ದಾರೆ. ಅದು ಅಪ್ಪಟ ಸುಳ್ಳು. ಕೌಟಿಲ್ಯನ ಅರ್ಥಶಾಸ್ತ್ರದಷ್ಟೇ ವಾತ್ಸಾಯನ ಕಾಮಸೂತ್ರವೂ ಪ್ರಮುಖವಾದ ಕೃತಿ. ಯೋಗ ಮತ್ತು ತತ್ವಶಾಸ್ತ್ರವೂ ಕೂಡ ಈ ಕೃತಿಯಲ್ಲಿದೆ. ಪುರುಷಾರ್ಥದ ಇತರೆ ಮೂರು ಭಾಗದಂತೆ ಕಾಮವೂ ಬಲು ಮುಖ್ಯವಾದದ್ದು. ಪ್ರಣಯವಷ್ಟೇ ಅಲ್ಲದೆ ಹೆಣ್ಣಿನ ಮನಸ್ಸನ್ನು ಗೆಲ್ಲುವುದು, ಪ್ರಣಯ ಪೂರ್ವಕ್ರಿಯೆಗಳು, ಸುಖ ಸಂಸಾರದ ಸಾರ ಜೊತೆಗೆ ಯೋಗವೂ ಕೂಡ ಇದೆ, ಫಿಲಾಸಫಿ ಕೂಡ ಇದೆ, ಒಟ್ಟು ಹತ್ತು ಅಧ್ಯಾಯಗಳಿವೆ, ಏಳು ಭಾಗಗಳಿವೆ, ಅದರಲ್ಲಿ ನಾವೆಲ್ಲಾ ಕೇಳಿದ ಕಾಮಭಂಗಿ ಬಗ್ಗೆ ಇರೋದು ಕೇವಲ ಒಂದು ಭಾಗದ ಒಂದು ಅಧ್ಯಾಯದಲ್ಲಿ. ಶೇಕಡಾ 20 ಇಲ್ಲದ ಭಾಗ ಅದು. ಈ ಪೂರ್ವಾಗ್ರಹಗಳ ಆಚೆಗೂ ವಾತ್ಸಾಯನ ಕಾಮಸೂತ್ರ ನಮ್ಮ ಪೂರ್ವದವರ ಒಂದು ವಿಶಿಷ್ಟ ಕೃತಿ. ಇದರಲ್ಲಿ ಯೋಗ ಕೂಡ ಇದೆ. ತುಂಬಾ ಕಾಂಪ್ಲಿಕೇಟೆಡ್ ಭಂಗಿಗಳಿಗೆ ಯೋಗ ಕೂಡ ಬೇಕು, ಅದಕ್ಕೆ ಕವಿ ಮಲ್ಲ ಬರೆದ ಜಟ್ಟಿಯುದ್ಧದ ಮಲ್ಲಪುರಾಣ ಕೃತಿ ಕೂಡ ವಾತ್ಸಾಯನ ಇದರಲ್ಲಿ ಬೇಕಾದಷ್ಟು ಸೇರಿಸಿದ್ದಾನೆ. ಪ್ರಣಯವೇ ಒಂದು ಮಲ್ಲಯುದ್ಧ ಅಲ್ಲವೇ?!

ಈಗ ಹಾಡಿನ ಶ್ಲೋಕದ ಅರ್ಥಕ್ಕೆ ಬರೋಣ ಸುರತ ಅಂದ್ರೆ ರತಿಕ್ರೀಡೆ. ಅರ್ಥಾತ್ ಸಂಭೋಗ.

"ಸುರತ ಸುರತ ಸುಖ ಸುರತ
ಸುಖ ಸಂವರ್ಧಿನಿ ಪಂಚ ಸುರತ"

ಅಂದ್ರೆ ಸುಖದಿಂದ ಕೂಡುವ ಕ್ರಿಯೆ, ಕೂಡುವ ಕ್ರಿಯೆಯಿಂದ ಸುಖ ಪಡೆವ ಕ್ರಿಯೆ, ಅಷ್ಟೇ ಅಲ್ಲ ಸುಖವನ್ನು ಇನ್ನು ಹೆಚ್ಚಿಸುವ ಸಂವರ್ಧಿನಿ ಕ್ರಿಯೆ ಕೂಡ. ಇಲ್ಲಿ ಕ್ರಿಯೆ ಮತ್ತು ಸುಖ ಬಿಟ್ರೆ ಬೇರಿನಿಲ್ಲ.

"ಕವಿಕಲ್ಯಾಣ ಮಲ್ಲ ವಿರಚಿತ"

ಮಲ್ಲಪುರಾಣ ಎಂಬುದು ಕವಿ ಕಲ್ಯಾಣ ಬರೆದಿರೋ ಮಲ್ಲಯುದ್ಧದ ಕೃತಿ 'ಮಲ್ಲಪುರಾಣ'. ಇದರಲ್ಲಿ ಒಟ್ಟು 17 ಆಸನಗಳಿವೆ. ಕೂರ್ಮಾಸನ, ಭುಜಾಸನ, ಗಜಾಸನ, ಸಿಂಹಾಸನ ಎನ್ನುವ ಆಸನಗಳು ವಾತ್ಸಾಯನನ ಕಾಮಸೂತ್ರದಲ್ಲೂ ಇರುವುದರಿಂದ ಅಲ್ಲಿಂದ ಆಸನಗಳನ್ನೇ ಇದಕ್ಕೆ ಅಳವಡಿಸಿದ್ದನಾ? ಅಥವಾ ಕೇವಲ ಹೆಸರುಗಳನ್ನೂ ಮಾತ್ರ ತೆಗೆದುಕೊಂಡಿದ್ದಾನಾ? ಪುರಾವೆ ಇಲ್ಲ. ಆದರೆ ಕಾಮಶಾಸ್ತ್ರದ ಕಷ್ಟಕರವಾದ ಭಂಗಿಗಳಿಗೆ ಈ ಹೆಸರನ್ನು ಇಡಲಾಗಿದೆ.

"ಪಂಚ ಸುರತ"

ವಾತ್ಸಾಯನ ಕಾಮಸೂತ್ರದಲ್ಲಿ ಬರುವ ಭಂಗಿಗಳನ್ನು ಐದು ವಿಭಾಗಗಳಾಗಿ ಮಾಡಿದ್ದಾನೆ. ಅದಕ್ಕೆ ಇಲ್ಲಿ ಪಂಚ ಸುರತ ಎಂದು ಬಂದಿದೆ. ಆ ಐದು ವಿಭಾಗಗಳು:

1. ಉತ್ತನ–ಅಂಗಾತ ಮಲಗಿ ಮಾಡುವ ಭಂಗಿಗಳು–Supine
2. ತಿರ್ಯಕ್–ಸೈಡಿನಿಂದ/ಪಕ್ಕದಿಂದ ಮಾಡುವ ಭಂಗಿಗಳು–On the side
3. ಆಸ್ತಿಕ–ಕುಳಿತುಕೊಂಡು ಮಾಡುವ ಭಂಗಿಗಳು–Sitting
4. ಸ್ಥಿತ–ನಿಂತುಕೊಂಡು ಮಾಡುವ ಭಂಗಿಗಳು–Standing
5. ಆನತ–ಬಾಗಿ ಮಾಡುವ ಭಂಗಿಗಳು–Bend over

ಈ ಐದು ಭಂಗಿಗಳನ್ನು ಬಳಸಿ ಪಡೆವ ಸುಖವೇ ಸುರತ ಸುಖ, ಪಂಚ ಸುರತ! ವಾವ್. ನಾವು ಅಷ್ಟಾಗಿ ಗಮನಿಸಿದ ಹಾಡಿನ ಈ ಸಾಲುಗಳನ್ನು ಇಡೀ ಹಾಡಿನ ಆತ್ಮ, ಇತಿಹಾಸ, ಪುರಾಣ, ಮನುಜನ ಮೂಲ ಧರ್ಮ ಕೂಡ ಅಡಗಿ ಕೂತಿದೆಯಲ್ಲ. ಅದಕ್ಕೆ ಹಾಡಿನಲ್ಲಿ ಈ ಐದು ವಿಭಾಗಗಳ ಪ್ರಸ್ತಾಪವಿದೆ

"ಆನತ ಸುರತ ಉತ್ತನ ಸುರತ
ತಿರ್ಯಕ್ ಸುರತೋ ಆಸ್ತಿಕ ಸುರತ
ಸ್ಥಿತ ಸುರತ ಪಂಚ ಸುರತ"

ಕೊನೆಗೊಂದು ಸಾಲು ಇದೆ ಅನಂಗ ರಂಗ ಸುರತ ಅಂತ, ಅಂಗ ಎಂದರೆ ದೇಹ, ಹೀಗೆ ಪಂಚ ಸುರತದಲ್ಲಿ ಸುಖ ಕಂಡುಕೊಂಡವರಿಗೆ ಕೊನೆಗೆ

ತಮ್ಮ ಅಂಗವನ್ನೇ ಮರೆತು ಧ್ಯಾನಸ್ಥ ಸ್ಥಿತಿ ಅನಂಗವಾಗುವ ಅಂದರೆ ದೇಹವೇ ಇಲ್ಲವಾಗುವ ಸ್ಥಿತಿ ತಲುಪಿ 'ಅನಂಗ ರಂಗ' ಆಗುತ್ತದೆ ಅನ್ನುವ ಸಾಲು. ಅದ್ಭುತ ಸಾಲು. ಅಂಗದಿಂದ ಅನಂಗವಾಗುವ ದಿವ್ಯಯಾತ್ರೆಗೆ ಕಾಮ ಎಂದು ಹೆಸರು, ಪ್ರೇಮ ಅದರ ಉಸಿರು. ಇದು ಕೇವಲ ಕಾಮಶಾಸ್ತ್ರವಲ್ಲ ಪ್ರೇಮಶಾಸ್ತ್ರ ಕೂಡ ಹೌದು, ಯೋಗಶಾಸ್ತ್ರವೂ ಹೌದು, ತತ್ವಜ್ಞಾನವೂ ಹೌದು.

ಮೇಲಿನದು ಬರೀ ಪೀಠಿಕೆಯಷ್ಟೇ. ಹಾಡು ಶುರುವಾಗೋದು ಇಲ್ಲಿಂದ, ಮೇಲೆ ಹೇಳಿದ ಸಂಸ್ಕೃತ ಸಾಲುಗಳು ಅಲ್ಲಲ್ಲಿ ಗ್ಯಾಪಲ್ಲಿ ಬಂದು ಹೋಗುತ್ವೆ, ಮತ್ತಷ್ಟು ಕಿಕ್ ಬರಿಸುತ್ತವೆ. ಗೋಪುರದಲ್ಲಿ ಕೆತ್ತಿದ ರಸಿಕ ಕಲೆಯನ್ನು ನೋಡಿದ ರಸಿಕ ನಾಯಕ ಮನಸಲ್ಲೇ ಶಿಲ್ಪಗಳನ್ನು ಕೆತ್ತಿಕೊಂಡು ದೇವಸ್ಥಾನದಲ್ಲಿ ಕೈ ಮುಗಿದು ನಿಂತ ನಾಯಕಿ ಪಕ್ಕ ನಿಲ್ಲುತ್ತಾನೆ. ಅಲ್ಲಿಂದ ಹಾಡು ಶುರುವಾಗುತ್ತದೆ.

"ಮದನ ಕಾಮ ರಾಜ ಕೊಟ್ಟ ಒಂದು ವರವ
ಕೋಟಿ ಸಾರಿ ಕೊಲ್ಲೋ ಮಾಯಾ ಪುಷ್ಪ ಶರವ
ದಿನ ತೆಗೆವೆ ಪ್ರಾಣ
ಮತ್ತೆ ನಿಂಗೆ ಜೀವ ದಾನ"

ಕಾಮರಾಜ ಮದನ, ಈ ಕಾಮರಾಜ ಗಂಡು ಸಂತತಿಗೆ ಒಂದು ವರ ಕೊಟ್ಟಿದ್ದಾನೆ, ಅದು ಅಂತಿಂಥ ವರವಲ್ಲ ಸ್ಪೆಷಲ್ ವರ, ತಾನು ಪ್ರೀತಿಸಿದ ಜೀವವನ್ನ ಕೋಟಿ ಸಾರಿ ಸಿಹಿ ಸಾವು ಕೊಡುವ ಒಂದು ವರ, ಅರ್ಥಾತ್ ಪ್ರಣಯ. ಅಂತ ಸಿಹಿ ಸಾವು ಕೊಡೋ ಶಸ್ತ್ರ ಯಾವುದು "ಮಾಯಾ ಪುಷ್ಪ ಶರ." ದಿನವೂ ದೇಹ ಪ್ರಳಯ. ನಾಯಕ ನಾಯಕಿಯನ್ನ ನೋಡುತ್ತಾ '***ದಿನ ತೆಗೆವೆ ಪ್ರಾಣ ಮತ್ತೆ, ದಿನ ನಿಂಗೆ ಜೀವ ದಾನ***', ಮದುವೆಯಾದ

ಹೊಸತು, ದಿನನೂ ಅದೆಷ್ಟು ಸಲ ಕೊಲ್ಲುತ್ತಾನೋ, ಅದೆಷ್ಟು ಸಲ ಪ್ರಾಣ ಕೊಡುತ್ತಾನೋ...ಪೋಲಿಯಾಗಿ ನೋಡುತ್ತಾ ನಾಯಕ ಹಾಡುತ್ತಿದ್ದರೆ ನಾಯಕಿಯ ರಿಯಾಕ್ಷನ್ ಹೇಗಿರಬಹುದು "*ಅಯ್ಯಯ್ಯಯ್ಯೋ ಓ ಅಯ್ಯಯ್ಯಯ್ಯೋ ಓ ಅಯ್ಯಯ್ಯಯ್ಯೋ ಓ ಅಯ್ಯಯ್ಯಯ್ಯೋ ಓ*", ಅವಳ ಹೌಹಾರಿಕೆ ಕಂಡ ಅವನು "*ಶೃಂಗಾರ ಶಯನ ಸಿಂಗಾರ*" ಮಧುಚಂದ್ರಯಾನಕ್ಕೆ ರೆಡಿ ಆಗ್ಬಿಡು ಎಂದು ಕಾವ್ಯಾತ್ಮಕವಾಗಿ ಹೇಳುತ್ತಾನೆ.

ಗ್ಯಾಪಲ್ಲಿ ಮತ್ತೆ ಸಂಸ್ಕೃತ ಶ್ಲೋಕ...

"ಆಯಸ್ಕಾಂತಿನಿ ವೇಷ್ಠಿತಾಸನ
ಸುಖ ಸಂಭಾಷಿಣಿ
ಸಂಯಮಾಸನ"

ಪ್ರಣಯದಲ್ಲಿ ಗಂಡು ಯಾವಾಗಲೂ ಗುರಿಯೆಡೆಗೆ ಗಮನ ಕೊಟ್ಟಿರುತ್ತಾನೆ, ಎದುರಾಳಿಯ ಹಾವಭಾವ ಸದ್ದು ನರಳುವಿಕೆ ಅವನ ಯುದ್ಧದ ಮೂಲ ದ್ರವ್ಯ, ಪ್ರತಿ ಹಾವಭಾವ ಸದ್ದು ನರಳುವಿಕೆ ಹೊರಳುವಿಕೆಯಲ್ಲಿ ಮತ್ತಷ್ಟು ಉತ್ತೇಜಿತನಾಗಿ ಘರ್ಜಿಸತೊಡಗಿ ಗುರಿ ತಲುಪಿ ಹೊಳೆದು ಗೆದ್ದ ನಗೆಯ ಬೀರುತ್ತಾನೆ, ಅಹಂ ಇದ್ರೆ ಮೀಸೆ ತಿರುವುತ್ತಾನೆ. ಆದರೆ ಹೆಣ್ಣು ಹಾಗಲ್ಲ ಅವಳಿಗೆ ಗೊತ್ತು ಪ್ರಣಯದಲ್ಲಿ ಗುರಿ ಎಂಬುದೇ ಇಲ್ಲ, ಗಂಡು ತಾನು ಗುರಿ ತಲುಪಿದೆ ಅಂದುಕೊಳ್ಳುವ ಒಂದು ಇಲ್ಲ ಎರಡು ಇಲ್ಲವೇ ಮೂರು ನಿರ್ವಾಣ ಅವಳಿಗೆ ನಿರ್ವಾಣವೇ ಅಲ್ಲ, ಅವಳು ನದಿಯಲ್ಲ ಸಮುದ್ರ, ಸದಾ ಅಲೆಗಳು, ವಿಶಾಲ. ಆದರೆ ಗಂಡು ನದಿ, ಅವನು ಹರಿಯುವುದೇ ಸಮುದ್ರ ಸೇರಲು ಸಮುದ್ರ ಸೇರಿದಾಕ್ಷಣ ಅವನು ಇಲ್ಲವಾಗುತ್ತಾನೆ. ಅವಳಿಗೆ ಭಾವಾತ್ಮಕ ನಿಲುಗಡೆ ಗೊತ್ತು ಅಷ್ಟೇ ಹೊರತು ದೈಹಿಕವಾದ ನಿಲುಗಡೆಯಿಲ್ಲ. ಪಾಪ ಗಂಡಸು ಅವಳನ್ನು ಗೆದ್ದೇ ಅಂದು ಸೋಲುತ್ತಾನೆ, ಸೋತ ಗಂಡನನ್ನು ಕೂಡ ಅವಳು ಅಪ್ಪಿ ತಬ್ಬಿ ಮಲಗುತ್ತಾಳೆ. ಧಾರಣ ಶಕ್ತಿಯಲ್ಲಿ ಯಾವ ಗಂಡು ಒಂದು ಹೆಣ್ಣಿನ ಸಮ ಬರಲಾರ, ಲೈಂಗಿಕ ಸುಖದಲ್ಲಿ ಗಂಡಸಿಗೆ ನಿರ್ವಾಣಗಳ ತೃಪ್ತಿ ಅಷ್ಟೇ, ಹೆಂಗಸಿಗೆ ಪ್ರಯಾಣದ ಕುತೂಹಲ.

ಆಯಸ್ಕಾಂತಿನಿ
ವೇಷ್ಠಿತಾಸನ

ಕಾಮದಲ್ಲಿ ಹೆಣ್ಣು ಅಯಸ್ಕಾಂತದಂತೆ ಅವನನ್ನು ಅಪ್ಪಿದ್ದಾಳೆ ಅಂಟಿಕೊಂಡಿದ್ದಾಳೆ, ಆ ಅಂಟುವಿಕೆಯಲ್ಲಿ ಅವನು ಸ್ಥಿರವಾಗಿದ್ದಾನೆ. ಪ್ರಣಯದಲ್ಲಿ ಸ್ಥಿರತೆ ಮುಖ್ಯ, ಉಸಿರು ಸರಾಗವಾಗಿದ್ದಷ್ಟು ರಾಗವಾಗಿ ಮತ್ತಷ್ಟು

ಹಾಡಬಹುದು, ಮಂದ್ರ ಸ್ಥಾಯಿ ಭಾವದ ಹಾಡು ಎಲ್ಲಿಗೋ ಕರೆದುಕೊಂಡು ಹೋಗಿಬಿಡಬಹುದು, ಅದರ ಅರಿವಿನ ಅವನು ಸ್ಥಿರವಾಗಿದ್ದಾನೆ ಇವನ ಹಾಡಿಗೆ ರಾಗಕ್ಕೆ ಕರುಗುತ್ತಿರುವ ಅವಳು ಅವನನ್ನು ಅಯಸ್ಕಾಂತದಂತೆ ತಬ್ಬಿ ಹಿಡಿದಿದ್ದಾಳೆ. ಅದು ಕೂಡ ಒಂದು ಆಸನ! ಪ್ರಣಯದಲ್ಲಿ ಎಲ್ಲವೂ ಆಸನವೇ ಅವರವರೇ ಬರೆದುಕೊಂಡ ಸಿಹಿ ಶಾಸನ

ಸುಖ ಸಂಭಾಷಿಣಿ
ಸಂಯಮಾಸನ

ಇಂಥಾ ಪ್ರಣಯದಲ್ಲಿ ಅವಳು ಸುಖ ಸಂಭಾಷಿಣಿ, ಅಂದರೆ ಹಿತವಾದ ಸುಮಧುರ ಮಾತುಗಳನ್ನು ಆಡುತ್ತಿದ್ದಾಳೆ, ಅವನು ಸಂಯಮದಿಂದ ಕೇಳಿಸಿಕೊಳ್ಳುತ್ತಿದ್ದಾನೆ. ಅದನ್ನು ಸಂಯಮಾಸನ ಎನ್ನುವರು! ವಾವ್! ಬಹುಶಃ ಇದು ಒಂದು ರೌಂಡು ಪ್ರಣಯದ ನಂತರದ ಆಸನವಿರಬಹುದಾ?

ಮತ್ತೆ ಹಾಡಿಗೆ ಬಂದರೆ ನಾಯಕ "***ಬಾರೆ ಬೇಗ ಇಲ್ಲಿ ಹೋಗಬೇಡ ಗಿಲ್ಲಿ***" ಅನ್ನುವನು, ಗೋಪುರದೊಳಗಿನ ಶಿಲ್ಪಲೋಕ ಅವನನ್ನು ರೊಚ್ಚಿಗೆಬ್ಬಿಸಿದೆ, ಜೊತೆಗೆ ಭಂಗಿಗಳನ್ನು ಕೌಂಟ್ ಬೇರೆ ಮಾಡಿದ್ದಾನೆ, ಯಾವ ಭಂಗಿಗೂ ರಸಭಂಗ ಮಾಡಲು ಅವನಿಗಿಷ್ಟವಿಲ್ಲ, ಯಾವ ಹಿರಿಯರ ಕಾಟ ಇಲ್ಲದ ಇಬ್ಬರೇ ಇರುವ ಸಮಯದಲ್ಲಿ ಎಷ್ಟು ಆಗುತ್ತೋ ಅಷ್ಟು ದೋಚುವ ಬಾಚುವ ಸ್ಕೆಚ್ ಅವನದು. ಪ್ರಣಯದಲ್ಲಿ ಗಂಡು ಆತುರಗಾರ, ಲಜ್ಜೆಗೆಟ್ಟವನು ಹೆಣ್ಣು ಅದಕ್ಕೆ ತದ್ವಿರುದ್ಧ.

ಅದಕ್ಕೆ ನಾಯಕಿ "***ಎಲ್ಲಿ ಅಂದರಲ್ಲಿ ಕಾಡಬೇಡಿ ನಿಲ್ಲಿ***" ಎನ್ನುವಳು, ಏನಿದು ದೇವಸ್ಥಾನದಲ್ಲೇ ಹಿಂಗೇ ತಡ್ಕೊಳ್ಳಿ, ಎಲ್ಲಿ ಅಂದ್ರೆ ಅಲ್ಲಿ ದಯವಿಟ್ಟು ಕಾಡಬೇಡಿ ಎಂದು ಬೇಡಿಕೊಳ್ಳುತ್ತಾ, ನಾಯಕನ ಆತುರ ಕಾಮಾತುರ ಕಂಡು ನಗುವಳು.

"ನಿರ್ಭೀತವಿರೋ ನಿರ್ಲಜ್ಜೆ ಇರೋ ರತಿ ಮನ್ಮಥ ಮುನಿ ಸಮ್ಮತ
ಕಾಮೇಶ್ವರನೇ ವಿದ್ಯಾಧರನೇ ಸವಿ ಅಮೃತ ನೀ ನೀಡುತ"

ಭೀತಿಯೇ ಇಲ್ಲದಿರೋ, ಲಜ್ಜೆ ನಾಚಿಕೆಯೇ ಇಲ್ಲದಿರೋ ರತಿ ಮನ್ಮಥ ಅಂದ್ರೆ ಕೂಡುವಿಕೆ ಅಂತ ಮುನಿಯೂ ಕೂಡ ಸಮ್ಮತಿಸಿದ್ದಾನೆ ಎಂದು ನಾಯಕ ಹೇಳುತ್ತಾನೆ. ಕಾಮಸೂತ್ರ ಬರೆದ ವಾತ್ಸಾಯನ ಕೂಡ ಮುನಿಯೇ ಎನ್ನುತ್ತದೆ ಕೆಲವು ಮೂಲಗಳು. ಪುತ್ರಪ್ರಾಪ್ತಿಗಾಗಿ ಬೇಡಿಕೆಗೆ ಮಣಿದು ಮುನಿಗಳು ಕೂಡಿದ ಎಷ್ಟೋ ಉದಾಹರಣೆಗಳು ನಮ್ಮ ಪುರಾಣದಲ್ಲಿ ಕೂಡ ನೋಡಬಹುದು.

ಕಾಮಕ್ಕೆ ಈಶ್ವರನೇ ಕಾಮೇಶ್ವರನೇ, ಬೆದೆಗೆ ಬಂದ ಗಂಡು ಪ್ರತಿ ಮಿಲನದಲ್ಲೂ ಕಾಮೇಶ್ವರನೇ, ವಿದ್ಯಾಧರ ಕೂಡ. ಕಾಮದಲ್ಲಿ ಗಂಡು ಹೆಣ್ಣಿಗಿಂತ

ಮೊದಲು ಎಲ್ಲಾ ತಿಳಿದುಕೊಳ್ಳುತ್ತಾನೆ, ಅವನ ಧ್ಯೇಯವೇ ಗುರಿ, ಆದ್ದರಿಂದ ಗುರಿ ತಲುಪಲು ಸಕಲ ಸಿದ್ಧತೆ ಮಾಡಿಕೊಂಡಿರುತ್ತಾನೆ. ಕೇಳಿ ನೋಡಿ ತಿಳಿದು. ಆದರೆ ಹೆಣ್ಣು ಪ್ರಕೃತಿ, ಅವಳಿಗೆ ಎಲ್ಲವೂ ನಿಸರ್ಗವೇ ಹುಟ್ಟುತ್ತಲೇ ಕೊಟ್ಟಿರುತ್ತದೆ. ಕಾಮದಲ್ಲಿ ಅವಳು ಪಡೆದುಕೊಳ್ಳುವಳು, ಕೊಡಬೇಕಾದರೆ ಯೋಚಿಸಬೇಕು ಪಡೆದುಕೊಳ್ಳಬೇಕಾದರೆ ಯಾಕೆ ಯೋಚನೆ ಯಾಕೆ ಸಿದ್ಧತೆ? ಆದರೂ ಎಲ್ಲಾ ತಿಳಿದ ಗಂಡು ಅವಳಿಗೆ ಪ್ರತಿ ತಿರುವಲ್ಲೂ ಪ್ರತಿ ಇಳಿಜಾರಿನಲ್ಲೂ ಪ್ರತಿ ಹುಬ್ಬಿನಲ್ಲೂ ತನ್ನ ಪ್ರಾವೀಣ್ಯತೆ ತೋರಿಸಿ ಗೆಲ್ಲುವಾಗ ಅವನು ವಿದ್ಯಾಧರನೇ ಆಗುತ್ತಾನೆ. ಅವಳಿಗೆ ತಿಳಿಯದ ರೋಚಕ ಜಗತ್ತಿನ ಬಾಗಿಲು ತೆಗೆದ ಅವಳ ದ್ವಾರಪಾಲಕನಾಗುತ್ತಾನೆ. ಅದಕ್ಕೆ ನಾಯಕಿ ನಾಯಕನನ್ನು ಕಾಮೇಶ್ವರ ಅನ್ನುವಳು, ವಿದ್ಯಾಧರ ಅನ್ನುವಳು ಜೊತೆಗೆ ***"ಸವಿ ಅಮೃತ ನೀ ನೀಡುತ"*** ಸವಿ ನನ್ನ ಅಮೃತ ಬರೀ ಸವಿಯೋದಲ್ಲ ನಿನ್ನ ಜೀವಾಮೃತ ಕೂಡ ನೀಡುತ ಸವಿ ಅನ್ನುವಳು.

ಈಗ ಪಲ್ಲವಿ ಸಾಲುಗಳನ್ನ ಹಾಡೋದು ನಾಯಕಿಯ ಸರತಿ '***ಮದನ ಕಾಮ ರಾಜ ಕೊಟ್ಟ ಒಂದು ವರವ ಕೋಟಿ ಸಾರಿ ಕೊಲ್ಲೋ ಮಾಯಪುಷ್ಪ ಶರವ***' ಈಗಾಗಲೇ ಆ ಮಾಯಪುಷ್ಪ ಶರದ ಮೊನಚು ಅವಳಿಗೆ ಗೊತ್ತಾಗಿದೆ, ಪ್ರಾಣ ತೆಗೆದು ಕೊಡುವ ಚಾಳಿ ಅವಳಿಗೆ ಗೊತ್ತಾಗಿದೆ ಅದಕ್ಕೆ ಅವಳು "***ಹಿಡಿ ನನ್ನ ಪ್ರಾಣ ಮತ್ತೆ ಕೊಡು ಜೀವದಾನ***" ಎನ್ನುತ್ತಾಳೆ, ಸಿಹಿ ಸಾವಿಗೆ ತನ್ನ ದೇಹ ಅರ್ಪಿಸಿಕೊಳ್ಳಲು ರೆಡಿಯಾಗಿ ಕೊಲ್ಲು ಹುಡುಗ ಒಮ್ಮೆ ನನ್ನ ಹಾಗೆ ಸುಮ್ಮನೆ ಮತ್ತೆ ಜೀವದಾನ ಕೊಡು ಅನ್ನುವಳು. ಅವಳೀಗ ರೆಡಿ ಸಿಹಿ ಸಾವಿಗೆ, ಅವನು ಕೊಡಲು ರೆಡಿ ಸಿಹಿ ಶಾವಿಗೆ!

ಮತ್ತೆ ಗ್ಯಾಪಲ್ಲಿ ಶ್ಲೋಕ ಶುರು...

"ಚಂಡಿತಬಂಧ
ತರುಣವಿಲಾಸಿ
ರೇಣುಕಬಂಧ
ವೀರವಿಲಾಸಿ"

ಯೌವನದ ಕಡಲಲ್ಲಿ ಮಿಂದೆದ್ದ ಅವನು, ಅವನನ್ನು ಏಕಬಂಧದಲ್ಲಿ ಹಿಡಿದುಕೊಂಡ ಅವಳು. ಆ ಏಕಬಂಧದಲ್ಲಿ ಯೌವನದಲ್ಲಿ ಆ ತರುಣ ವಿಲಾಸವನ್ನಾಡುತ್ತಿದ್ದಾನೆ, ಆಕೆಯನ್ನು ವೀರನಂತೆ ಆಳುತ್ತಿದ್ದಾನೆ

"ಬನ್ನಿ ಬೇಗ ಇಲ್ಲಿ ಹೋಗಬೇಡಿ ಗಿಲ್ಲಿ
ಕಾಮಗಂಧ ಚೆಲ್ಲಿ ಬಂದು ಸೇರು ಇಲ್ಲಿ"

ಮತ್ತೆ ಹಾಡಿಗೆ ಬಂದರೆ ಈಗಾಗಲೇ ಪ್ರಣಯದ ಮೊದಲ ಟೆಸ್ಟ್ ಪಾಸಾಗಿ ಪ್ರಳಯದ ಮೊದಲ ಟೇಸ್ಟ್ ನೋಡಿದ ನಾಯಕಿ '***ಬನ್ನಿ ಬೇಗ ಇಲ್ಲಿ ಹೋಗಬೇಡಿ ಗಿಲ್ಲಿ***' ಎನ್ನುವಳು, ಇದಕ್ಕೂ ಮೊದಲು ಎಲ್ಲೆಂದರಲ್ಲಿ ನನ್ನ ಗಿಲ್ಲಬೇಡಿ ಅನ್ನುತ್ತಿದ್ದ ನಾಯಕಿ ಈಗ ನಾಚಿಕೆ ಸಮೇತ ಬನ್ರೀ ಇಲ್ಲಿ, ಹೋಗಬೇಡಿ ಗಿಲ್ಲಿ ಎನ್ನುತ್ತಿದ್ದಾಳೆ. ಅವನು ಗಿಂಟಿರುವುದು ಮಾಯಪುಷ್ಪದಲ್ಲಿ, ಬಿಸಿ ಉಸಿರುಗಳಲ್ಲಿ, ಹಸಿ ತಬ್ಬುಗೆಗಳಲ್ಲಿ ಈ ತರಹ ಗಿಲ್ಲಿ ನನ್ನ ಗೆದ್ದು ಹೋಗಬೇಡಿ ಬನ್ನಿ ಎಂದು ಕರೆಯುತ್ತಿದ್ದಾಳೆ, ಕಾಮದಿಂದ ಮೂಲ ನಾಚಿಕೆ ಮರೆತು ಕದನಕ್ಕೆ ಕರೆವ ಅರಳಿದ ಅವಳನ್ನು ನೋಡಿ ಅವನು ನಗುತ್ತಾ '***ಕಾಮಗಂಧ ಚೆಲ್ಲಿ ಬಂದು ಸೇರು ಇಲ್ಲಿ***' ಎಂದು ಸ್ವಲ್ಪ ತರಲೆ ಮಾಡುತ್ತಿದ್ದಾನೆ. ಮೊದಲ ಸಲ ಅವನೇ ಹೋಗಿ ಕರೆದ ಅವಳು ನಗುತ್ತಾ ಬೈದಳು, ಈಗ ಅವಳೇ ಕರೆವಾಗ ಸತಾಯಿಸದಿದ್ದರೆ ಹೇಗೆ? ಅದಕ್ಕೆ ಅವನು '***ಕಾಮಗಂಧ ಚೆಲ್ಲಿ, ಬಂದು ಸೇರು ಇಲ್ಲಿ***' ಎನ್ನುವನು, ಹಂಗೆಲ್ಲ ನಾನೇ ಬರೋಲ್ಲ ನೀನೇ ಕಾಮಗಂಧ ಚೆಲ್ಲು ಅನ್ನುತ್ತಾನೆ. ಅವಳು ಬರದೆಯೇ ಇರುತ್ತಾಳೆಯೇ?

ವಾತ್ಸಾಯನ ಸೂತ್ರ ಅಂಧರಿಗೆ ನೇತ್ರ
ನಡೆಯೋಣವೇ ಪರಿಪಾಲಿಸಿ ನಮಗೊಪ್ಪುವಾ ಪುಟ ಆರಿಸಿ

ಹತ್ತಿರ ಬಂದ ಅವಳು '***ವಾತ್ಸಾಯನ ಸೂತ್ರ ಅಂಧರಿಗೆ ನೇತ್ರ ನಡೆಯೋಣವೇ ಪರಿಪಾಲಿಸಿ ನಮಗೊಪ್ಪುವಾ ಪುಟ ಆರಿಸಿ***' ಎನ್ನುವಳು. ಈಗಾಗಲೇ ಒಂದಷ್ಟು ಪ್ರಣಯದ ಪ್ರಳಯಗಳು ಜರುಗಿ ಅವರಿಬ್ಬರೂ ಅದರಲ್ಲಿ ಸತ್ತು ಬದುಕಿ ಸತ್ತು ಬದುಕಿದ್ದಾರೆ. ಈ ಪ್ರಣಯಗಳಲ್ಲಿ ಆ ಪೋಲಿ ನಾಯಕ ಗೋಪುರದಲ್ಲಿ ಕಂಡ ಅಷ್ಟು ಭಂಗಿಗಳನ್ನ ಪ್ರಯೋಗ ಮಾಡಿ ಅವಳಿಗೆ ಭಂಗಿ ವಿದ್ಯೆ ಕೂಡ ಹೇಳಿಕೊಟ್ಟಿದ್ದಾನೆ, ಅವೆಲ್ಲಾ ತಿಳಿದು ಪಡೆದ ಅವಳಿಗೆ ಇನ್ನಷ್ಟು ಭಂಗಿಗಳ ಪ್ರಯತ್ನ ಮಾಡುವ ಆಸೆಯಾಗಿದೆ. ಅದಕ್ಕೆ ಅವಳು ವಾತ್ಸಾಯನ ಸೂತ್ರ ಅಂಧರಿಗೆ ನೇತ್ರ ಅನ್ನುವಳು, ಅವಳ ಹೆಣ್ತನದ ಸುಖತನದ ಕಣ್ಣು ತೆರೆಸಿದ್ದು ವಾತ್ಸಾಯನನ ಕಾಮಸೂತ್ರವೇ, ಅವಳು ಇಲ್ಲಿವರೆಗೂ ಪ್ರಣಯದಲ್ಲಿ ಅಂಧಳಾಗಿದ್ದಳು ಅವಳಿಗೆ ಕಣ್ಣು ಕೊಟ್ಟದ್ದು ಅವನು ಅವನಿಗೆ ಕಣ್ಣು ಕೊಟ್ಟದ್ದು ಗೋಪುರದ ಶಿಲ್ಪಗಳು ಶಿಲ್ಪಗಳಿಗೆ ಜೀವ ತುಂಬಿದವನು ಶಿಲ್ಪಿ, ಶಿಲ್ಪಿ ಕೆತ್ತಿದ್ದು ವಾತ್ಸಾಯನನ ಭಂಗಿಗಳಿಂದ. ಹೀಗೆ ನಮಗೆ ಕಣ್ಣಾದ ವಾತ್ಸಾಯನನ ಕಾಮಸೂತ್ರದಲ್ಲಿ ನಮಗೆ ಇಷ್ಟವಾಗುವ ಪುಟ ಆರಿಸಿ ಅದನ್ನು ಪರಿಪಾಲಿಸೋಣ ಎಂದು ಕಣ್ಣು ಹೊಡೆಯುತ್ತಾಳೆ. ಪುಟವೆಂದರೆ ಭಂಗಿ. ಸುಖದ ಅರವತ್ತೊಂಬತ್ತು ಪುಟಗಳು. ಅರವತ್ತೊಂಬತ್ತು ಭಂಗಿಗಳು. ಕೆಲವರ ಪ್ರಕಾರ ಎಂಬತ್ನಾಲ್ಕು. ಎಷ್ಟಾದ್ರೇನು? ಹೆಚ್ಚಾದಷ್ಟು ಸುಖ ಹೆಚ್ಚೋಲ್ಲವೇ!

ಸೃಷ್ಟಿಯ ಸುಂದರ ಸೂತ್ರಗಳೆಲ್ಲವೂ ನಿನ್ನದೇ ಸುರ ಸುಂದರಿ
ಈ ಪುರುಷದು ಬರಿ ಕಿಂದರಿ
ಸ್ತ್ರೀಗೆಲ್ಲವೂ ವೇದ್ಯ ಅರ್ಪಿಸು ನೈವೇದ್ಯ
ಚೀತ್ಕಾರದ ಮೆದು ಮಂತ್ರವ ಸತ್ಕಾರದ ರತಿ ತಂತ್ರವ

ನಾಯಕಿ ಬಾ ಕಾಮಸೂತ್ರದ ಪುಟಗಳನ್ನ ಆರಿಸಿ ಪರಿಪಾಲಿಸೋಣ ಎಂದು ಹೇಳಿದ್ದೇ ತಡ, ನಾಯಕ '***ಸೃಷ್ಟಿಯ ಸುಂದರ ಸೂತ್ರಗಳೆಲ್ಲವೂ ನಿನ್ನದೇ ಸುರ ಸುಂದರಿ, ಈ ಪುರುಷದು ಬರೀ ಕಿಂದರಿ***' ಹೌದು ಈ ಸೃಷ್ಟಿಯಲ್ಲಿ ಇರುವ ಎಲ್ಲಾ ಸೂತ್ರಗಳಲ್ಲಿ ಕಾಮಸೂತ್ರ ಅತ್ಯಂತ ಸುಂದರವಾದದ್ದು ಅದೆಲ್ಲಾ ಕೂಡ ನಿನ್ನದೇ ನಂದೇನೂ ಇಲ್ಲ, ಈ ಸೂತ್ರದಲ್ಲಿ ನಾನೇನಿದ್ರೂ ಬರೀ ಕಿಂದರಿ. ಒಂದಷ್ಟು ರತಿಕ್ರೀಡೆಯಲ್ಲಿ ತೊಡಗಿದ ಮೇಲೆ ಅವನಿಗೆ ಗೊತ್ತಾಗಿದೆ ಅವಳು ಭೋರ್ಗರೆವ ಕಡಲು ತಾನು ಹರಿದು ಸೇರುವ ನದಿಯಷ್ಟೇ ಅಂತ. ಹಾಗಾಗಿ ಎಲ್ಲವೂ ನಿನ್ನದೇ ನಾನು ನಿಮಿತ್ತ ಮಾತ್ರ ಅನ್ನುತ್ತಾ ಶರಣಾಗಿದ್ದಾನೆ.

ಪ್ರಕೃತಿಯೇ ಹೆಣ್ಣು ಅವಳಿಗೆ ಹೊಸದಾಗಿ ಏನು ತಿಳಿಸುವಂತಹದ್ದು ಇಲ್ಲ '***ಸ್ತ್ರೀಗೆಲ್ಲವೂ ವೇದ್ಯ***' ಸ್ತ್ರೀಗೆಲ್ಲವೂ ಗೊತ್ತು, '***ಅರ್ಪಿಸು ನೈವೇದ್ಯ***' ನನಗೆ ನಿನ್ನನ್ನು ಒಪ್ಪಿಸಿಕೋ ಅರ್ಪಿಸಿಕೋ ನೀನು ಅರ್ಪಿಸಕೊಂಡರೆ ಅದೇ ಪ್ರೇಮಯಾಗಕ್ಕೆ ಕಾಮಯಾಗಕ್ಕೆ ನೈವೇದ್ಯ ಅನ್ನುವನು. ಜೊತೆಗೆ '***ಚೀತ್ಕಾರದ ಮೆದು ಮಂತ್ರವ ಸತ್ಕಾರದ ರತಿ ತಂತ್ರವ***' ಈ ಯಾಗದಲ್ಲಿ ನಿನ್ನ ಚೀತ್ಕಾರದ ಸುಖವಾದ ನರಳುವಿಕೆಯ ಮೆದು ಮಂತ್ರ ಬರಲಿ ಅನ್ನುತ್ತಾನೆ ರಸಿಕ. ಮೆದುವಾಗಿ ನರಳಿದರೆ ಅವನು ಕೆರಳುವುದು. ಈ ನರಳುವಿಕೆ ಈ ಯಾಗದಲ್ಲಿ ಮೃದು ಮಂತ್ರ ಅಂತೆ. ಈ ಮೃದು ಮಂತ್ರದ ಜೊತೆಗೆ '***ಸತ್ಕಾರದ ರತಿ ತಂತ್ರವ***' ಕೂಡ ಅರ್ಪಿಸು ಅನ್ನುವನು, ಸುಖದ ನರಳುವಿಕೆಯ ಮಂತ್ರ ಸುಖದ ಹೊರಳುವಿಕೆಯ, ಭಂಗಿ ಬದಲಿಕೆಯ ನಿನ್ನ ರತಿ ತಂತ್ರ ಕೂಡ ಅರ್ಪಿಸು ಅನ್ನುವನು ಇಷ್ಟೊತ್ತಿಗೆ ಅವಳಿಗೆ ರತಿತಂತ್ರ ಕೂಡ ಗೊತ್ತಾಗಿಬಿಟ್ಟಿದೆ ಎಂಬುದನ್ನು ಗಮನಿಸಲೇಬೇಕು.

ಮೋಹನ ಮರ್ಮವ ಕಾಮಿನಿ ಕರ್ಮವ ಅರಿಯಿರಾ
ರಸ ಪುಂಗವ ರತಿ ಚಕ್ರದಾ ರಸ ಭಂಗವ

ಅದಕ್ಕೆ ಅವಳು ಮೋಹನ ಮರ್ಮವ ಅಂದ್ರೆ ಮದನ ಕಲಿಸಿಕೊಟ್ಟ ಆಟದ ಮರ್ಮ ಜೊತೆಗೆ ಕಾಮಿನಿ ಅವತಾರ ಎತ್ತಿದ ಅವಳ ಸುಖವಾದ ಕರ್ಮ ತಿಳ್ಕೊ ಎನ್ನುವಳು. ಇಷ್ಟೊತ್ತಿಗೆ ಆಗಲೇ ಅವಳು ನಾಯಕನಿಗೆ ತಿಳುವಳಿಕೆ ಹೇಳುವಷ್ಟು ಪಕ್ವವಾಗಿದ್ದಾಳೆ. ಇದೆಲ್ಲಾ ತಿಳ್ಕೊಂಡು ರತಿ ಪುಂಗವ ಅರಿತಿಕೋ ಅಂದ್ರೆ ರತಿಯನ್ನು ಹೇಗೆ ಆಡಿಸಬೇಕೆಂದು ತಿಳ್ಕೋ ಅದು

ಎಲ್ಲಿಂದ? ಕಾಮಸೂತ್ರದಿಂದ, ಇದೆಲ್ಲಾ ತಿಳಿದುಕೊಂಡು ನನ್ನ ಮೇಲೆ ದಾಳಿ ಮಾಡಿ, ನನ್ನ ದೋಚಿ ಬಾಚಿ ಹರಿದು ಸುರಿದು ನನ್ನ '***ರತಿ ಚಕ್ರದ ರಸ ಭಂಗ***' ಮಾಡು ಅನ್ನುವಳು ಅರ್ಥಾತ್ ಮುತ್ತು ಸುರಿದು ಮುಟ್ಟು ನಿಲ್ಲಿಸಿ ಮಗುವ ಕೊಡು ಎನ್ನುವಳು.

ಕೊನೆಯ ಸಂಸ್ಕೃತ ಸಾಲುಗಳು...ಅಲ್ಲಿಗೆ ಹಾಡು ಮುಗಿಯುತ್ತದೆ

ಸಮರೋತ್ಸಾಹಿನಿ ವಿವರ್ಧಿಸಾಸನ
ವಿಜಯೋತ್ಸಾಹಿನಿ ಜಯ ಜಗದಾಸನ

ಸಮರ ಅಂದ್ರೆ ಯುದ್ಧ, ಈಗ ಅವರು ಆಡುತ್ತಿರುವುದು ಕಾಮಯುದ್ಧ ಪ್ರೇಮಯುದ್ಧ, ಈ ಯುದ್ಧದಲ್ಲಿ ಅವಳು ಸಮರೋತ್ಸಾಹಿನಿ ಆಗಿದ್ದಾಳೆ ಅಂದರೆ ಯುದ್ಧ ಮಾಡಲು ಭಯಂಕರ ರೊಚ್ಚಿಗೆದ್ದಿದಾಳೆ ಹೀಗೆ ರೊಚ್ಚಿಗೆದ್ದು ಅವನ ಮೇಲೆ ಮುಗಿಬಿದ್ದಾಗ '**ವಿವರ್ಧಿಸಾಸನ**' ಅಂದರೆ ಸುಖವನ್ನು ಮತ್ತಷ್ಟು ಮತ್ತಷ್ಟು ಹೆಚ್ಚು ಮಾಡಿಕೊಳ್ಳುವ ಆಸನ, ಹೆಣ್ಣೇ ರೊಚ್ಚಿಗೆದ್ದ ಮೇಲೆ ಗಂಡು ಬಿದ್ದಿರಬೇಕು ಅವನು ಮಲಗಿದ್ದಾನೆ ಆಕೆ ಅವನ ಏರಿದ್ದಾಳೆ ಸುಖವನ್ನು ಪಡೆದುಕೊಳ್ಳುತ್ತಿದ್ದಾಳೆ. ವುಮನ್ ಆನ್ ಟಾಪ್!

ಹೀಗೆ ಮುಗಿಬಿದ್ದು ಅವಳು ಈಗ '**ವಿಜಯೋತ್ಸಾಹಿನಿ**' ಅವನನ್ನ ಸೋಲಿಸಿ ಗೆಲ್ಲುವ ಉತ್ಸಾಹದಲ್ಲಿ ಇದ್ದಾಳೆ. ಇದು ಜಯ ಜಗದಾಸನ. ಅಂದ್ರೆ ಹೆಣ್ಣು ಯುದ್ಧಕ್ಕೆ ನಿಂತರೆ ಅದು ಪ್ರೇಮಯುದ್ಧಕ್ಕೆ ಕಾಮಯುದ್ಧಕ್ಕೆ ನಿಂತರೆ ಇಡೀ ಜಗತ್ತೇ ಗೆದ್ದು ಬಿಡುವಳು.

ಅಲ್ಲಿಗೆ ಇಡೀ ಹಾಡು ಮುಗಿಯುತ್ತದೆ. ಅವರ ಯುದ್ಧ ಮುಗಿದಿದ್ದು ಯಾವಾಗ?

ಎಲ್ಲಾ ದೇವರ ನಡುಗಿಸಲು ನಮ್ಮಮ್ಮ ಬಂದಳೋ

ಅಮೂರ್ತ ಅಸಂಗತ ಭಾವನೆಗಳನ್ನ ದಾಟಿಸಲು ಇರುವ ಶಕ್ತ ಮಾಧ್ಯಮ 'ಸಂಗೀತ', ಮನುಷ್ಯನ ಭಾವನೆಗಳನ್ನ ಒಂದು ಮಟ್ಟಕ್ಕೆ ಏರಿಸಬಲ್ಲದು. ಅದಕ್ಕೆ ಸಿನಿಮಾದಲ್ಲಿ ಸಂಗೀತದ ಜೊತೆ ಹಿನ್ನೆಲೆ ಸಂಗೀತವೂ ಮುಖ್ಯವಾಗುತ್ತದೆ. ಮೊದಲ ಸಲ ನಾಯಕ ನಾಯಕಿಯನ್ನ ನೋಡಿದಾಗ ಲವ್ ಅಟ್ ಫಸ್ಟ್ ಸೈಟಿಗೆ ಒಂದು ಮಾಧುರ್ಯದ ಬೀಟ್ ಬರಬೇಕು, ನಾಯಕ ಇನ್ನೇನೋ ವಿಲ್ಲನ್‌ಗೆ ಚಚ್ಚುತ್ತಾನೆ ಎನ್ನುವಾಗ ನೋಡುವ ನಮಗೂ ರೋಷ ಉಕ್ಕಬೇಕು ಅಂದರೆ ಅದಕ್ಕೆ ತಕ್ಕನಾದ ಬೀಟ್ ಬರಬೇಕು, ಸತ್ತಾಗ ಪಿಟೀಲು ಬಾರಿಸಬೇಕು, ಎದ್ದಾಗ ತಮಟೆ ಬಡಿಯಬೇಕು. ಇದನ್ನೆಲ್ಲಾ ನೀವು ಹೆಚ್ಚು ಕಮ್ಮಿ ಎಲ್ಲಾ ಸಿನಿಮಾದಲ್ಲೂ ನೋಡಿರ್ತೀರ ಭಾವನೆಗಳ ಉದ್ದೀಪನಕ್ಕೆ ಸಂಗೀತ ಯೂನಿವರ್ಸಲ್ ಭಾಷೆ. ಭಾಷೆ ಗೊತ್ತಿಲ್ಲದಿದ್ದರೂ ಸಿನಿಮಾ ನಮಗೆ ದಾಟಿಸೋದರಲ್ಲಿ ಸಂಗೀತವೂ ಒಂದು.

ಇದನ್ನೆಲ್ಲಾ ಯಾಕೆ ಹೇಳಿದ್ದು ಅಂದರೆ ಇದರ ಹಿಂದೆ ಒಂದು ಅಚ್ಚರಿಯ ಸಂಗತಿ ಇದೆ. ಇದನ್ನ ಗುರುತಿಸಿ ನನಗೆ ಹೇಳಿದ್ದು ನನ್ನ ಗುರುಗಳಲ್ಲಿ ಒಬ್ಬರಾದ ಉಮೇಶ್ ರಾಯಚೂರು ಅವರು. 2011ರಲ್ಲಿ ತೆರೆಕಂಡ ಹಾಲಿವುಡ್

ಮಾರ್ವಲ್ ಸಿನಿಮಾ 'ಥೋರ್' ಗೊತ್ತಲ್ಲ, ಮಾರ್ವಲ್ ಸಿನಿಮಾ ಸರಣಿಯಲ್ಲೇ ಅತ್ಯಂತ ಜನಪ್ರಿಯವಾದ ಪಾತ್ರ ಥೋರ್. ಆ ಸಿನಿಮಾದಲ್ಲಿ 'ಫ್ರಿಗ್ಗ' (ಥೋರ್‌ನ ತಾಯಿ) 'ಜೇನ್ ಫಾಸ್ಟರ್' ಎಂಬ ಪಾತ್ರವನ್ನ ರಕ್ಷಿಸುವಾಗ 'ಆಲ್ಗ್ರೀಮ್' ಪಾತ್ರ ಫ್ರಿಗ್ಗಳನ್ನ ಸಾಯಿಸುತ್ತದೆ, ಆಗ ಅಲ್ಲಿ ಬರುವ ಹಿನ್ನೆಲೆ ಸಂಗೀತ, ಆ ಸಿನಿಮಾ ಬರುವ ಇಪ್ಪತ್ತು ವರ್ಷಗಳ ಹಿಂದೆ ಸರ್ವರ್ ಸೋಮಣ್ಣ (1993) ಸಿನಿಮಾದಲ್ಲಿ ಸೋಮಣ್ಣನ ತಾಯಿ ಸತ್ತಾಗ ಬರುವ ಹಿನ್ನೆಲೆ ಸಂಗೀತ ಹೆಚ್ಚು ಕಮ್ಮಿ ಒಂದೇ ತರ ಇದೆ. ಇದನ್ನ ಕಂಡುಹಿಡಿದಿದ್ದು ನಮ್ಮ ಗುರುಗಳಾದ ಉಮೇಶ್ ರಾಯಚೂರು ಅವರು.

ಅದಂದರೆ ಮನುಷ್ಯ ಎಲ್ಲಿ ಇದ್ದರೂ ಅವನ ಭಾವನೆಗಳ ವ್ಯಕ್ತಪಡಿಸುವಿಕೆ ಒಂದೇ ಥರಾ ಇರುತ್ತೆ. ಹಾಗಾಗಿ ಎಂದೋ ಬಂದ ಸರ್ವರ್ ಸೋಮಣ್ಣ ಮತ್ತು ಥೋರ್ ಎಂಬ ಎರಡು ಬೇರೆ ಭಾಷೆಗಳ, ಬೇರೆ ಕಾಲದ, ಬೇರೆ ತರಹದ ಸಿನಿಮಾದಲ್ಲಿ 'ಸತ್ತ ತಾಯಿಯನ್ನ' ದುಃಖದಲ್ಲಿ ನೋಡುವ ಮಕ್ಕಳಿಬ್ಬರ ಭಾವನೆ ಒಂದೇ, ಜಗದಲ್ಲಿ ತಾಯಿ ಪ್ರೀತಿಗೆ ಒಂದೇ ಟ್ಯೂನ್. ಅದನ್ನು ವ್ಯಕ್ತಪಡಿಸುತ್ತಿರುವ ಸಂಗೀತವೊಂದೇ. ಇದು ಕಾಕತಾಳೀಯವಾದರೂ ಎಷ್ಟು ಸತ್ಯ ಅಲ್ವಾ?

ಹಂಸಲೇಖ ಎಲ್ಲಾ ತರಹದ ಹಾಡುಗಳನ್ನ ಬರೆದು ಸೈ ಅನಿಸಿಕೊಂಡವರು. ಜೊತೆಗೆ ಅಷ್ಟೇ ವಿಶೇಷವೆನಿಸುವ ತಾಯಿ ಪ್ರೀತಿಯ ಬಗ್ಗೆ ಕೂಡ ಎಷ್ಟೋ ಹಾಡುಗಳನ್ನು ಬರೆದಿದ್ದಾರೆ. ಅಮ್ಮನ ಬಗ್ಗೆ ಕನ್ನಡದಲ್ಲಿ ಅದ್ಭುತ ಹಾಡುಗಳಿವೆ. ಎಲ್ಲ ಹಾಡುಗಳು ಹಿಟ್. ಅಮ್ಮ ಎಂದರೆ ಪ್ರೀತಿ ಮಮತೆ ಕರುಣೆ ವಾತ್ಸಲ್ಯ ಎಲ್ಲವೂ ಆಗಿರುವುದರಿಂದ ಅಮ್ಮನ ಬಗ್ಗೆ ಯಾರೇ ಬರೆದರೂ ಯಾರೇ ಸಂಗೀತ ಕೊಟ್ಟರೂ ಯಾರೇ ಹಾಡಿದರೂ ಅದು ಕೇಳುಗನ ಎದೆಗೆ ನಾಟಲೇಬೇಕು.

ಹಂಸಲೇಖ ಕೂಡ ಅಮ್ಮನ ಬಗ್ಗೆ ಹಲವು ಗೀತೆಗಳನ್ನು ಬರೆದಿದ್ದಾರೆ. ***'ಕರುವಿಗೂ ಹಸುವಿಗೂ ಮೂಕ ನಂಟಿದೆ, ಅಮ್ಮನಿಗೂ ಕಂದನಿಗೂ ಲಾಲಿ ನಂಟಿದೆ, 'ಅಮ್ಮ ಊರೇನೇ ಅಂದರೂ ನೀ ನನ್ನ ದೇವರು'***, ***'ಅಮ್ಮ ಎನ್ನುವ ಸವಿ ಮಾತು ಎಂಥಾ ಚೆಂದ***', ***'ತುಸು ಮೆಲ್ಲ ಬೀಸು ಗಾಳಿಯೇ ಈ ಲಾಲಿ ಸುವ್ವಾಲಿ'***, ***'ತಾಯಿ ತಾಯಿ ಲಾಲಿ ಹಾಡೋ ಹೆತ್ತ ತಾಯಿಗೆ*** ಹೀಗೆ ಮಕ್ಕಳು ಅಮ್ಮನಿಗೆ ಹೇಳುವ, ಅಮ್ಮನು ಮಕ್ಕಳಿಗೆ ಹೇಳುವ ಹಾಡುಗಳನ್ನು ಬರೆದಿದ್ದಾರೆ ಅವುಗಳಲ್ಲಿ ತುಂಬಾ ವಿಶೇಷವಾಗಿರುವ ವಿಶಿಷ್ಟವಾಗಿರುವ ಅಷ್ಟೇ ಜನಪ್ರಿಯವಾಗಿರುವ ಹಾಡು 1991ರಲ್ಲಿ ಬಂದ ಕಲಿಯುಗ ಭೀಮದ 'ಮದರ್ ಇಂಡಿಯಾ'.

ಈ ಹಾಡು ಸಿನಿಮಾದ ಆರಂಭದಲ್ಲೇ ಬರುತ್ತದೆ, ಕ್ಯಾಸೆಟ್ಟುಗಳಲ್ಲಿ ಹಾಡು ಕೇಳುತ್ತಿದ್ದ ಕಾಲದಲ್ಲಿ ಈ ಹಾಡು ಮನೆ ಮನೆಯನ್ನ ಆವರಿಸಿತ್ತು.

ಪಂಡರಿಬಾಯಿ ತಾಯಿಯಾಗಿ, ತರಲೆ ಮಗನಾಗಿ ಪ್ರಭಾಕರ್ ನಟಿಸಿದ್ದರು, ನಿರ್ದೇಶನ ಕೂಡ ಅವರದ್ದೇ.

ಈ ಹಾಡು ಶುರುವಾಗುವ ಮುನ್ನ ಯಾವುದೋ ಮನೆಯನ್ನ ಕಳ್ಳತನ ಮಾಡುತ್ತಿರುವ ಕಳ್ಳರನ್ನು ನಾಯಕ ಚೆನ್ನಾಗಿ ಥಳಿಸಿ, ತನಗೆ ಬಂದ ಸಂಬಳವನ್ನ ಬಡವರಿಗೆ ಹಂಚಿ ಮನೆಗೆ ಬರುತ್ತಾನೆ, ಅವತ್ತೇ ಅವನ ಹುಟ್ಟಿದ ದಿನ ಬೇರೆ, ಅವನ ಹುಟ್ಟುಹಬ್ಬ ಆಚರಿಸಲು ತಾಯಿ ಕೇಕ್ ತಂದು ಖುಷಿಯಾಗಿ ಕೂತಿರುತ್ತಾಳೆ, ಮನೆಗೆ ಲೇಟಾಗಿ ಬಂದ ಮಗನನ್ನ ಕಾರಣ ಕೇಳಿದಾಗ, ಮಗ ಕಳ್ಳತನದ ವಿಷಯ ಹೇಳುತ್ತಾನೆ, ಸಂಬಳ ಕೇಳಿದಾಗ ಬಡವರಿಗೆ ಕೊಟ್ಟು ಬಂದಿರುವುದನ್ನ ಹೇಳುತ್ತಾನೆ, ಕಿವಿ ಹಿಂಡಿದ ತಾಯಿ ಯಾಕೆ ಹಾಗೆ ಮಾಡಿದೆ ಅಂದಾಗ 'ನೀನೇ ಹೇಳಿಕೊಟ್ಟ ಪಾಠ' ಎಂದು ಉತ್ತರಿಸುತ್ತಾನೆ.

ಈ ದೃಶ್ಯದ ಇಡೀ ಸಂಭಾಷಣೆ ಬಟ್ಲರ್ ಇಂಗ್ಲೀಷ್‌ನಲ್ಲೇ ನಡೆಯುತ್ತದೆ, ಅವರಿಬ್ಬರೂ ಯಾವಾಗಲು ಮಾತಾಡೋದು ಅದೇ ಬಟ್ಲರ್ ಇಂಗ್ಲೀಷ್‌ನಲ್ಲೆ, ಕೊನೆಗೂ ತಾಯಿ ಅವನಿಗೆ ಅವತ್ತು ಮಗನ ಹುಟ್ಟಿದ ದಿನ ಎಂದು ಹೇಳಿ ಕೇಕ್ ಕತ್ತರಿಸುತ್ತಾಳೆ, 'ಪ್ರತಿಸಲ ಬರ್ತ್ ಡೇಗೂ ಮೂರ್ ಕ್ಯಾಂಡೆಲ್ ಯಾಕೆ?' ಎಂದು ಕೇಳಿದಾಗ, 'ನೀನು ನಂಗೆ ಸಿಕ್ಕಾಗ ಮೂರು ವರ್ಷ' ಇವತ್ತಿಗೂ ನೀನು ನನಗೆ ಮೂರು ವರ್ಷದ ಕಂದ ಎನ್ನುವಳು, ನಾಯಕನ ಕಣ್ಣಲ್ಲಿ ನೀರು. ಹಾಡು ಶುರುವಾಗುತ್ತದೆ.

***"ಈ ತಾಯಿಯ ಹಾರ್ಟು ಆ ಮೌಂಟ್ ಎವರೆಸ್ಟು
ಆ ಶಿಖರದ ವೇಯ್ಟು ಆಹಾ ತಿಳಿದವರೆಷ್ಟು
ಕೈ ತುತ್ತು ಕೊಟ್ಟೋಳೆ ಐ ಲವ್ಯೂ ಮೈ ಮದರ್ ಇಂಡಿಯಾ,***

ಯಾವತ್ತೂ ಕಾಯೋಳೆ, ಐ ಡೋಂಟ್ ಲೀವ್ ಮೈ ಮದರ್ ಇಂಡಿಯಾ,
ತಾಯಿಗೆ ಮಿಗಿಲಾದ ಗಾಡ್ ಇಲ್ಲ ಅಂತ ನಂಬಿರೋ ಸನ್ ಇಂಡಿಯಾ
ಬಾಯಿಗೆ ತುತ್ತಿಟ್ಟ ಮಮ್ಮೀಗೆ ಪ್ರಾಣ ನೀಡುವೆ ನೀ ಕಂಡೆಯಾ"

ಹಾಡಿನ ಶುರುವಿನಲ್ಲಿ ತಾಯಿಯ ಹೃದಯ ಜಗತ್ತಿನ ಅತ್ಯಂತ ದೊಡ್ಡ ಶಿಖರ 'ಮೌಂಟ್ ಎವರೆಸ್ಟ್'ಗಿಂತ ದೊಡ್ಡದು, ಅಂತ ತಾಯಿಯ ಹೃದಯದ ತೂಕ ಎಷ್ಟಿರಬಹುದೆಂದು ತಿಳಿದವರು ಎಷ್ಟಿರಬಹುದೆಂದು ಕೇಳುತ್ತಾನೆ. ಯಾಕೆಂದರೆ ಆ ಹೃದಯದಲ್ಲಿನ ಅನಂತ ಮಮತೆ ಪ್ರೀತಿಯನ್ನ ಅವನು ಪಡೆದಿದ್ದಾನೆ. ತಾಯಿ ಅಂದ ಕೂಡಲೇ ಸಾಹಿತ್ಯದಲ್ಲಿ ಸಿನಿಮಾದಲ್ಲಿ ತಾಯಿಯನ್ನ ಹೋಲಿಸೋದು ದೇವರಿಗೆ. ಇಲ್ಲೂ ಕೂಡ ಮಗ ತನ್ನ ತಾಯಿಯನ್ನ ದೇವರಿಗೆ ಹೋಲಿಸುತ್ತಾನೆ, ತಾಯಿಯನ್ನ ಮೀರಿಸುವ ದೇವರಿಲ್ಲ ಎಂದು ಒಂದು ಹಂತ ಹೆಚ್ಚೇ ಹೊಗಳುತ್ತಾನೆ, ತನ್ನ ಬಾಯಿಗೆ ತುತ್ತಿಟ್ಟ ಈ ತಾಯಿಗಾಗಿ ತಾನು ಪ್ರಾಣ ಕೂಡ ಬಿಡುವೆ ಎನ್ನುವನು, ವಾಸ್ತವದ ನೆಲೆಯಲ್ಲಿ ಸ್ವಲ್ಪ ಓವರ್ ಅನಿಸಬಹುದು ಆದರೆ ಅವನು ಹೊಗಳಲು ಅವನದೇ ಆದ ಕಾರಣ ಇದೆ.

"ಫುಡ್ ಇಲ್ದೆ ಕ್ಲಾಥ್ ಇಲ್ದೆ ನಿಂತಿದ್ದೆ ನಾನು ಫುಟ್ಪಾತ್ನಲ್ಲೊಂದು ದಿನ
ಕಣ್ಣಿದ್ದೂ ನೋಡದೆ ಹೋದರು ಫುಡ್ಡು ಕ್ಲಾಥ್ ಇದ್ದ ಎಷ್ಟೋ ಜನ
ಮುಚ್ಚಿದ್ದ ಕಣ್ಣಿನ ಮೇಲಿದ್ದ ನೋವ ಮುಟ್ಟಿತ್ತು ಒಂದು ಕೈ
ಅತ್ತಿದ್ದ ಕೆನ್ನೆಗೆ ಮೆತ್ತಿದ್ದ ಬಿಸಿ ಕಂಬಿನಿ ಒರೆಸಿದ ಕೈ
ಕೊಡುಗೈ ದೇವರನ್ನು ನಾ ಕಾಣೆ, ಕಾಣೆ, ನನಗೆ ನೀನೇ ದೈವವೇ ನಿನ್ನಾಣೆ
ಕೈ ತುತ್ತು ಕೊಟ್ಟೋಳೆ ಐ ಲವ್ಯೂ ಮೈ ಮದರ್ ಇಂಡಿಯಾ"

ಮೂರು ವರ್ಷದ ಮಗುವಿದ್ದಾಗಲೇ ಅಪ್ಪ ಅಮ್ಮನಿಲ್ಲದೇ ಅನಾಥವಾಗಿ ಬೀದಿಗೆ ಬಿದ್ದ ನಾಯಕ ನಡುರೋಡಿನಲ್ಲಿ ಬಟ್ಟೆ ಇಲ್ಲದೆ, ಊಟ ಕೂಡ ಇಲ್ಲದೇ ನಿಂತಿರುತ್ತಾನೆ ಒಂದು ದಿನ, ಅವನು ಹಾಗೆ ನಿಂತಿದ್ದರೂ ಅವನನ್ನು ಯಾರೂ ಕ್ಯಾರೇ ಅಂದಿರುವುದಿಲ್ಲ, ಊಟವಿಲ್ಲದೇ ಅನಾಥನಾಗಿ ನಿಂತ ಅವನು ಅಳುವಾಗ ಆ ಅಳುವನ್ನು ಒರೆಸಿದ ಕೈ ಇದೇ ತಾಯಿಯ ಕೈ, ಅದನ್ನು ಎಷ್ಟು ಅದ್ಭುತವಾಗಿ ಹೇಳುತ್ತಾರೆ ಹಂಸಲೇಖ ***"ಮುಚ್ಚಿದ್ದ ಕಣ್ಣಿನ ಮೇಲಿದ್ದ ನೋವ ಮುಟ್ಟಿತ್ತು ಒಂದು ಕೈ / ಅತ್ತಿದ್ದ ಕೆನ್ನೆಗೆ ಮೆತ್ತಿದ್ದ ಬಿಸಿ ಕಂಬಿನಿ ಒರೆಸಿದ ಕೈ"*** ನೋವನ್ನು ಮುಟ್ಟೋದು ಅನ್ನುವ ಕಲ್ಪನೆ ಎಷ್ಟು ಚೆಂದ ಅಲ್ವಾ? ಆ ತಾಯಿ ಒರೆಸಿದ್ದು ಬರೀ ಅವನ ಅವನ ಕಂಬನಿ ತುಂಬಿದ ಕೆನ್ನೆಯಷ್ಟೇ ಅಲ್ಲ, ಅವನ ನೋವನ್ನು ಕೂಡ. ಎಲ್ಲ ಕೊಡೋದು ದೇವರು ಅಂತಾರೆ ಆದರೆ ನಾನು ಆ ದೇವರನ್ನ ಕಂಡಿಲ್ಲ, ಅಂಥಾ ದೇವರನ್ನು ತಾಯಿ ನಿನ್ನಲ್ಲಿ ಕಂಡಿದ್ದೀನಿ ನೀನೇ

ನನಗೆ ದೇವರು ಅನ್ನುವವನು. ಬೀದಿಗೆ ಬಿದ್ದ ಅನಾಥನನ್ನು ತನ್ನ ಮಗನಾಗಿ ಸ್ವೀಕರಿಸುವ ಅವಳು ಅವನ ಪಾಲಿಗೆ ದೇವರಲ್ಲದೆ ಮತ್ತೇನು? ನಾವೆಲ್ಲಾ ಬೀದಿಗೆ ಕೂಸನ್ನು ಎಸೆದ ತಾಯಿಯ ಬಗ್ಗೆ ಕೇಳಿದ್ದೀವಿ, ಹಾಗೆ ಎಸೆದ ಮಗುವಿಗೆ ತಾಯಿಯಾದ ಇನ್ನೊಬ್ಬ ತಾಯಿ ದೇವರಿಗಿಂತ ಹೆಚ್ಚು ಅಲ್ವಾ?

"ಬೆಡ್ಡಿಲ್ದೆ ಬ್ಲಡ್ ಇಲ್ದೆ ಮಲಗಿದ್ದೆ, ನಾನು ಸರ್ಕಾರಿ ಆಸ್ಪತ್ರೇಲಿ
ನಮ್ಮಮ್ಮ ಅಲ್ಲಿಗೆ ಬರದಿದ್ದರೆ, ನನ್ನ ಡೆಡ್ ಬಾಡಿ ಷೋಕೇಸಲ್ಲಿ
ಬಂದಳೋ ನಮ್ಮಮ್ಮ ಬಂದಳೋ, ಎಲ್ಲಾ ದೇವರ ನಡುಗಿಸಲು
ಪ್ರೀತಿಯ ಔಷಧ ಬಾಡಿಗೆ ಕೊಟ್ಟು ಮಗನನ್ನು ಬದುಕಿಸಲು
ಅಮ್ಮಾ ಎಂಬ ಮಾತಲೀ ಇದೆಯೋ ಮೆಡಿಸನ್
ಮಗನೇ ಎಂದ ಕೂಡಲೇ ಲೈಫೋ ಮೈಸನ್
ಕೈ ತುತ್ತು ಕೊಟ್ಟೋಳೆ ಐ ಲವ್ಯೂ ಮೈ ಮದರ್ ಇಂಡಿಯಾ"

ನಾಯಕ ಅನಾಥನಾಗಿ ಯಾವುದೋ ಸರ್ಕಾರೀ ಆಸ್ಪತ್ರೆಯಲ್ಲಿ ಮಲಗಿದ್ದಾನೆ, ದೇಹದಲ್ಲಿ ರಕ್ತವಿಲ್ಲದೇ ಸೊರಗಿದ್ದಾನೆ, ಅವನಿಗೊಂದು ಆಸ್ಪತ್ರೇಲಿ ಬೆಡ್ ಕೂಡ ಸಿಕ್ಕಿಲ್ಲ. ಆಗ ಅಲ್ಲಿಗೆ ಬಂದಿದ್ದ ಈ ಮಹಾತಾಯಿ, ಅದನ್ನು ಎಷ್ಟು ಚೆಂದವಾಗಿ ಹೇಳ್ತಾರೆ ಈ ಸಾಲಿನಲ್ಲಿ "***ಬಂದಳೋ ನಮ್ಮಮ್ಮ ಬಂದಳೋ, ಎಲ್ಲಾ ದೇವರ ನಡುಗಿಸಲು, ಪ್ರೀತಿಯ ಔಷಧ ಬಾಡಿಗೆ ಕೊಟ್ಟು ಮಗನನ್ನು ಬದುಕಿಸಲು***" ಅಂತ ದೇವರೇ ಇವನನ್ನು ಬದುಕಿಸಲು ಬಂದಿಲ್ಲ, ಆದರೆ ಈ ಮಹಾತಾಯಿ ಆಸ್ಪತ್ರೆಗೆ ಓಡಿ ಬಂದಿದ್ದಾಳೆ, ಇವಳ ಪ್ರೀತಿ ಆ ದೇವರಿಗೆ ನಡುಕ ಹುಟ್ಟಿಸೋ ಥರಾ ಇದೆ, ಆ ತಾಯಿ ಪ್ರೀತಿಯ ಔಷಧವನ್ನು ಬಾಡಿಗೆ ಕೊಟ್ಟು ಮಗನನ್ನು ಬದುಕಿಸಿಕೊಳ್ಳುತ್ತಾಳೆ. ಸರ್ಕಾರೀ ಆಸ್ಪತ್ರೇಲಿ ಅನಾಥನಾಗಿ ಸಾಯಬೇಕಿದ್ದವನು ಮಗನಾಗಿ ತಾಯಿಯ ಪ್ರೀತಿ ಮಡಿಲಿಗೆ ಬೀಳುತ್ತಾನೆ. ಅದಕ್ಕೆ ಅವನಿಗೆ 'ಅಮ್ಮ' ಅನ್ನೋ ಪದದಲ್ಲೇ ಎಂಥಾ ರೋಗಕ್ಕೂ ಮೆಡಿಸನ್ ಇದೆ ಎನ್ನುವವನು, ಆ ತಾಯಿ 'ಮಗನೆ' ಎಂದು ಕರೆದರೆ ಸಾಕು 'ಲೈಫೋ' ಎನ್ನುವವನು.

ಈ ಹಾಡು ಇನ್ನೂ ಬೇರೆ ಮಟ್ಟದಲ್ಲಿ ತಟ್ಟಬೇಕಾದರೆ ಹೆಚ್ಚು ಕಮ್ಮಿ ಇದೇ ಸ್ಥಿತಿಯಲ್ಲಿರುವ ಇನ್ನೊಂದು ಸಿನಿಮಾದ ನಾಯಕನ ಬಗ್ಗೆ ಹೇಳಬೇಕು. ಹೊಸಜೀವನ ಸಿನಿಮಾದ ಕನ್ನಡದ ಜನಪ್ರಿಯ ಹಾಡುಗಳಲ್ಲಿ ಒಂದಾದ 'ಅನಾಥ ಮಗುವಾದೆ ನಾನು' ಹಾಡು ನಿಮಗೆಲ್ಲಾ ನೆನಪಿರುತ್ತದೆ. ಅದರಲ್ಲಿ ನಾಯಕ ಹುಟ್ಟಿದ ಕೂಡಲೇ ಬೀದಿ ತಿಪ್ಪೆಗೆ ಎಸೆದು ಹೋಗಿರುತ್ತಾಳೆ ಅವನ ಅಮ್ಮ. ಅವನ ಬದುಕು ದಿಕ್ಕಾಪಾಲಾಗಿರುತ್ತದೆ. ಅವನಿಗೆ ಈ ಸಿನಿಮಾದ ತಾಯಿಯಂತಹವಳು ಸಿಕ್ಕಿರಬೇಕಿತ್ತು. ಆಗ ಅವನು "***ಭೂಮಿಯ ತುಂಬ ಅನಾಥರೆಂಬ ಕೋಟ್ಯಾನು ಕೋಟಿ ಕೂಗು ಇದೆ, ಗ್ರಹಚಾರ ಬರೆಯೋ ಆ***

ಬ್ರಹ್ಮ ನಿಂಗೆ ಎಂದೆಂದೂ ಅವರ ಶಾಪ ಇದೆ, ಉತ್ತರ ಇಲ್ಲ, ಪ್ರಶ್ನೆಯೇ ಎಲ್ಲ, ಕೇಳೋ ದೇವನೇ' ಎಂದು ಹಾಡಿಕೊಂಡು ಇರುತ್ತಿರಲಿಲ್ಲ. ಈ ಎರಡು ಹಾಡನ್ನು ನೀವೇನಾದರೂ ಬ್ಯಾಕ್ ಟೂ ಬ್ಯಾಕ್ ಕೇಳಿದರೆ ಸಿನಿಮಾ ನೋಡಿ ಹಿನ್ನೆಲೆ ಗೊತ್ತಿದ್ದರೆ, **"*ತಾಯಿಗೆ ಮಿಗಿಲಾದ ಗಾಡ್ ಇಲ್ಲ*"** ಅನ್ನೋ ಸಾಲಿನ ಅರ್ಥ ನಿಮಗೆ ಗೊತ್ತಾಗುತ್ತದೆ. ಆಶ್ಚರ್ಯವೆಂದರೆ ಎರಡು ಹಾಡುಗಳಿಗೂ ಪರಮಗುರು ಹಂಸಲೇಖರೇ ಸಾಹಿತ್ಯ ಬರೆದಿರೋದು.

ಇಷ್ಟೊತ್ತು ತನ್ನ ಫ್ಲ್ಯಾಷ್‌ಬ್ಯಾಕ್ ನೆನೆಸಿಕೊಂಡು ಅತ್ತು ಹಗುರಾಗಿ ತಾಯಿಯ ಮಡಿಲು ಸೇರಿದ ಬಗ್ಗೆ ಹಾಡುತ್ತಿದ್ದವನು, ಮುಂದಿನ ಸಾಲುಗಳಲ್ಲಿ ಆ ಮಹಾತಾಯಿ ಕಲಿಸಿದ, ಹೇಳಿಕೊಟ್ಟ ಪಾಠಗಳನ್ನು ಹೇಳುತ್ತಾನೆ.

"ಹ್ಯಾಂಡ್ ಕೆಸರಾದರೆ ತಾನೇನೇ, ನಮ್ಮ ಮೌತ್ ಮೊಸರಾಗುವುದು,
ವರ್ಕೇ, ವರ್ಶಿಪ್ಪು ಎಂದರೆ, ಸುತ್ತೋ ಗ್ಲೋಬಲ್ಲಿ ಹೆಸರುಳಿಯೋದು.
ದೇವರು ಕೊಟ್ಟಿದ್ದು ಹಂಚೋಕೆ ಕೂಡಿ ಇಟ್ಟರೆ ತಪ್ಪು ಮಗಾ,
ಬಡವರ ಸೇವೇಯೇ ಪೂಜೆಯು, ಎಂದ ಮಮ್ಮಿಗೆ ಜೈಜೈ ಈಗ"

ಕೈ ಕೆಸರಾದರೆ ಬಾಯಿ ಮೊಸರು, ಕಾಯಕವೇ ಕೈಲಾಸ, ಹಂಚಿ ತಿಂದರೆ ಸ್ವರ್ಗ ಸುಖ, ದಯೆಯೇ ಧರ್ಮದ ಮೂಲವಯ್ಯ ಈ ತರಹದ ಪಾಠಗಳನ್ನು ಅವಳು ಮಗನಿಗೆ ಹೇಳಿಕೊಟ್ಟಿದ್ದಾಳೆ, ಅದನ್ನು ಚಾಚೂ ತಪ್ಪದೇ ಮಗ ಪರಿಪಾಲಿಸುತ್ತಿದ್ದಾನೆ, ಸಿನಿಮಾದ ಮೊದಲ ದೃಶ್ಯಕ್ಕೂ ಈ ಸಾಲಿಗೂ ಸ್ಪಷ್ಟ ಸಂಬಂಧವಿದೆ, ಇಷ್ಟೆಲ್ಲಾ ಪಾಠಗಳನ್ನು ಹೇಳಿಕೊಟ್ಟ **'*ಮಮ್ಮಿಗೆ ಜೈ ಜೈ ಈಗ*** ಎನ್ನುವನು

"ನಾನೇ ಕರುವು ಆದರೆ ಅವಳೇ ಹಸುವು,
ಅಂಬಾ ಎಂದ ಕೂಡಲೇ, ಇರದೋ ಹಸಿವು
ಕೈ ತುತ್ತು ಕೊಟ್ಟೋಳೆ ಐ ಲವ್ಯೂ ಮೈ ಮದರ್ ಇಂಡಿಯಾ"

ತಾಯಿ ಮಗನ ಪ್ರೀತಿಗೆ ಯಾವತ್ತಿಗೂ ಬಳಕೆಯಲ್ಲಿರುವ ರೂಪಕ 'ಹಸು ಮತ್ತು ಕರು', ಎಷ್ಟೋ ಸಿನಿಮಾಗಳಲ್ಲಿ ತಾಯಿ ಹಾಡು ಬಂದಾಗ ಕರು ಓಡಿ ಹೋಗಿ ಹಸುವಿನ ಕೆಚ್ಚಲಿಗೆ ಬಾಯಿ ಹಾಕುವ ದೃಶ್ಯ ಇದ್ದೇ ಇರುತ್ತದೆ, ಆ ದೃಶ್ಯಕ್ಕೆ ಎಲ್ಲರೂ ಕನೆಕ್ಟ್ ಆಗೇ ಆಗುತ್ತಾರೆ. ಅದೇ ರೂಪಕವನ್ನ ಮತ್ತೆ ಇಲ್ಲಿ ಹಂಸಲೇಖ ಎಳೆದು ತಂದಿದ್ದಾರೆ 'ನಾನು ಕರು ಆದ್ರೆ ಅವಳೇ ಹಸುವು' ಅಂಬಾ ಅಂದರೆ 'ಹಸಿವೆ' ಇರೋಲ್ಲ. ಯಾವ ತಾಯಿಯೂ ತನ್ನ ಮಗನನ್ನು ಹಸಿದ ಹೊಟ್ಟೆಯಲ್ಲಿ ಬಿಡುವುದಿಲ್ಲ. ನೀವು ಎಲ್ಲೇ ಇರಿ ಮನೆಗೆ ಬಂದರೆ ಇಲ್ಲ ಫೋನು ಮಾಡಿದರೆ ಅಮ್ಮ ಕೇಳುವ ಮೊದಲ ಪ್ರಶ್ನೆ 'ತಿಂದ್ಯಾ? ಏನ್ ತಿಂದೆ'.

ಅಮ್ಮ ಇದ್ದಲ್ಲಿ ಹಸಿವಿರೋದಿಲ್ಲ ಎಂತ ಬಡವರಾದರೂ. ಅದಕ್ಕೆ ಕೈ ತುತ್ತು ಕೊಟ್ಟೋಳೆ ಮದರ್ ಇಂಡಿಯಾ ಎಂದು ನಾಯಕ ಹಾಡೋದು. ಅಲ್ಲಿಗೆ ಹಾಡು ಮುಗಿಯುತ್ತದೆ.

ಈ ಹಾಡಿನಲ್ಲಿ ತುಂಬಾ ಸಿಂಪಲ್ ಆದ ಸಾಹಿತ್ಯವಿದೆ ಅಷ್ಟೇ ಸಿಂಪಲ್ ಕಂಪೋಸಿಷನ್ ಕೂಡ. ಆದರೆ ಹಾಡು ಗಮನಿಸಿದರೆ ಇಡೀ ಸಿನಿಮಾದಲ್ಲಿ ಪ್ರಭಾಕರ್ ಮತ್ತು ಪಂಡರಿಬಾಯಿ ಮಾತಾಡೋದು ಬಟ್ಲರ್ ಇಂಗ್ಲೀಷ್ ಮಿಶ್ರಿತ ಕನ್ನಡದಲ್ಲಿ. ಅದೇ ಅಂಶವನ್ನು ಇಟ್ಟುಕೊಂಡು ಈ ಹಾಡನ್ನು ಹೆಣೆದಿದ್ದಾರೆ. ಇದು ಪ್ರಯೋಗವೂ ಹೌದು ಜೊತೆಗೆ ಸಿನಿಮಾ ಹಾಡು ಸಿನಿಮಾದ ಒಳಗೆಯೇ ಇದ್ದರೆ ಎಷ್ಟು ಅರ್ಥಪೂರ್ಣವಾಗಿರುತ್ತದೆ ಎನ್ನುವುದಕ್ಕೆ ನಿದರ್ಶನವೂ ಹೌದು. ತಾನು ಸಾಹಿತ್ಯ ರಚಿಸುವ ಸಿನಿಮಾದ ಕತೆ ಚಿತ್ರಕತೆ ಸಂಭಾಷಣೆಗಳ ಅರಿವು ಹಂಸಲೇಖಾರಿಗೆ ಇತ್ತು. ಆಗಾಗಿ ಅವರ ಹಾಡುಗಳು ಯಾವತ್ತಿಗೂ ಸಿನಿಮಾದ ಹೊರಗೆ ನಿಲ್ಲುವುದಿಲ್ಲ.

ಹಂಸಲೇಖ ಬರೆದ ನಶೆಯ ನಿಶೆಯ ಸಾಲುಗಳು ಬ್ರಾಂದಿ ಬೀರು ಸೇಂದಿಗಿಂತ ಕಿಕ್ಕೂ

ಐಟಂ ನಂಬರುಗಳು ಭಾರತೀಯ ಚಿತ್ರರಂಗಕ್ಕೆ ಕಾಲಿಟ್ಟು ಹೆಚ್ಚು ಕಮ್ಮಿ 90 ವರ್ಷಗಳ ಮೇಲಾಗಿದೆ, ಕೆಲವು ಕಡೆ ಈ ಐಟಂ ನಂಬರುಗಳು ಕತೆಯ ಚೌಕಟ್ಟಿಗೆ ಬಿದ್ದರೆ ಇನ್ನೂ ಕೆಲವು ಕಡೆ ಚಿತ್ರದ ಆಚೆ ನಿಂತು ಕೇವಲ ಕಮರ್ಷಿಯಲ್ ಅಂಶವಾಗಿವೆ, ಎರಡರಲ್ಲೂ ಐಟಂ ನಂಬರುಗಳು ಯಶಸ್ವಿಯಾಗಿವೆ, ಮೊದಲೆಲ್ಲಾ ಐಟಂ ನಂಬರುಗಳಿಗೆ ಅಂತಲೇ ನೃತ್ಯ ಮಾಡುವ ನಟಿಯರು ಇದ್ದರು, ಈಗ ನಾಯಕಿಯೇ ಐಟಂ ಹಾಡಿಗೆ ಕುಣಿಯುವಷ್ಟು ಬದಲಾಗಿದೆ. ಡಿಸ್ಕೋ ಶಾಂತಿ, ಸಿಲ್ಕ್ ಸ್ಮಿತಾ, ಕತ್ರಿನಾ ಕೈಫ್ ಇದರಲ್ಲಿ ಭಯಂಕರ ಜನಪ್ರಿಯತೆ ಗಳಿಸಿಕೊಂಡವರು, ಕನ್ನಡದಲ್ಲಿ ರಮ್ಯಾ ಕೂಡ ಊರಿಗೊಬ್ಬೆ ಪದ್ಮಾವತಿಗೆ ಹೆಜ್ಜೆ ಹಾಕಿ ಮನೆಮಾತಾಗಿದ್ದು ಇತಿಹಾಸ.

ಈಗ ಐಟಂ ನಂಬರು ಎನ್ನುವ ಈ ಹಾಡುಗಳಲ್ಲಿ ಅಶ್ಲೀಲದ ಸಾಹಿತ್ಯವೇ ಹೆಚ್ಚು, ರಸಿಕತೆಯ ಚೌಕಟ್ಟಿನಲ್ಲೇ ಎಲ್ಲೂ ಅಸಹ್ಯವೆನಿಸದ ಒಗಟು ಒಗಟು ಪದಗಳಲ್ಲೇ ಐಟಂ ಹಾಡುಗಳ ಸಾಹಿತ್ಯವನ್ನ ಕನ್ನಡದಲ್ಲಿ ಕೆಲವು ಸಾಹಿತಿಗಳು ಪ್ರಯತ್ನಿಸಿದ್ದಾರೆ. ಇತ್ತೀಚಿನ ದಿನಗಳಲ್ಲಿ ಯೋಗರಾಜ್ ಭಟ್ ತಮ್ಮದೇ ಒಂದು ಟಿಪಿಕಲ್ ಭಾಷೆ ಪದ ಪ್ರಯೋಗವನ್ನ ಈ ಐಟಂ ಹಾಡುಗಳಲ್ಲಿ ತಂದಿದ್ದಾರೆ. ಹಂಸಲೇಖ ಅವರು ಸಂಗೀತ ನೀಡುತ್ತಿದ್ದ ಕಾಲಕ್ಕೆ, ಹೆಚ್ಚು ಕಮ್ಮಿ ಐಟಂ

ಹಾಡುಗಳು ಚಿತ್ರದ ಒಂದು ಭಾಗವೇ ಆಗಿತ್ತು. ಹಂಸಲೇಖ ಅವರ ಸಂಗೀತ ಮತ್ತು ಸಾಹಿತ್ಯದಲ್ಲಿ ತುಂಬಾ ಐಟಂ ಹಾಡುಗಳು ಬಂದಿರುವುದು ಅಲ್ಲದೇ, ಅವೆಲ್ಲಾ ಜನಪ್ರಿಯವಾಗಿ ಜನರ ನಾಲಗೆಯಲ್ಲಿ ಉಳಿದುಹೋಗಿವೆ, ಆದರೆ ಅವರ ಐಟಂ ಹಾಡುಗಳಲ್ಲಿ ಎಲ್ಲಿಯೂ ಸಭ್ಯತೆ ಮೀರಿದ ಅಸಹ್ಯ ಸಾಲುಗಳಿಲ್ಲ, ಒಗಟು ತರಹದ ಸಾಹಿತ್ಯವನ್ನ ಒಡೆದು ನೋಡಿದ್ದಲ್ಲಿ ಮಾತ್ರ ಅದರ ದಿಗ್ದರ್ಶನ ಆಗುವುದು.

ಐಟಂ ಹಾಡುಗಳ ಹೊರತಾಗಿಯೂ ಕೆಲವು ಹಾಡುಗಳಲ್ಲಿ ಆ ತರಹದ ಸಾಹಿತ್ಯ ನೀವು ಗಮನಿಸಬಹದು, ಉದಾಹರಣೆಗೆ ಅನಂತನ ಅವಾಂತರದಲ್ಲಿ ಬರುವ 'ಕಮಾನ್ ಕಮಾನ್ ಕಾಮಣ್ಣ ಬಾಣ ಬಿಡಣ್ಣ' ಸಿನಿಮಾವನ್ನ ನೋಡಿದವರಿಗೆ ಆ ಸಾಲಿನ ಅರ್ಥ ಹೊಳೆಯುತ್ತದೆ, ಅದೇನದು ಅದೇನದು ಐಸ್ ಆ ಎನ್ನುವ ಹಾಡನ್ನು ಎರಡು ಮೂರು ಸಲ ಕೇಳಿದರೆ 'ಯಪ್ಪೋ' ಎಂಬ ಉದ್ಗಾರ ನಿಮ್ಮ ಬಾಯಲ್ಲಿ ಬರದಿದ್ದರೆ ಕೇಳಿ, ಅಂತಹ ಸಾಹಿತ್ಯ ಕೂಡ ಜಾನಕಿಯಮ್ಮನವರ ಧ್ವನಿಯಲ್ಲಿ ಅದೆಷ್ಟು ಮಾಧುರ್ಯತೆ ಪಡೆದಿದೆ, ಐಟಂ ಹಾಡುಗಳಿಗೆ ಮಾಧುರ್ಯದ ಟಚ್ ಕೊಟ್ಟವರು ಹಂಸಲೇಖ.

ಇರುವ ಅಷ್ಟೆಲ್ಲಾ ಐಟಂ ಹಾಡುಗಳ ಬಗ್ಗೆ ಮಾತಾಡಲು ಆಗದಿದ್ದರೂ ತುಂಬಾ ಜನಪ್ರಿಯವಾದ ನನಗೆ ಗುಂಗು ಹಿಡಿಸಿದ ಈ ನಾಲ್ಕು ಹಾಡುಗಳ ಬಗ್ಗೆ ಹೇಳುವೆ, ಅದರಲ್ಲಿ ಎರಡು ಶಿವಣ್ಣ ನಟಿಸಿದ್ದಾರೆ, ಎರಡು ಸಿನಿಮಾವನ್ನ ಓಂಪ್ರಕಾಶ್‌ರಾವ್ ನಿರ್ದೇಶಿಸಿದ್ದಾರೆ, ಎರಡು ಹಾಡನ್ನ ಮನು, ಎರಡು ಹಾಡನ್ನ ಎಸ್ಪಿಬಿ ಹಾಡಿರುವುದು ವಿಶೇಷ.

ಊರ್ಮಿಳಾ ಊರ್ ಊರ್ಮಿಳಾ

ಕಾಪ್ ಆಕ್ಷನ್ ಥ್ರಿಲ್ಲರ್ ಕನ್ನಡದಲ್ಲಿ ತುಂಬಾ ಸದ್ದು ಮಾಡಿದ್ದೂ 1990ರಿಂದ 2000 ಈ ಹಂತದಲ್ಲಿ. ಅಂಬರೀಷ್, ವಿಷ್ಣುವರ್ಧನ್, ಶಂಕರ್ ನಾಗ್ ಜೊತೆಗೆ ಪೊಲೀಸ್ ಪಾತ್ರದಿಂದಲೇ ತುಂಬಾ ಜನಪ್ರಿಯರಾದ ದೇವರಾಜ್, ಮಾಲಾಶ್ರೀ ಮತ್ತು ಸಾಯಿಕುಮಾರ್ ನಟಿಸಿದ ಸಾಲು ಸಾಲು ಸಾಲು ಪೊಲೀಸ್ ಪ್ರಧಾನ ಚಿತ್ರಗಳು ಬಂದವು. ಹೆಚ್ಚು ಕಮ್ಮಿ ಎಲ್ಲಾ ಚಿತ್ರಗಳಿಗೂ ಹಂಸಲೇಖರದೇ ಸಾಹಿತ್ಯ ಮತ್ತು ಸಂಗೀತ. ಸರ್ಕಲ್ ಇನ್ಸ್‌ಪೆಕ್ಟರ್ 1998ರಲ್ಲಿ ಬಂದ ದೇವರಾಜ್ ಮಾಲಾಶ್ರೀ ಅಭಿನಯದ, ಮೋಹನ್ ಗಾಂಧೀ ನಿರ್ದೇಶಿಸಿದ ಸಿನಿಮಾ, ಆ ಸಿನಿಮಾದ 'ಊರ್ಮಿಳಾ ಊರ್ ಊರ್ಮಿಳಾ' ಹಾಡು ಜನಪ್ರಿಯವಾದ ಹಾಡು. ಈ ಹಾಡಿನಲ್ಲಿ ಒಂದು ಕಡೆ ಕಾಲೇಜ್ ಕ್ಯಾಂಪಸಿನಲ್ಲಿ ಪಡ್ಡೆ ಹುಡುಗರು ಊರ್ಮಿಳಾ ಊರ್ಮಿಳಾ ಅಂತ ಕುಣಿಯುತ್ತಿದ್ದರೆ, ಮತ್ತೊಂದು ಕಡೆ ಕೆಮಿಸ್ಟ್ರಿ

ಲ್ಯಾಬಿನಲ್ಲಿ ಒಂದು 'ಬಲಾತ್ಕಾರ' ನಡೆದುಹೋಗುತ್ತಿರುತ್ತದೆ, ಒಂದು ಕಡೆ ಹೆಣ್ಣಿನ ಅಂದವನ್ನು ಹೊಗಳುವ ಪಡ್ಡೆ ಹೈಕಳಿದ್ದರೆ, ಮತ್ತೊಂದು ಕಡೆ ಅದೇ ಹೆಣ್ಣಿನ ಅಂದವನ್ನು ಹಾಳುಗೆಡುತ್ತಿರುವ ಖಳನಾಯಕ ಇರುವುದು ಈ ಹಾಡಿನ ವೈರುಧ್ಯ, ಹಾಗೆ ವಿಶೇಷತನ.

ಊರ್ಮಿಳಾ ಮಾತೋಡ್ಕರ್ ಎಂಬ ಬಾಲಿವುಡ್ ಚೆಲುವೆ ತುಂಬಾ ಹಿಟ್ ಆದ ಕಾಲಕ್ಕೆ ಈ ಹಾಡು ಬಂದಿರುವುದು, ಆ ಕಾಲಕ್ಕೆ ಸೂಕ್ತವಾಗಿ ಅದೇ ಹೆಸರನ್ನು ಬಳಸಿಕೊಂಡಿರುವುದು ನಿಜವೂ ಇರಬಹುದು. ಪ್ರಾಯದ ಹೀಟಿಗೆ ಬಂದ ಪಡ್ಡೆ ಹುಡುಗರು ಊರ್ಮಿಳಾ ಎಂಬ ಮಂಡಿ ಮೇಲೆ ಮಿನಿ ಸ್ಕರ್ಟ್ ಹಾಕಿಕೊಂಡು ಕುಣಿಯುತ್ತಿರುವ ಚೆಲುವೆಯನ್ನ ನೋಡಿ

> ***"ಊರು ತುಂಬಾ ನಿನ್ನ ಪರಿಮಳ, ತಾಳಲಾರೆ ನಾನು ತಾಳಲಾರೆ***
> ***ನೋಡಿಕೊಂಡೆ ಹೀಗೆ ಬಾಳಲಾರೆ,ತಲೆ ತುಂಬಾ ನಿನ್ನ ತಳಮಳ ತಳಮಳ***
> ***ಊರ್ಮಿಳಾ ಊರ್ ಊರ್ಮಿಳಾ,ಊರು ತುಂಬಾ ನಿನ್ನ ಪರಿಮಳ***
> ***ತಾಳಲಾರೆ ನಾನು ತಾಳಲಾರೆ,ನೋಡಿಕೊಂಡೆ ಹೀಗೆ ಬಾಳಲಾರೆ***
> ***ತಲೆ ತುಂಬಾ ನಿನ್ನ ತಳಮಳ ತಳಮಳ್"***

ಊರ್ ತುಂಬಾ ಓಡಾಡ್ಕಂಡಿರೋ ಊರ್ ಸುದ್ದಿಯಾಗಿರೋ ಊರ್ಮಿಳಾ ಎಂಬ ಚೆಲುವೆಯ ಪರಿಮಳ ತಾಳಲಾಗದೆ, ಅವಳನ್ನು ಹಾಗೇ ಸುಮ್ಮನೆ ನೋಡಿಕೊಂಡು ಕೂಡ ಇರಲಾಗದೇ, ತಾಳಲಾರದೇ, ಬಾಳಲಾರದೇ, ತಲೆ ತುಂಬಾ ತಳಮಳವನ್ನೇ ತುಂಬಿಕೊಂಡ ಪಡ್ಡೆ ಹುಡುಗರು ಅವಳ ಹಿಂದೆ ಮುಂದೆಯೇ ಕುಣಿಯುತ್ತಾ ಕಿಚಾಯಿಸುತ್ತಾ ಓಡಾಡುತ್ತಿದ್ದಾರೆ, ಇದೊಂಥರಾ ಕನ್ಫೆಸ್ಸನ್ನು. ಅವಳು ಮಾತ್ರ ಸ್ವಚ್ಛಂದವಾಗಿ ಕುಣಿಯುತ್ತಿದ್ದಾಳೆ.

"ಹುಡುಗರ ನೋಡು ನಾಯಿಪಾಡು, ನಡೆದರೆ ನೀನಿಲ್ಲಿ
ಅರೆಬರೆ ತೋರದೆ ಒಳಗಿರುವ, ಬೆತ್ತಲೆ ಹುಣ್ಣಿಮೆ ನೀನು"

ಅಲ್ಲ ನಾವು ಇಷ್ಟೆಲ್ಲಾ ನಿವೇದಿಸಿಕೊಂಡು ನಮ್ಮ ಬೆದೆಗೆ ಬಂದಿರೋ ಬಿಕನಾಸಿ ಜೀವನ ಹೇಳ್ತಿದ್ದರೆ ನೀನು ಆರಾಮಾಗಿ ಕುಣಿತಿದೀಯಲ್ಲ ನಾಯಿಪಾಡಾಗಿರುವ ನಮ್ಮ ಹುಡುಗರನ್ನ ನೋಡು ಹೆಂಗ್ ಒಳ್ಳೆ ನಾಯಿ ಅಲೆಯುತ್ತದಲ್ಲಾ ಹಂಗ್ ನಿನ್ ಹಿಂದೆ ಅಲೀತ ಇದ್ದೀವಿ, ಅರೆಬರೆ ಬಟ್ಟೆ ಹಾಕೊಂಡು ಹಿಂಗೇ ಹೊಳಿತಾ ಇರೋ ನೀನು ಬಟ್ಟೆ ಒಳಗೆ ಬೆತ್ತಲೆಯ ಹುಣ್ಣಿಮೆ ನೀನು ಎಂದು ಹೊಗಳುತ್ತಿದ್ದಾರೆ, ಅದಕ್ಕೆ ಅವಳು ನಗುತ್ತಾ,

"ಪ್ರಾಯದ ಕಡಲು ನಿಮ್ಮ ಒಡಲು, ಹುಣ್ಣಿಮೆ ನಾನಿಲ್ಲಿ
ಕರಗಿದ ಮೇಲೆ ಕೊರಗದಿರಿ, ಹಾಡಿ ಅಲೆದಲೆದಾಡಿ"

ನೀವಿನ್ನೂ ಪ್ರಾಯದ ಹುಡುಗರು, ಪ್ರಾಯೋಸಹಜ ಬೆದೆ ನಿಮ್ಮ ಒಡಲು ಕಡಲಿನ ತರಹ, ಅಲ್ಲಿ ಅಲೆಗಳು ಬಡಿಯುತ್ತಲೇ ಇರುತ್ವೆ, ಅದರಲ್ಲೂ ನಾನು ಹುಣ್ಣಿಮೆಯಂತವಳು ಅಂತ ನೀವೇ ಹೇಳ್ತಾ ಇದ್ದೀರಾ, ಅಲೆಗಳು ಜಾಸ್ತಿ ರೊಚ್ಚಿಗೇಳೋದೇ ಹುಣ್ಣಿಮೆ ದಿನ, ಹುಣ್ಣಿಮೆ ಯಾವಾಗಲೂ ಬರೋಲ್ಲ ಬಂದರೆ ತಿಂಗಳಿಗೊಮ್ಮೆ ಹೀಗೆ ಹುಣ್ಣಿಮೆಯಾಗಿ ಸಿಕ್ಕ ನಾನು ಒಂದು ರಾತ್ರಿಗೆ ಅಷ್ಟೇ, ಆಮೇಲೆ ಹುಣ್ಣಿಮೆ ತರಹ ಕರಗಿ ಹೋಗುವೆ, ಸುಮ್ನೆ ಹಾಡು ಹೇಳ್ತಾ ಅಲೆದಾಡಿಕೊಂಡು ಇರ್ತೀರಾ? ಎಂದು ಕೇಳುತ್ತಾಳೆ, ಹಾಗೆ ಕೇಳೋದರಲ್ಲಿ ಏನು ಮಾಡಬೇಕು ಅನ್ನುವ ಸೂಚನೆ ಕೂಡ ಇದೆ.

ಮಾಯೆ... ಏ ಏ ಏ ಏ, ಮಾಯೆ... ಏ ಏ ಏ ಏ
"ಊರ್ಮಿಳಾ ಊರ್ ಊರ್ಮಿಳಾ, ಊರು ತುಂಬಾ ನಿನ್ನ ಪರಿಮಳ
ಕೂರಲಾರೆ ನಾನು ನಿಲ್ಲಲಾರೆ, ಹಾಡಿಕೊಂಡೇ ಹೀಗೆ ಬಾಳಲಾರೆ
ತಲೆ ತುಂಬಾ ನಿನ್ನ ತಳಮಳ ತಳಮಳ

ಇಷ್ಟೆಲ್ಲಾ ಕೇಳಿಸಿಕೊಂಡ ಹುಡುಗರು 'ಹೆಣ್ಣು ನೀ ಮಾಯೆ' ಎಂದು ಕೂಗಿ ಮತ್ತೆ ಹೊಗಳಲು ಶುರು ಹಚ್ಚಿಕೊಳ್ಳುವರು. ಮೊದಲ ಪಲ್ಲವಿಯಲ್ಲಿ ನೋಡಲಾರೆ ತಾಳಲಾರೆ ಎಂದು ಹಾಡಿದ ಹುಡುಗರು ಈಗ ಕೂರಲಾರೆ, ನಿಲ್ಲಲಾರೆ, ಬಾಯಿ ಮುಚ್ಚಲಾರೆ, ಹಾಡಿಕೊಂಡೇ ಹೀಗೆ ಬಾಳಲಾರೆ ಎನ್ನುವಲ್ಲಿಗೆ ಬಂದು ನಿಂತಿದ್ದಾರೆ. ಅವರ ಒಳಗಿನ ಪುಳಕ ಈಗಾಗಲೇ ಗರಿಬಿಚ್ಚಿದೆ.

"ಚೆಲುವಿನ ಘಮಲು ಆಹಾ ಅಮಲು, ತಲೆ ತಿರುಗಿಸುತಿರಲು
ಪ್ರೀತಿಯ ಬಾಯಿಪಾಠಗಳು, ಎಲ್ಲಾ ತೊದಲು ತೊದಲು

ಬೆಳಕಿನ ದೀಪ ನನ್ನ ರೂಪ, ಹಿಡಿಯುವಿರಾ ಪಾಪ
ಸುಟ್ಟರೆ ನನ್ನ ಬೈಯ್ಯದಿರಿ, ನೋಡಿ ಮನೆಯೊಳಗೋಡಿ"
ಮಾಯೆ... ಏ ಏ ಏ ಏ, ಮಾಯೆ... ಏ ಏ ಏ ಏ

ಅವಳ ಮುಂದೆ ಪ್ರೇಮ ನಿವೇದನೆ ಮಾಡಲು ಮುಂದೆ ನಿಂತ ಹುಡುಗರು ಪ್ರೀತಿಯ ಬಾಯಿಪಾಠ ಮಾಡಿಕೊಂಡು ಬಂದಿದ್ದಾರೆ, ಆದರೆ ಅವಳ ಚೆಲುವಿನ ಘಮಲು ಅವರ ನೆತ್ತಿಗೆ ಹತ್ತಿ ಅವರ ತಲೆ ತಿರುಗಿಸುತ್ತಿದೆ ಅಲ್ಲದೇ, ಅವರು ಬಾಯಿಪಾಠ ಮಾಡಿಕೊಂಡ ಪ್ರೀತಿಯ ಪಾಠಗಳು ಎಲ್ಲಾ ತೊದಲು ತೊದಲಾಗಿಬಿಟ್ಟಿವೆ ಪಾಪ, ಹೀಗೆ ಮಾನ ಮರ್ಯಾದೆ ಇಲ್ಲದೇ ತಮ್ಮ ಅಸಹಾಯಕತೆಯನ್ನ ಹುಡುಗರು ತೋಡಿಕೊಂಡಾಗ ಅವಳು ಹುಡುಗರ ಪಾಡು ನೋಡುತ್ತಾ ನಗುತ್ತಾ ನನ್ನ ಬ್ಯೂಟಿ ಬೆಳಕಿನ ದೀಪದ ತರಹ ಕನ್ರಪ್ಪ ಅದುನ ಹಿಡಿಯೋ ಸಾಹಸ, ಮಾಡ್ತಾ ಇದ್ದೀರಲ್ಲ, ಅಕಸ್ಮಾತ್ ನಾನು ಸುಟ್ಟುಬಿಟ್ಟರೆ ಮುಟ್ಟಿಬಿಟ್ಟರೆ ನೀವು ಬಿಸಿಗೆ ಸುಟ್ಟೇ ಹೋಗ್ತೀರಿ, ನೀವಿನ್ನು ಪೀಚುಗಳು ಸುಮ್ನೆ ನೋಡಿ ಮನೆ ಕಡೆ ಓಡ್ತಾ ಇರಿ ಎಂದು ಸ್ವೀಟ್ ವಾರ್ನಿಂಗ್ ಕೊಡ್ತಾಳೆ, ಅಲ್ಲಿಗೆ ಹಾಡು ಮುಗಿಯುತ್ತೆ ಹುಡುಗರು ಹ್ಯಾಪ್ ಮೊರೆ ಹಾಕ್ಕೊಂಡು ಮನೆಗೆ ಹೋದರೆ ಮತ್ತೊಂದು ಕಡೆ ಒಂದು ಬಲಾತ್ಕಾರ ನಡೆದೇ ಹೋಗಿರುತ್ತದೆ.

ಬಂತೂ ಬಂತು, ಕರೆಂಟು ಬಂತು

ಕನ್ನಡ ಚಿತ್ರರಂಗದಲ್ಲಿ ಮೊದಲ ಸಲ ಒಂದು ಕೋಟಿ ಬಡ್ಜೆಟ್ಟಿನ ಸಿನಿಮಾ ಲಾಕಪ್ ಡೆತ್, ಕನ್ನಡ ಆಕ್ಷನ್ ಸಿನಿಮಾಗಳಿಗೆ ಅಡಿಪಾಯ ಹಾಕಿ ಕೊಟ್ಟ ಸಿನಿಮಾ, ರಾಮು ನಿರ್ಮಾಣದ ಓಂಪ್ರಕಾಶ್ ರಾವ್ ನಿರ್ದೇಶನದ, ಭರ್ಜರಿ ತಾರಾಗಣದ ಚಿತ್ರ, ಬಾಕ್ಸ್ ಆಫೀಸ್ ಲೂಟಿ ಮಾಡಿದ ಚಿತ್ರ, ಈ ಸಿನಿಮಾದ

ಆಕ್ಷನ್ ದೃಶ್ಯಗಳಲ್ಲಿ ಎಷ್ಟೋ ಜನ ಗಾಯಗೊಂಡಿದ್ದರು ಕೂಡ, ದೇವರಾಜ್‌ಗೆ ಆಕ್ಷನ್ ಹೀರೊ ಪಟ್ಟ ತಂದುಕೊಟ್ಟ ಸಿನಿಮಾವೂ ಹೌದು, ಸಿನಿಮಾದ ಜೊತೆಗೆ ಸಿನಿಮಾದ ಹಾಡುಗಳೂ ಕೂಡ ಹಿಟ್ ಆಗಿದ್ದವು.

ತೊಂಬತ್ತರ ದಶಕದಲ್ಲಿ ಬಾಲ್ಯ ಯೌವನ ಕಳೆದವರಿಗೆ ಇದೊಂದು ನಾಸ್ಟಾಲಜಿ ಅನುಭವ ಕೊಡುವ ಹಾಡು, ಆ ಕಾಲದಲ್ಲಿ ಎಷ್ಟು ಫೇಮಸ್ ಆಗಿತ್ತೆಂದರೆ ಏರಿಯಾದಲ್ಲಿ ಕರೆಂಟ್ ಹೋದಾಗ ಏರಿಯಾ ಹುಡುಗರು ಒಂದು ಕಡೆ ಸಿಕ್ಕಿ ಹರಟೆ ಹೊಡೆಯುತ್ತಾ ಇರುವಾಗ ಕರೆಂಟ್ ಬಂದರೆ ಎಲ್ಲರೂ ಇಡೀ ಏರಿಯಾಗೆ ಕೇಳಿಸುವಂತೆ '***ಬಂತು ಬಂತು ಕರೆಂಟು ಬಂತು***' ಎಂದು ಏರಿಯಾಗೆ ಕೇಳಿಸುವಂತೆ ಹಾಡುತ್ತ ಮನೆ ಸೇರಿಕೊಳ್ಳುತ್ತಿದ್ದರು.

ಸಿಲ್ಕ್ ಸ್ಮಿತಾ ಎಂಬ ಸೌಂದರ್ಯ ರಾಕ್ಷಸಿ ಹೆಜ್ಜೆ ಹಾಕಿರುವ, ಜಾನಕಿಯಮ್ಮ ಎಸ್ಪಿಬಿ ಅವರ ಧ್ವನಿಯಲ್ಲಿ ಒಂದು ಪೋಲಿ ಐಟಂ ಹಾಡು ಸಹ ಎಷ್ಟು ಮಾಧುರ್ಯವಾಗಿದೆ, ಎಂದಿನಂತೆ ಹಂಸಲೇಖ ಈ ಹಾಡಿನಲ್ಲಿ ಚಿಂದಿ ಉಡಾಯಿಸಿದ್ದಾರೆ

ಹಾಡು ಶುರುವಾಗುವ ಮುನ್ನ ಏರಿಯಾ ಹುಡುಗರು ಫುಡ್ ಜಂಕ್ಷನ್ ಕಡೆಗೆ ಹೋಗುತ್ತಾರೆ, ಅಲ್ಲಿ ಮೊದಲೇ ಕರೆಂಟಿಲ್ಲ, ಟೆನಿಸ್ ಕೃಷ್ಣ ಬಿಸಿ ಬಿಸಿ ಏನಿದೆ ತಿನ್ನೋಕ್ಕೆ ಎಂದು ಕೇಳಿದಾಗ, ಮೊದಲೇ ತಲೆ ಬಿಸಿ ಮಾಡಿಕೊಂಡಿದ್ದ ಅಡುಗೆಯವನು 'ಈ ಹೆಂಚು ನನ್ ತಲೆ ಇದೆ' ಎನ್ನುವನು, ಅದೇ ಸಮಯಕ್ಕೆ ಸಿಲ್ಕ್ ಸ್ಮಿತಾ ಎಂಟ್ರಿ ಕೊಡುತ್ತಾಳೆ, ಆಗ ಹುಡುಗರೆಲ್ಲಾ 'ಬಂತು ಬಂತು ಕರೆಂಟು ಬಂತು' ಎಂದು ಹಾಡು ಶುರುಹಚ್ಚಿಕೊಳ್ಳುತ್ತಾರೆ.

"ಯೌವನ ರಾತ್ರಿಯಲೀ ಕಣ್ಣಿನ ದೀಪದಲಿ, ಈ ಗುಂಡಿಗೆ ಗೂಡಿನಲಿ
ಬಂತೂ ಬಂತು, ಕರೆಂಟು ಬಂತು
ಬಂತೂ ಬಂತು, ಕರೆಂಟು ಬಂತು"

ಕರೆಂಟು ಬಂದಿರೋದು ಬರಗೆಟ್ಟ ಬ್ಯಾಚುಲರ್‌ಗಳ ಯೌವನ ರಾತ್ರಿಯಲ್ಲಿ, ಕರೆಂಟು ಅವರ ಕಣ್ಣುಗಳ ದೀಪದಲ್ಲಿ ಅಷ್ಟೇ ಅಲ್ಲ ಅವರ ಗುಂಡಿಗೆಯ ಗೂಡಿನಲ್ಲಿ, ಅವರ ಗುಂಡಿಗೆಯ ಗೂಡಿಗೆ ಕರೆಂಟು ಹೊಡೆದಂತೆ ಬಂದವಳು ಸಿಲ್ಕ್ ಸ್ಮಿತಾ ಎಂಬ ಶಾಕಿಂಗ್ ಚೆಲುವೆ. ಅವಳ ಚೆಲುವು ಆದರೂ ಎಂಥದ್ದು, ಅವಳೇ ಹಾಡ್ತಾಳೆ ನೋಡಿ

"ನಂದು ಕುಂದದ ಟೀನೇಜು, ನಂದು ನಂದದಾ ವೋಲ್ಟೇಜು
ಚಂದ ಚಂದಾ ಮಾಮಾ, ನಿಂತು ಕುಂತಾ ರೋಮಾ
ನಂಗೂ ದಿನವೂ ಎಂಗೇಜು, ಹಂಗೂ ಆಗದೂ ಮ್ಯಾರೇಜ್
ಅಂದಾ ಕೂಡ್ಲೇ ರಾಮಾ, ನಿಂಗೂ ಬಂತಾ ಪ್ರೇಮ"

ಅವಳದು ಕುಂದದ ಅಂದರೆ ಕುಂಠಿತವಾಗದ ಟೀನೇಜು, ಅಷ್ಟೇ ಅಲ್ಲ ಆ ಟೀನೇಜಿನ ವೋಲ್ಟೇಜು ನಂದದ ಅಂದರೆ ಆರದಂತದ್ದು, ಹೀಗೆ ಆರದ ವೋಲ್ಟೇಜು ಇಟ್ಟುಕೊಂಡ ಕಮ್ಮಿಯಾಗದ ಟೀನೇಜು ಇಟ್ಟುಕೊಂಡ ಅವಳನ್ನು ನೋಡಿದ ಕೂಡಲೇ ಹುಡುಗರ ರೋಮ ನಿಗುರಿಕೊಂಡಿದೆ, ಅದನ್ನು ನೋಡಿ '***ಚಂದ ಚಂದಾ ಮಾಮಾ, ನಿಂತುಕುಂತಾ ರೋಮಾ***' ಎಂದು ನಕ್ಕು, ಅವಳ ಬದುಕಲ್ಲೂ ಇರುವ ಒಂದು ಖಾಲಿತನದ ಬಗ್ಗೆ ಹೀಗೆ ಹೇಳಿಕೊಳ್ಳುತ್ತಾಳೆ. ಅವಳು ದಿನವೂ ಎಂಗೇಜು ಆಗಿದ್ದಾಳೆ, ದಿನ ಒಂದಲ್ಲಾ ಒಂದು ಭೇಟಿ ಸುಖದ ಲೂಟಿ ಆಗುತ್ತಿದೆ, ಎಂಗೇಜ್ಮೆಂಟ್ ಆದ್ಮೇಲೆ ಮ್ಯಾರೇಜ್ ಅಲ್ವಾ? ಆದರೆ ಇವಳ ಎಂಗೇಜುಗಳು ಬರೀ ಒಂದು ರಾತ್ರಿ ಎಂಗೇಜುಗಳಾಗಿ ಅವು ಮ್ಯಾರೇಜ್ ವರೆಗೂ ಮುಂದುವರಿಯದೇ ಇನ್ನೂ ಸಿಂಗಲ್ಲು ಎನ್ನುತ್ತಾಳೆ, ಅವಳು ಸಿಂಗಲ್ಲು ಎಂದ ಕೂಡಲೇ ಮಿಂಗಲ್ ಆಗಲು ಬಾಯ್ತೆರೆದ ಅಷ್ಟು ಬರಗೆಟ್ಟ ಹುಡುಗರನ್ನು ನೋಡಿ "***ಅಂದ ಕೂಡ್ಲೇ ರಾಮ, ನಿಂಗೂ ಬಂತಾ ಪ್ರೇಮ***" ಎಂದು ಕಿಚಾಯಿಸುತ್ತಾಳೆ.

> ***"ನವಿಲೇ ನವಿಲೇ ಸಿಟಿ ನವಿಲೇ, ಗರಿಯಾ ತೆರೆಯಾಲಾರಯಾ***
> ***ನವಿಲಾಟ ನೋಡೋದೂ, ಹಿಂದೆ ಅಲ್ಲಾ ಬಾರಯಾ***
> ***ಜಿಂಕೆ ಜಿಂಕೆ ಜಿಗಿ ಜಿಂಕೆ, ನನ್ನ ಮೇಲೆ ಹಾರಯಾ***
> ***ಜಿಂಕೆ ಜಿಗೀತಾ ನೋಡೋದೂ, ಮಲಗಿ ಅಲ್ಲಾ ಏಳಯಾ***
> ***ಲೈನು ಹೊಡೆಯೋ ಕಲೆ ಇಲ್ಲ, ಪ್ಲ್ಯಾನು ಮಾಡೋ ತಲೆ ಇಲ್ಲ***
> ***ನಿನಗೆ ಹೆಣ್ಣೇ ಒಲಿಯಲ್ಲ"***

ಪೆದ್ದು ಹುಡುಗರು ಅವಳ ಮಾತನ್ನೆಲ್ಲಾ ಕೇಳಿಕೊಂಡು ಸಿಟಿ ನವಿಲೇ ಗರಿಯ ಬಿಚ್ಚು ಅಂತಾರೆ, ಜಿಗಿ ಜಿಗಿ ಜಿಂಕೆ ನನ್ನ ಮೇಲೆ ಹಾರು ಅನ್ನುತ್ತಾರೆ, ಅವರ ಅವಸರ ಜೊತೆಗೆ ಪೆದ್ದುತನ ಕಂಡು ನಕ್ಕು ಅವಳು ಗರಿ ಬಿಚ್ಚಿರೋ ನವಿಲನ್ನು ನೋಡೋದು ಹಿಂದೆ ಇಂದ ಅಲ್ಲ ಕನ್ರಪ್ಪ ಮುಂದೆ ಬಂದು ನೋಡಿ ಆವಾಗಲೇ ಸೌಂದರ್ಯ ಎದ್ದು ಕಾಣೋದು, ಜಿಂಕೆ ಜಿಗಿತ ನೋಡೋದು ಮಲ್ಕೊಂಡು ಅಲ್ಲ ಎದ್ದೇಳ್ರಪ್ಪ ಎಂದು ಕಿಚಾಯಿಸುತ್ತಾಳೆ, ಇದೇ ಥರಾ ನೀವು ಪೆದ್ದು ಪೆದ್ದಾಗಿದ್ರೆ ಯಾವ ಹುಡುಗೀನೂ ಬೀಳೋಲ್ಲ ಅನ್ನುತ್ತಾಳೆ, ಯಾಕೆ ಬೀಳೊಲ್ಲ ಅಂದ್ರೆ ಅವರುಗಳಿಗೆ ಲೈನು ಹೊಡೆಯೋ ಕಲೆಯೇ ಇಲ್ಲ, ಲೈನ್ ಹೊಡಿಬೇಕು ಅಂದರೆ ಹುಡುಗೀನ ಪಟಾಯಿಸ್ಕೋಬೇಕು ಅಂದ್ರೆ ಒಂದು ಪ್ಲ್ಯಾನ್ ಮಾಡಬೇಕು ಆ ಪ್ಲ್ಯಾನ್ ಮಾಡೋ ತಲೆ ಕೂಡ ಇಲ್ಲ, ಈ ಥರಾ ಕಲೆಯೂ ಇಲ್ಲದ ಪ್ಲಾನು ಇಲ್ಲದ ಇವರ ಮೂತಿಗೆ ಯಾವ ಹುಡುಗೀನೂ ಬೀಳೊಲ್ಲ ಅನ್ನುತ್ತಾಳೆ.

ಮುಂದಿನ ಸಾಲುಗಳು ಮಜದ ಸಾಲುಗಳು, ಹಾಡಿನ ಮಧ್ಯೆ ಬಳಸಿಕೊಂಡಿದ್ದಾರೆ, ಪದಪ್ರಯೋಗ ಸಕತ್ ಇದೆ, ನಿಮಗ್ಯಾವ ಹುಡುಗಿ ಬೀಳೊಲ್ಲ ಅಂದಿದ್ದಕ್ಕೆ ಅವಳನ್ನೇ ಬೀಳಿಸಿಕೊಳ್ಳುವ ಸ್ಕೆಚ್ ಹಾಕಿ ಒಂದು ಪ್ರಪೋಸಲ್ ಹೀಗೆ ಕೊಡುತ್ತಾರೆ, ಎಷ್ಟು ಮಜಾ ಇದೆ ನೋಡಿ ಸಾಲುಗಳಲ್ಲಿ.

"ಪಿಕ ಪಿಕಾ ಪಿಕ ಪೀಕಾಕೂ, ಲಕ ಲಕ ಲವ್ವಿಗೆ ಲಾಕ್ ಹಾಕೂ
ಹನಿ ಹನೀ ಹನಿಮೂನಿಗೆ ಸೈ ಹಾಕೂ, ಒಳ್ಳೆ ಲೈಫಿನ ಹೈಜ್ಯಾಕು
ಕಿಸೆಯಲಿ ಜಮ ಜಮಾ ಕೈ ಹಾಕೂ, ಒಳ್ಳೆ ಹಣ್ಣು ಇದು ಬಾಯ್ ಹಾಕೂ
ಜಗದ ಸನ್ಯಾಸೀ ಸೋಂಬೇರಿ, ನೀನೂ ಹ್ಞೂ ಅಂದರೇ ಸಂಸಾರಿ"

ಪಿಕ ಪಿಕ ಅಂತಾ ಇರೋ ಓ ಪೀಕಾಕು (ನವಿಲು), ಲಕ ಲಕ ಅಂತ ಲವ್ವಿಗೆ ಲಾಕ್ ಹಾಕು, ಲಾಕ್ ಹಾಕಿದ ಕೂಡಲೇ ಹನೀ ಹನೀ ಹನಿಮೂನಿಗೆ ಸೈನ್ ಹಾಕು, ಒಳ್ಳೆ ಲೈಫ್ ಆಗುತ್ತೆ ನಮ್ಮದು ಅದನ್ನ ಹೈಜಾಕ್ ಮಾಡು, ಕಿಸೆಯಲ್ಲಿ ಅಂದರೆ ಜೇಬಲ್ಲಿ ಕೈ ಹಾಕು, ಒಳ್ಳೆ ಹಣ್ಣು ಇದು ಹಣ್ಣಿಗೆ ಬಾಯಿ ಹಾಕುತ್ತಾ, ಇಲ್ಲಿವರೆಗೂ ಜಗತ್ತಿನಲ್ಲೇ ಅತ್ಯಂತ ಸೋಂಬೇರಿಯಾಗಿದ್ದ ನಾನು, ನೀನು ನಾನು ಹೇಳಿದ್ದೆಲ್ಲಾ ಮಾಡುತ್ತ ಹ್ಞೂಂ ಅಂದುಬಿಟ್ರೆ ಆಗಿದ್ ಆಗಲಿ ಸಂಸಾರಿ ಆಗಿಬಿಡ್ತೀನಿ ಎನ್ನುವರು.

ಮುಂದಿನ ಸಾಲುಗಳು ನನಗೆ ತುಂಬಾ ಇಷ್ಟವಾದ ಸಾಲುಗಳು, ಹಾಗೇ ನೋಡಿದರೆ ಐಟಂ ಹಾಡುಗಳೇ ಸ್ತ್ರೀವಾದಕ್ಕೆ ವಿರುದ್ಧವಾದುದು, ಹೆಣ್ಣನ್ನು ಭೋಗವಸ್ತು, ಹೆಣ್ಣಿನ ಸೌಂದರ್ಯವನ್ನು ಕಮರ್ಷಿಯಲ್ ದೃಷ್ಟಿ ಇಟ್ಟುಕೊಂಡು ಹೊಗಳಿ ಅದರಲ್ಲೊಂದು ಡಬಲ್ ಮೀನಿಂಗ್ ತುಂಬಿರುತ್ತಾರೆ. ಆದರೆ ಈ ಐಟಂ ಹಾಡಿನಲ್ಲಿ ಈ ಸಾಲುಗಳು ಇರೋದು ಅಚ್ಚರಿಯೂ ಹೌದು ಅಷ್ಟೇ ಖುಷಿಯೂ ಹೌದು.

"ವರ್ಣ ಭೇದ ಹೋಗಿಲ್ಲ, ಮೇಲು ಕೀಳು ಮರೆತಿಲ್ಲ
ಒಂಟಿ ಹುಡುಗಿ ಹಿಂದೆ, ಕಳ್ಳರೆಲ್ಲಾ ಒಂದೇ
ಜಾತಿ ಜಾತಿ ಸೇರೋಲ್ಲ, ಭಾಷೆ-ಭಾಷೆ ಬೆರೆಯೋಲ್ಲಾ
ಹುಡುಗಿ ಅಂದ್ರೆ ಮಂದಿ, ಜಾತಿಗೀತಿ ಚಿಂದಿ"

ಮುಂದುವರೆಯುತ್ತಿರುವ ದೇಶ ಎಂದು ಎಷ್ಟೆಲ್ಲಾ ಬೊಬ್ಬೆ ಹೊಡೆದರೂ ನಮ್ಮಲ್ಲಿ ಇನ್ನೂ ವರ್ಣ ಭೇದ ಹೋಗಿಲ್ಲ, ಮೇಲು ಕೀಳು ಇವತ್ತಿಗೂ ಪೇಪರ್ ತೆಗೆದರೆ ಹಳ್ಳಿ ಕಡೆ ಮುಖ ಮಾಡಿದರೆ ನಗರದಲ್ಲೂ ಕಾಣಿಸುತ್ತದೆ, ಆದರೆ ಒಂಟಿ ಹುಡುಗಿ ಇದ್ದರೆ ಅಲ್ಲಿ ವರ್ಣ ಭೇದವೂ ನಡೆಯೋಲ್ಲ, ಮೇಲುಕೀಳು ಕೂಡ ಮುಖ ಹಾಕೋಲ್ಲ ಅನ್ನುತ್ತಾರೆ, ಹುಡುಗಿ ವಿಷಯಕ್ಕೆ

ಬಂದರೆ ಎಲ್ಲ ಗಂಡಸರು ವಿಶ್ವಮಾನವರೇ! ಒಂಟಿ ಹುಡುಗಿ ಸಿಕ್ರೆ ಕಳ್ಳರೆಲ್ಲ ಒಂದೇ. ವರ್ಣ ಭೇದ ಮೇಲು ಕೀಳು ಜೊತೆಗೆ ಸೆಕ್ಯುಲರ್ ದೇಶ ಅನ್ನುವ ನಮ್ಮಲ್ಲಿ ಇಡೀ ದೇಶ ಜಾತಿ ಜಾತಿಯಾಗಿ ಧರ್ಮ ಧರ್ಮವಾಗಿ ಒಡೆದು ಹೋಗಿದೆ, ಜೊತೆಗೆ ಭಾಷೆ ಭಾಷೆಯಾಗಿ ಒಡೆದು ಹೋಗಿದೆ, ಇಂತಹ ಬಿರುಕು ಹುಡುಗಿ ವಿಷ್ಯದಲ್ಲಿ ಇಲ್ಲ, ಹುಡುಗಿ ವಿಷ್ಯದಲ್ಲಿ ಅದರಲ್ಲೂ ಒಂಟಿ ಹುಡುಗಿ ವಿಷ್ಯದಲ್ಲಿ ವರ್ಣ ಮೇಲು ಕೀಳು ಜಾತಿ ಭಾಷೆ ಎಲ್ಲಾ ಮಕಾಡೆ ಮಲಗಿ ಜೊಲ್ಲು ಸುರಿಸುತ್ತಾರೆ. 'ಜಾತಿ ಗೀತಿ ಚಿಂದಿ' ಎನ್ನುತ್ತಾರೆ.

"ಮಿಂಚಿ ಮಿಂಚಿ ಮರಿ ಮಿಂಚೀ, ಮಿಂಚಾ ಹಂಚಿ ನೀಡೆಯ
ಮಿಂಚನ್ನೂ ಮುಟ್ಟೀದರೇ ಸುಟ್ಟೂಹೋಗಲಾರೆಯಾ
ರತಿ ರತಿಯೇ ನವರತಿಯೇ, ಸ್ವಾತಿಮುತ್ತ ನೀಡೆಯಾ
ರತೀಕಾಟ ಸೋಕಿದರೆ, ಪಂಜು ಹಿಡಿಯಲಾರೆಯಾ"

ಅವಳ ಫಿಲಾಸಫಿ ಕೇಳುವಷ್ಟು ಹುಡುಗರು ಪ್ರಬುದ್ಧರಾಗಿಲ್ಲ, ಅವರು ಆತುರದಲ್ಲಿದ್ದಾರೆ ಅದೆಲ್ಲ ಇರ್ಲಿ ಮರಿ ಮಿಂಚಿನಂತೆ ಇರುವ ನೀನು ನಮಗೆಲ್ಲ ಮಿಂಚು ಹಂಚುತ್ತಾ ನಿನ್ನ ನೀಡಬಾರದೇಕೆ? ಎಂದು ಗೋಗೆರೆಯುತ್ತಾರೆ ಅದಕ್ಕವಳು ನಕ್ಕು ಅಯ್ಯೋ ದಡ್ಡರ ಮಿಂಚನ್ನು ಹಿಡಿಯಲಿಕ್ಕೆ ಆಗುತ್ತಾ? ಹಿಡಿದರೆ ಸುಟ್ಟು ಹೋಗ್ತೀರಾ ಅನ್ನುವಳು, ಅದಕ್ಕೆ ಸುಮ್ಮನಾಗದ ಹುಡುಗರು ರತಿಯೇ ನವರತಿಯೇ ಸ್ವಾತಿ ಮುತ್ತಾದರೂ ನೀಡು ಅಂದು ಬೇಡಿಕೊಳ್ಳುತ್ತಾರೆ ಅದಕ್ಕೆ ಅವಳು 'ರತಿಕಾಟ ಸೋಕಿದರೆ ಪಂಜು ಹಿಡಿಯಲಾರೆಯ' ಎಂದು ಸವಾಲು ಹಾಕುವಳು ಅವಳು ಸೋಕಿಸುವ ರತಿಕಾಟವಾದರೂ ಯಾವುದು? ಅವರು ಹಿಡಿವ ಪಂಜು ಆದರೂ ಯಾವುದು?

ಮುಂದಿನ ಸಾಲಿನಲ್ಲಿ

"ಟಚ್ ಕೊಟ್ಟರೇ ಪೆಚ್ಚಾಗ್ತಿ
ಮುತ್ತು ಕೊಟ್ಟರೇ ಪುಸ್ ಆಗ್ತೀ
ಫ್ಯೂಸ್ ಹೋದರೆ ಲೈನ್ ಹಾಕ್ತೀ?"

ಟಚ್ ಕೊಟ್ರೆ ಪೆಚ್ಚಾಗ್ತೀಯ, ಮುತ್ತು ಕೊಟ್ರೆ ಪುಸ್ ಆಗ್ತೀಯ ಎನ್ನುವಳು, ಆ ಹುಡುಗರ ಪೌರುಷವೆಲ್ಲ ಬರೀ ಹಾಡು ಹಾಡಲಿಕ್ಕೆ ಅಷ್ಟೇ, ದಿನವೂ ಎಂಗೇಜಾಗಿರುವ ಅವಳು ಇಂಥಾ ಎಷ್ಟು ಹುಡುಗರನ್ನ ನೋಡಿರೋಲ್ಲ? ಪ್ರಣಯಪೂರ್ವ ಹೊಗಳಿಕೆಗಳು ಅಷ್ಟೇ, ವಾಸ್ತವದಲ್ಲಿ ಟಚ್ ಮಾಡುದ್ರೆ ಪೆಚ್ಚಾಗಿಬಿಡ್ತಾರೆ, ಮುತ್ತು ಕೊಟ್ರೆ ಪುಸ್ಸಾಗಿಬಿಡ್ತಾರೆ ಅಂತಹದರಲ್ಲಿ ಫ್ಯೂಸ್ ಹೋಗಿಬಿಟ್ರೆ ಲೈನ್ ಹಾಕಕ್ ಆಗುತ್ತಾ? ಎಂದು ಕಿಚಾಯಿಸುವಳು. ಹಾಗೆ

ಆಡುತ್ತಾ ಇರುವಾಗಲೇ ಅವಳಿಗೆ ಸೀನು ಬಂದು ಜೋರಾಗಿ ಸೀನಿ ತನ್ನ ಕರ್ಚೀಫಲ್ಲಿ ಮೂಗೊರೆಸಿಕೊಂಡು ಎಸೆಯುತ್ತಾಳೆ, ಅದನ್ನ ಕ್ಯಾಚ್ ಮಾಡಿದ ಪಾತ್ರಧಾರಿ ಟೆನಿಸ್ ಕೃಷ್ಣ ಅದನ್ನ ಮೂಸುತ್ತಲೇ ಮಜಾ ಪಡೆಯುತ್ತಾನೆ, ಅಲ್ಲಿಗೆ ಹಾಡು ಮುಗಿಯುತ್ತದೆ

ದೇಖೋರೆ ದೇಖೋರೆ ಬಾಳೆದಿಂಡೂ

ಸ್ನಿಗ್ಧ ಸುಂದರಿ ಸಿಮ್ರಾನ್ ಕನ್ನಡಕ್ಕೆ ಕಾಲಿಟ್ಟ, ಬಿಗ್ ಬಡ್ಜೆಟ್ ರಾಮು ಬ್ಯಾನರಿನ, ಆಕ್ಷನ್ ಡೈರೆಕ್ಟರ್ ಓಂಶಿವಪ್ರಕಾಶ್ ರಾವ್ ನಿರ್ದೇಶನದ 'ಸಿಂಹದ ಮರಿ' ಬಿಡುಗಡೆಯಾಗಿದ್ದು 1997ರಲ್ಲಿ, ಆಗಿನ ಕಾಲದಲ್ಲೇ ಈ ಸಿನಿಮಾದ ಬಡ್ಜೆಟ್ ಮೂರುವರೆ ಕೋಟಿ. ಹಾಡುಗಳು ಸೂಪರ್ ಹಿಟ್, ಸಿನಿಮಾ ಭರ್ಜರಿ ಓಪನಿಂಗ್, ರಿವೇಂಜ್ ಬ್ಯಾಕ್‌ಗ್ರೌಂಡ್ ಇರೋ ಆಕ್ಷನ್ ಸಿನಿಮಾದಲ್ಲಿ ಶಿವಣ್ಣ ಮಿಂಚಿದ್ದರು.

ಈ ಸಿನಿಮಾದ ಏಕೈಕ ಐಟಂ ಹಾಡು. ದೇಖೋರೆ ದೇಖೋರೆ. ಈ ಸಾಹಿತ್ಯವನ್ನ ಓಂಶಿವಪ್ರಕಾಶ್ ರಾವ್ ಬರೆದಿರೋದು ಎಂದು ಕೆಲವು ಕಡೆ, ಆದರೆ ಸಾಹಿತ್ಯದಲ್ಲಿ ಬರುವ ಬಾಳೆದಿಂಡು, ಕೆಲವು ಮಜಾ ಕೊಡುವ ರೂಪಕಗಳು, ಶಾಕುಂತಲ ದ್ರೌಪದಿಯ ರೆಫರೆನ್ಸ್ ನೋಡಿದರೆ ಪಕ್ಕಾ ಹಂಸಲೇಖ ಬರೆದಿರೋದು ಎಂದು ಗೊತ್ತಾಗುತ್ತದೆ, ಒಂದಿಬ್ಬರು ಹಂಸಲೇಖರ ನಿಕಟವರ್ತಿಗಳ ಬಳಿ ವಿಚಾರಿಸಿ ಅವರೇ ಬರೆದಿದ್ದಾರೆ ಎಂದು ಖಾತ್ರಿಯಾದ ಮೇಲೆ ಈ ಹಾಡಿನ ಬಗ್ಗೆ ಬರೆಯುತ್ತಿದ್ದೇನೆ.

ರಂಗೇನಹಳ್ಳಿ ರಂಗಿ ನಡೆದು ಹೋಗಬೇಕಾದರೆ ನಾಯಕ ಮತ್ತವನ ಗ್ಯಾಂಗು ಈ ಹಾಡು ಶುರು ಹಚ್ಚಿಕೊಳ್ಳುತ್ತಾರೆ. ನಾಯಕ ಹೇಳ್ತಾನೆ

"ದೇಖೋರೆ ದೇಖೋರೆ ಬಾಳೆದಿಂಡೂ
ಯಾವ ಕಡೇ ನೋಡಿದರೂ ದುಂಡು ದುಂಡು
ದೇಖೋರೆ ದೇಖೋರೆ ಬಾಳೆದಿಂಡೂ
ಯಾವ ಕಡೇ ನೋಡಿದರೂ ದುಂಡು ದುಂಡು
ಏನ್ ಹುಡುಗರೋ ಇದ್ಯಾಕಿಂಗಾಡ್ತಾರೋ
ನಾನು ಅಂದ್ರೆ ಇದ್ಯಾಕಿಂಗ್ ಮಾಡ್ತಾರೋ"

ಬಳುಕುತ್ತಾ ನಡೆಯುತ್ತಾ ಇರೋ ಬಾಳೆದಿಂಡಿನಂತಹ ತೊಡೆಗಳುಳ್ಳ ಚೆಲುವೆಯನ್ನ ನಾಯಕ ತನ್ನ ಗ್ಯಾಂಗಿಗೆ ತೋರಿಸುತ್ತಾ ನೋಡ್ರೋ ಅಲ್ಲಿ ಬಾಳೆದಿಂಡು, ಯಾವ ಕಡೆ ನೋಡಿದರೂ ದುಂಡು ದುಂಡು ಅನ್ನುವನು, ಚೆಲುವೆ ಮೈ ಕೈ ತುಂಬಿಕೊಂಡಿದ್ದಾಳೆ. ಅದಕ್ಕೆ ಈ ನಾಯಕನ ವ್ಯಂಗ್ಯ ಮತ್ತು ಹೊಗಳುವಿಕೆ ಅರಿಯದ ಪೆದ್ದು ಚೆಲುವೆ 'ಏನ್ ಹುಡಗ್ರಪ್ಪ ನೀವು ಅದ್ಯಾಕ್ ನನ್ನ ನೋಡುದ್ರೆ ಹಿಂಗ್ ಆಡ್ತೀರಾ? ನಾನು ಬಂದ್ರೆ ಹಿಂಗೇ ಯಾಕೆ ಕಾಲೆಳೆಯುತ್ತಿರೋ ಅನ್ನುವಳು. ಅವಳ ಧ್ವನಿಯಲ್ಲಿ ಅಮಾಯಕತೆ ಇದೆ ಪಾಪ.

"ನೋಡಿರೋ ನೋಡಿರೋ ರಂಭೇ ಫ್ರೆಂಡು
ರಂಗೀ ಬರೋ ಬೀದಿ ತುಂಬಾ ದುಂಬಿ ದಂಡೂ
ಏನ್ ಹೈದರೋ ಇದ್ಯಾಕಿಂಗ್ ಆಡ್ತಾರೋ
ನಾನು ಅಂದ್ರೇ ಇದ್ಯಾಕಿಂಗ್ ಮಾಡ್ತಾರೋ "

ಅವಳ ಅಮಾಯಕತೆ ನೋಡಿ ರೊಚ್ಚಿಗೆದ್ದ ನಾಯಕ ಇನ್ನೂ ಒಂದು ಹಂತ ಮುಂದೆ ಹೋಗಿ ಇನ್ನೂ ಜಾಸ್ತಿ ಹೊಗಳುತ್ತಾನೆ, ನೋಡ್ರೋ ರಂಭೆ ಫ್ರೆಂಡು ಅನ್ನುವನು, ನೀವೆಲ್ಲಾ ಸಿನಿಮಾಗಳಲ್ಲಿ ಕಾಮಿಕ್ಸ್‌ಗಳಲ್ಲಿ ರಂಭೆಯ ಚಿತ್ರ ನೋಡಿದ್ದೀರಿ ಮೈ ಕೈ ತುಂಬಿಕೊಂಡು ಮಾದಕವಾಗಿರುವ ಅವಳು ನಿಮ್ಮನ್ನು ಆವರಿಸದೆ ಬಿಡಳು, ಅವಳ ಫ್ರೆಂಡು ಇವಳು ಎಂದು ಕಿಚಾಯಿಸುತ್ತಾನೆ, ರಂಗಿ ಬರುವ ದಾರಿಯಲ್ಲಿ ದುಂಬಿಗಳ ದಂಡೇ ಇದೆ ಅನ್ನುವನು, ಹೆಣ್ಣು ಹೂ ಗಂಡು ದುಂಬಿ, ಇಲ್ಲಿರೋ ದುಂಬಿಗಳು ಅಪ್ಪಟ ಪೋಲಿ ದುಂಬಿಗಳು, ಈ ಹೊಗಳುವಿಕೆಯೂ ಕೂಡ ಅರ್ಥವಾಗದ ಅವಳು ಮತ್ತೆ ಏನ್ ಹುಡುಗ್ರಪ್ಪ ನೀವು ಅದ್ಯಾಕ್ ನನ್ನ ನೋಡುದ್ರೆ ಹಿಂಗ್ ಆಡ್ತೀರಾ? ನಾನು ಬಂದ್ರೆ ಹಿಂಗೆ ಯಾಕೆ ಕಾಲೆಳೆಯುತ್ತಿರೋ ಅನ್ನುವಳು.

"ಬ್ಯಾಚುಲರ್ ಬಾಯಿಗೆ ಉಪ್ಪಿನಕಾಯಿ ಇದ್ದಂಗೆ
ಸಂಸಾರಿ ಬಾಡೀಗೆ ಜನರೇಟರ ಇದ್ದಂಗೇ
ಹೆಂಡ್ತೀನ ಬಿಟ್ಟೋರಗೇ ಶಾಕುಂತ್ಲೆ ಇದ್ದಂಗೆ

ಕಾಣ್ತಾಳೆ ನೋಡಿರೋ ಎಲ್ಲಾರ್ಗೂ ಸಿಕ್ಕಂಗೇ
ಅದೇನ್ ಕಂಡಿರೋ ನನ್ಯಾಕಿಂಗ್ ಮೆಚ್ತಿರೋ
ಅದೇನಂತಿರೋ ನನ್ಯಾಕ್ ತಿಂತಿರೋ
ಆ... ಬ್ರಾಂದಿ ಬೀರು ಸೇಂದಿಗಿಂತ ಕಿಕ್ಕೂ
ರಂಗೇನಳ್ಳಿ ರಂಗೀ... ರಂಗೀ
ಆ ಮಾಲ ಮಧುಬಾಲಾಗಿಂತ ಲುಕ್ಕೂ
ರಂಗೀ ಕೊಡೋ ಭಂಗೀ ದೇಖೋರೇ ದೇಖೋರೇ "

ಮುಂದಿನ ಲೈನುಗಳು ಅವಳಷ್ಟೇ ಮಜಬೂತಾಗಿದೆ, ಚಪ್ಪರಿಸಿಕೊಂಡು ಕೇಳಿ. ಹಿಂಗೇ ಬಾಳೆದಿಂಡಿನಂತೆ ನಡೀತಾ ಇರೋ ಮೈಕೈ ತುಂಬಿಕೊಂಡು ಓಡಾಡುತ್ತಿರುವ ರಂಭೆಯ ಫ್ರೆಂಡ್ ಹಂಗೆ ಇರೋ ಇವಳು ಬ್ಯಾಚುಲರ್ ಬಾಯಿಗೆ ಉಪ್ಪಿನಕಾಯಿ ಇದ್ದ ಹಂಗೆ ಅಂತೆ, ಇನ್ನೂ ಪ್ರಣಯದ ಊಟ ಸಿಕ್ಕಿಲ್ಲ, ಉಪ್ಪಿನಕಾಯಿ ನೆಕ್ಕಿಕೊಳ್ಳುತ್ತಿದ್ದಾರೆ. ಅವಿವಾಹಿತರ ಪಾಲಿಗೆ ಉಪ್ಪಿನಕಾಯಿ ಆಗಿರೋ ಇವಳು ವಿವಾಹಿತರ ಪಾಲಿಗೆ ಜನರೇಟರ್ ಇದ್ದ ಹಾಗೆ ಅಂತೆ, ಜನರೇಟರ್ ಉಪಯೋಗಿಸೋದು ಮನೆಯಲ್ಲಿ 'ಕರೆಂಟ್' ಇಲ್ಲದಾಗ ಅಲ್ವಾ?, ಅಷ್ಟೇ ಅಲ್ಲ ಹೆಂಡ್ತೀನ ಬಿಟ್ಬೋರ್ಗೆ ಇವಳು ಮತ್ತೆ ನೆನಪಾದ ಶಕುಂತಲೆ ಇದ್ದ ಹಾಗೆ ಅಂತೆ, ಉಂಗುರ ತೊಡಿಸದೇ ಬಿಟ್ಟಾರೆಯೇ? ಇವಳು ಹೇಗೆ ಕಾಣಿಸ್ತಿದ್ದಾಳೆ ಅಂದ್ರೆ ಎಲ್ಲರಿಗೂ ಸಿಗೋ ಥರಾ ಕಾಣಿಸ್ತಿದ್ದಾಳೆ ಅಂತಾನೆ, ಅದಕ್ಕೆ ಮತ್ತೆ ಅಮಾಯಕತೆಯಿಂದ ಅವಳು 'ಅದೇನ್ ಹಿಂಗ್ ಆಡ್ತೀರಪ್ಪ, ನನ್ನ ಪ್ರಾಣ ಯಾಕ್ ತಿಂತೀರೋ' ಎನ್ನುತ್ತಾಳೆ. ಇದಕ್ಕೆ ಸಿಟ್ಟಿಗೆದ್ದ ನಾಯಕ ಅಯ್ಯೋ ರಂಗಿ ನೀನು ಈ ಕುಡುಕರ ಪಾಲಿಗೆ ಬ್ರಾಂದಿ ಬೀರು ಸೇಂದಿಗಿಂತ ಕಿಕ್ಕೂ ಕೊಡೋ ಥರಾ ಇದ್ಯಲ್ಲೇ, ಆ ಹೀರೋಯಿನ್ ಮಧುಬಾಲಾಗಿಂತ ಲುಕ್ ಕೊಡೋ ಥರಾ ಇದೆ ನೀನಿರೋ ಭಂಗಿ ಎನ್ನುತ್ತಾನೆ. ಅದಾದರೂ ಅರ್ಥ ಆಯ್ತಾ ಅವಳಿಗೆ?

ಮುಂದಿನ ಚರಣದಲ್ಲಿ ಈ ಥರಾ ಕಿಕ್ ಕೊಡುವ ಸಾಲುಗಳಿವೆ

"ಸಾರಾಯಿ ಅಂಗಡಿಗೇ ರಂಗೀನೇ ಲಾಟೀನು
ರಂಗಿ ಇರೋ ಕಡೇ ಕುಡಿಯೋರ ಕ್ಯಾಂಟೀನೂ
ಕುಡುಕರ ಕಣ್ಣಿಗೇ ಕಾಗೇನೂ ಹಂಸಾನೇ ಹಂಸಾನೇ
ಸಿಕ್ಕರೆ ಕುಡುಕರೆಲ್ಲಾ ಧ್ವಂಸಾನೇ
ಅದೇನ್ ಕುಡುಕರೋ ನನ್ಯಾಕಿಂಗ್ ಕಾಡ್ತಾರೋ
ಅದೇನ್ ಮಾಡ್ತಾರೋ ನನ್ಯಾಕಿಂಗ್ ಹೊಗಳ್ತಾರೋ
ಏ... ರಂಗೀ... ನಿನ್ನ ಭಂಗಿ ನೋಡಿ ನಿಂತೇ ಹೋಯ್ತು
ಊರ ಪುಂಗಿ... ಪುಂಗಿ

ಈ ಕತ್ತಲಲ್ಲಿ ಕುಡಕರಿಗೇ ನೀನೇ
ದಾರಿದೀಪ ರಂಗೀ... ರಂಗೀ..."

ಸಾರಾಯಿ ಅಂಗಡೀಲಿ ಬಿದ್ದಿರೋ ಕುಡುಕರ ಪಾಲಿಗೆ ರಂಗೀನೇ ಲಾಟೀನು, ಕತ್ತಲ ಪ್ರಪಂಚ ಅಲ್ಲಿ ಬೆಳಕಾಗಿ ಲಾಟೀನಾಗಿ ಅವಳಿದ್ದಾಳೆ, ಅವಳಿರೋ ಕಡೆನೇ ಎಲ್ಲಾ ಕುಡುಕರ ಕ್ಯಾಂಟೀನು, ಇಂಥಾ ತೂರಾಡುತ್ತಿರೋ ಕುಡುಕರಿಗೆ ಕಾಗೆ ಕೂಡ ಹಂಸ ಆಗಿ ಕಾಣಿಸುತ್ತೆ ಅಂತೆ, ಆದರೆ ರಂಗಿ ಬಿಳಿ ಬಿಳಿ ಹಂಸದವಳು, ಅಂತ ಹಂಸ ಸಿಕ್ರೆ ಕುಡುಕರೆಲ್ಲಾ ಧ್ವಂಸನೇ ಎಂದು ನೀನು ಹಂಸ ಥರಾ ಇದ್ದೀಯ ಅಂತ ಹೊಗಳುತ್ತಾ ಇದ್ದಾರೆ ಅದು ಕೂಡ ಅರ್ಥವಾಗದ ಅವಳು 'ಅದೇನ್ ಕುಡುಕ್ರೋ ಯಾಕ್ ಹಿಂಗ್ ಕಾಡ್ತೀರಾ ಯಾಕ್ ಹೊಗಳ್ತೀರಾ?' ಎಂದು ಪೆದ್ದು ಪೆದ್ದಾಗಿ ಕೇಳುತ್ತಾಳೆ ಅದಕ್ಕೆ ನಾಯಕ ರಂಗಿ ನೀನು ನಿಂತ್ಕೊಳ್ಳೋ ಭಂಗೀಗೆ ನಮ್ಮ ಊರಿನ ಪುಂಗಿ ನಿಂತು ಹೋಗಿದೆ, ಈ ಕತ್ತಲಲ್ಲಿ ದಾರಿದೀಪ ನೀನೇ ರಂಗಿ ಎಂದು ಮತ್ತೆ ಹೊಗಳುತ್ತಾನೆ.

ಹೊಗಳಿಕೆಗೆ ಬೀಳದ ಹೆಣ್ಣಿಲ್ಲ ಅಂತಾರೆ, ಇಷ್ಟೆಲ್ಲಾ ಹೊಗಳಿಕೆಗೆ ಅವಳು ಬೀಳ್ತಾಳಾ? ಕುಡುಕರ ಕತ್ತಲಿನ ದಾರಿದೀಪ ಆಗ್ತಾಳಾ?

ಟಕಟಕ ಟಕಾಯ್ತು ಲಗ ಲಗ ಲಗಾಯ್ತು

ಗಡಿಬಿಡಿ ಕೃಷ್ಣ 1998ರಲ್ಲಿ ಬಂದ ಸಿನಿಮಾ ಇದು, ಅಷ್ಟಾಗಿ ಗಲ್ಲಾಪೆಟ್ಟಿಗೆಯಲ್ಲಿ ಸದ್ದು ಮಾಡದಿದ್ದರೂ ಹಾಡುಗಳು ಸದ್ದು ಮಾಡಿದ್ದವು, ಅದರಲ್ಲೂ ಟಕ ಟಕ ಟಕಾಯ್ತು ಇವತ್ತಿಗೂ ಕೇಳುವ ಪಾಪ್ಯುಲರ್ ಮಸಾಲಾ ಸಾಂಗ್. ಈ ಸಿನಿಮಾದಲ್ಲಿ ಶಿವಣ್ಣನದು ಡಬಲ್ ಆಕ್ಟಿಂಗ್ ಒಂದು ಸಂಭಾವಿತ ಡಾಕ್ಟರ್ ಪಾತ್ರ, ಇನ್ನೊಂದು ಅಡ್ನಾಡಿ ಉಂಡಾಡಿ ಪಾತ್ರ, ಈ ಹಾಡನ್ನು ಉಂಡಾಡಿ ಪಾತ್ರವೇ ಹಾಡುತ್ತಿರುವುದು.

"ಟಕಟಕ ಟಕಾಯ್ತು ಲಗ ಲಗ ಲಗಾಯ್ತು
ಹೆಣ್ಣು ಹೊನ್ನು ಮಣ್ಣೆಲ್ಲ ಓಸಿ ಸಿಕ್ರೆ ಜಮಾಯ್ತು
ಹೇ ಗಡಿಬಿಡಿ ಕೃಷ್ಣ ನನ್ನ ಜಡೆ ಬಿಡು ಕೃಷ್ಣ
ಹೇಯ್ ಹೇಯ್ ಹೇಯ್
ಟಕಟಕ ಟಕಾಯ್ತು ಲಗ ಲಗ ಲಗಾಯ್ತು
ನೋಟು ಸ್ವೀಟು ಸೈಟೆಲ್ಲಾ ಓಸಿ ಸಿಕ್ರೆ ಜಮಾಯ್ತು
ಹೇ ಗಡಿಬಿಡಿ ಕೃಷ್ಣ ನನ್ನ ಕೈ ಬಿಡು ಕೃಷ್ಣ
ಹೇಯ್ ಹೇಯ್ ಹೇಯ್ "

ಟಕಾಯ್ಸು ಲಗಾಯ್ಸು ಅನ್ನೋದು ಮೇಲ್ನೋಟಕ್ಕೆ ಕುದುರೆ ಗಾಡಿ ಓಡಿಸುವ ಸೌಂಡ್ ಥರಾ ಇದೆ, ಬಹುಶಃ ಅವಳು ಕುದುರೆ ಥರಾ ಹಾರುತ್ತಾ ಸಣ್ಣ ಮಿಡಿ ಹಾಕ್ಕೊಂಡು ಬಳುಕಿ ಓಡಾಡ್ತಾ ಇರೋದಕ್ಕೆ ನಾಯಕ ಆ ಥರಾ ಹಾಡಲು ಶುರು ಹಚ್ಚಿಕೊಂಡಿರಬಹುದು. 'ಟಕಾಯ್ಸು ಲಗಾಯ್ಸು' ಅನ್ನೋ ನಾಯಕ ದೊಡ್ಡೋರ್ ಹೇಳಿದ ಹಾಗೆ 'ಹೆಣ್ಣು ಹೊನ್ನು ಮಣ್ಣು' ಈ ಮೂರರಲ್ಲಿ ಯಾವುದು ಓಸಿ ಆಗಿ ಅಂದ್ರೆ ಬಿಟ್ಟಿಯಾಗಿ ಸಿಕ್ರೆ ಜಮಾಯಿಸು ಮಜಾ ಮಾಡು ಅನ್ನುತ್ತಾ ಅವಳ ಜಡೆ ಎಳೆಯುತ್ತಾನೆ ಪೋಲಿ ಕೃಷ್ಣ, ಅದಕ್ಕೆ ಅವಳು ನನ್ನ ಜಡೆ ಬಿಡೋ ಎಂದು ಬೇಡುತ್ತಾಳೆ,

ಮುಂದಿನ ಸಾಲಿನಲ್ಲಿ ನೋಟು ಸ್ವೀಟು ಸೈಟು ಇವುಗಳಲ್ಲಿ ಯಾವುದು ಫ್ರೀ ಸಿಕ್ರೂ ಬಿಡಬೇಡ ಜಮಾಯಿಸು ಎನ್ನುತ್ತಾನೆ, ಮೊದಲು ಹೇಳಿದ್ದು ಹಿರಿಯರ ನೋಡಿ, ಎರಡನೆಯದು ಸಿಟಿಗೆ ಬಂದು ಅವನೇ ಕಂಡುಕೊಂಡದ್ದು, ಈಗ ರೋಡಿನಲ್ಲಿ ಫ್ರೀ ಆಗಿ ಸ್ವೀಟಂತೆ ಇರುವ ಸ್ವೀಟಿ ಸಿಕ್ಕಿದ್ದಾಳೆ, ಜಮಾಯಿಸದೇ ಇರುತ್ತಾನಾ? ಅವಳ ಕೈ ಹಿಡಿದು ಎಳೆಯುತ್ತಾನೆ, ಅದಕ್ಕೆ ಅವಳು ನನ್ನ ಕೈ ಬಿಡು ಕೃಷ್ಣ ಎಂದು ಬೇಡುತ್ತಾ ಕುಣಿಯುತ್ತಾ ಓಡುತ್ತಾಳೆ, ಅವಳನ್ನು ಹಿಡಿಯಲು ನಾಯಕ ಮತ್ತವನ ಗ್ಯಾಂಗ್ ಹೇಯ್ ಹೇಯ್ ಎನ್ನುತ್ತಾ ಓಡುತ್ತದೆ.

"ಟಪೋರಿ ಟಪೋರಿ ನೀನು ಜೋಡ್ಸಿ ಇಟ್ಟ ಮಾರ್ಬಲ್ ಟಪೋರಿ
ಕಣ್ಣಿನ ಚೆಂಡಲ್ಲಿ ರಂಗೀಲಾ ರಿಂಗಲ್ಲಿ
ಬಬ್ಬರಿ ಹೊಡೆದರೆ ಚಿಂದಿ ನೀನು ಲಗೋರಿ
ಚಕೋರಿ ಚಕೋರಿ ನಿನ್ನ ಕದಿಯಬೇಕು ಚಂದ್ರ ಚಕೋರಿ
ಬಳ್ಳಾರಿ ಜೈಲಲ್ಲಿ ಕೂಡಿಟ್ಟರೂ ನೋ ವರಿ
ಬಪ್ಪರೇ ತ್ರಿಪುರ ಸುಭದ್ರಾ ತಿಜೋರಿ "

ಹೀಗೆ ದಾರಿಯಲ್ಲಿ ಕುಣಿಯುತ್ತಿರುವ ಸ್ವೀಟಿ ನಾಯಕನ ಕಣ್ಣಿಗೆ 'ಜೋಡಿಸಿಟ್ಟ ಮಾರ್ಬಲ್ ಟಪೋರಿ' ಥರಾ ಕಾಣಿಸ್ತಾ ಇದ್ದಾಳೆ, ರಂಗೀಲಾ ರಿಂಗಲ್ಲಿ ಜೋಡಿಸಿಟ್ಟಿರೋ ಮಾರ್ಬಲ್ ಠಪೋರಿನ ನಾಯಕ ತನ್ನ ಕಣ್ಣುಗಳ ಚೆಂಡಲ್ಲಿ ಹೊಡೆದು ಬೀಳಿಸಿದರೆ, ಚಿಂದಿ ಲಗೋರಿ ಆಡಬಹುದು ಎನ್ನುವನು, ಕಣ್ಣಿನ ಚೆಂಡಲ್ಲಿ ಬೀಳಿಸಿಕೊಂಡು ಮಾರ್ಬಲ್ ಠಪೋರಿಯಂತವಳನ್ನು ಲಗೋರಿ ಆಡಬೇಕು ಅಂತಿದ್ದವನು ಅವಳನ್ನ ಚಕೋರಿ ಅನ್ನುತ್ತಾನೆ ಅದು ಚಂದ್ರ ಚಕೋರಿ ಅವಳು, ಅವಳನ್ನ ಕದಿಯಬೇಕು, ಆ ಕಳ್ಳತನಕ್ಕೆ ಬಳ್ಳಾರಿ ಜೈಲಲ್ಲಿ ಅವನನ್ನು ಕೂಡಿಟ್ಟರೂ ನೋ ವರಿ ಅಂತೆ, ಯಾಕೆಂದರೆ ಅವಳು ತ್ರಿಪುರ ಸುಭದ್ರಾ ತಿಜೋರಿ, ತಿಜೋರಿಯನ್ನೇ ಲೂಟಿ ಮಾಡುವ ಪ್ಲ್ಯಾನ್ ಅವನದು.

ಇಷ್ಟೆಲ್ಲಾ ಕೇಳಿಸಿಕೊಂಡ ಅವನ ಗ್ಯಾಂಗ್ ಮತ್ತಷ್ಟು ಹುರುಪು ಕೊಡುವಂತೆ ಕೋರಸ್ ಹಾಡುತ್ತಾರೆ ಅದು ಏನಂತ "ಕಣಜ ಕಣಜ ಹೆಣ್ಣು ಜಗದ ಮೊದಲ ಕಣಜ, ಅಳೆದು ಅಳೆದು ಪಡೆಯೋ ರಾಜ ಮಜಾ ಮಜಾ ಮಜಾ" ಜಗತ್ತಿನ ಮೊದಲ ಕಣಜ ಹೆಣ್ಣು, ಅಳೆದು ಅಳೆದು ಪಡೆದು ಮಜಾ ಮಾಡು ಅಂತ. ಯಥಾ ರಾಜ ತಥಾ ಪ್ರಜಾ ತರಹದ ಗ್ಯಾಂಗ್.

"ಮುರಾರಿ ಏನೆಂದ ಕೆಲಸ ನಿಂದು ಫಲ ನನ್ನದು ಅಂದಾನೋ
ಬ್ಯೂಟಿನಾ ಹಿಡಿಯೋಣ ದರೋಡೆ ಮಾಡೋಣ
ಮುಂದೆ ಲಾಭ ನಷ್ಟ ಎಲ್ಲಾ ದೇವರಿಗೆ
ಕಿಲಾಡಿ ಕಿಲಾಡಿ ಈ ಕೋಳಿ ಕರ್ತಸಕತ್ ಕಿಲಾಡಿ
ಅಂದಾನ ಮೇಲಿಟ್ಟ ಗುಣಾನಾ ಒಳಗಿಟ್ಟ
ಬಪ್ಪರೇ ಮುಟ್ಟಲು ಸೆನ್ಸಾರ್ ತಂದಿಟ್ಟ"

ಮುಂದಿನ ಸಾಲಿನಲ್ಲಿ ನಾಯಕ ಪೋಲಿ ಫಿಲಾಸಫಿ ಹಾಡ್ತಾನೆ. ಪ್ರಯತ್ನ ನಿನ್ನದು ಫಲ ನನ್ನದು ಎನ್ನುವ ಶ್ರೀಕೃಷ್ಣ ಪರಮಾತ್ಮನ ಮಾತನ್ನ ಪೋಲಿಯಾಗಿ ಅರ್ಥೈಸಿಕೊಂಡ ಈ ಪೋಲಿ ಕೃಷ್ಣ ಮುರಾರಿ ಏನೆಂದ ಕೆಲಸ ನೀನು ಮಾಡು ಫಲ ನಾನು ಕೊಡ್ತೀನಿ ಅಂತ, ಅದಕ್ಕೆ ನಾವೆಲ್ಲಾ ಬ್ಯೂಟಿನ ಹಿಡಿದು ಸುಖದ ಲೂಟಿನ ಮಾಡೋಣ, ಮಿಕ್ಕಿದೆಲ್ಲಾ ಲಾಭ ನಷ್ಟಾನೋ ಪರಮಾತ್ಮ ನೋಡಿಕೊಳ್ತಾನೆ, ಅಲ್ಲದೇ ಈ ಮಾರ್ಬಲ್ ಟಪೋರಿ ಕಿಲಾಡಿ ಕೋಳಿ, ಬೇಗ ಹಿಡಿತಕ್ಕೆ ಸಿಗುತ್ತಿಲ್ಲ. ಈ ಕೋಳಿಕರ್ತ ಅಂದರೆ ಈ ಕಿಲಾಡಿ ಕೋಳಿ ಸೃಷ್ಟಿಸಿದ ಆ ಬ್ರಹ್ಮ ಸಕತ್ ಕಿಲಾಡಿ ಅಂತೇ, ಯಾಕೆಂದರೆ ಅಂದಾನ ಮೇಲಿಟ್ಟು, ಗುಣಾನಾ ಒಳಗಿಟ್ಟ ಆ ಗುಣಾನಾ ಮುಟ್ಟಕ್ಕೆ ಹೋದರೆ ಸಮಾಜದಲ್ಲಿ ಸೆನ್ಸಾರ್ ತಂದಿಟ್ಟವನೆ. ಅದಕ್ಕೆ ಆ ಕೋಳಿಕರ್ತ ಸಕತ್ ಕಿಲಾಡಿ ಅಂತ ಸಿಹಿಯಾಗಿ ದೂರುತ್ತಿದ್ದಾನೆ.

ಅದಕ್ಕೆ ಹಿಂದಿನ ಚರಣದಲ್ಲಿ 'ಹೆಣ್ಣು ಜಗದ ಮೊದಲ ಕಣಜ' ಎಂದು ನಾಯಕನನ್ನು ಹುರಿದುಂಬಿಸಿದ ಗ್ಯಾಂಗ್ ಈಗ ಒಂದು ಹೆಜ್ಜೆ ಮುಂದಿಟ್ಟು 'ಖನಿಜ ಖನಿಜ ಜಗವು ಸಕಲ ಸುಖದ ಖನಿಜ, ಅಗೆದು ಅಗೆದು ತೆಗೆಯೋ ರಾಜ ಮಜಾ ಮಜಾ ಮಜಾ' ಎಂದು ಹಾಡುವರು, ಹೆಣ್ಣು ಜಗದ ಮೊದಲ ಖನಿಜ, ಆ ಖನಿಜವನ್ನ ಅಗೆಯೋ ರಾಜ, ಅಗೀತಾ ಅಗೀತಾ ಮಾಡು ನೀ ಮಜಾ ಎಂದು ಮುಂದೆ ತಳ್ಳುತ್ತಾರೆ. ನಾಯಕ ಅವಳನ್ನು ಟಕಾಯಿಸ್ತಾನಾ, ಲಗಾಯಿಸ್ತಾನಾ ಅವನಿಗೆ ಬಿಟ್ಟಿದ್ದು.

ಹಂಸ ಕಂಡ ರಾಜ:
ಓ ಗುಲಾಬಿಯೇ ಬಾಳುವಂಥ ಹೂವೇ

ನಾದಬ್ರಹ್ಮ ಹಂಸಲೇಖರ ಈ ಪುಸ್ತಕವನ್ನ ಗಾನಗಂಧರ್ವ ರಾಜ್‌ಕುಮಾರ್ ಅಧ್ಯಾಯವಿಲ್ಲದೇ ಮುಗಿಸಿದರೆ ಅಪೂರ್ಣವಾಗುತ್ತದೆ. ಹಂಸಲೇಖರ ಸಂಗೀತದಲ್ಲಿ ಡಾ. ರಾಜ್‌ಕುಮಾರ್ ಅವರ ದನಿಯಿಂದ ಬಂದ ಅದ್ಭುತ ಹಾಡುಗಳಿವೆ. ಹಂಸಲೇಖರ ಸಂಗೀತದಲ್ಲಿ ಎಸ್.ಪಿ.ಬಿ.ಯವರಿಗೆ 'ನ್ಯಾಷನಲ್ ಅವಾರ್ಡ್' ಸಿಕ್ಕಿತ್ತು, ಹಂಸಲೇಖರಿಗೆ ತಮ್ಮ ಸಂಗೀತದಲ್ಲಿ ಡಾ. ರಾಜ್‌ಕುಮಾರವರಿಗೆ 'ನ್ಯಾಷನಲ್ ಅವಾರ್ಡ್' ಕೊಡಿಸುವ ಆಸೆಯಿತ್ತು (ಡಾ. ರಾಜ್‌ಕುಮಾರವರಿಗೆ 1993ರಲ್ಲಿ ನಾದಮಯ ಹಾಡಿಗೆ ಸಿಕ್ಕಿತ್ತು, ಸಂಗೀತ ನಿರ್ದೇಶನ ಉಪೇಂದ್ರಕುಮಾರ್ ಅವರದ್ದು) ಅದಕ್ಕಾಗಿ ಒಂದಷ್ಟು ಹಾಡುಗಳ ಮೂಲಕ ಪ್ರಯತ್ನಿಸಿದ್ದರು ಕೂಡ ಆದರೆ ಅದು ಸಾಧ್ಯವಾಗಲಿಲ್ಲ ಆದರೆ ಆ ಪ್ರಯತ್ನದಲ್ಲಿ ಅಣ್ಣಾವ್ರ ಧ್ವನಿಯಿಂದ ಅದ್ಭುತ ಹಾಡುಗಳು ಬಂದಿದ್ದು ಸುಳ್ಳಲ್ಲ. ಕನ್ನಡ ಚಿತ್ರರಂಗದಲ್ಲಿ ಡಾ. ರಾಜ್‌ಕುಮಾರ್ ಅವರ ಪ್ರಭಾವಳಿಗೆ ಒಳಗಾಗದವರು ಯಾರಿಲ್ಲ. ಹಂಸಲೇಖ ಕೂಡ ತಮ್ಮ ಸಂಗೀತ ಜೀವನದಲ್ಲಿ ಅಣ್ಣಾವ್ರು ಜೊತೆಗೆ ಕಳೆದ ಸಮಯವನ್ನು ನೆನಪುಗಳನ್ನು ತುಂಬಾ ಕಡೆ ಹಂಚಿಕೊಂಡಿದ್ದಾರೆ, ಕೋವಿಡ್ ಲಾಕ್‌ಡೌನ್ ಸಮಯದಲ್ಲಿ ಅಣ್ಣಾವ್ರ ಹುಟ್ಟುಹಬ್ಬಕ್ಕೆ ಹಾಡಿನ ಗಿಫ್ಟ್ ಕೊಟ್ಟು, ಈ ಕಾಲಕ್ಕೆ ಅಣ್ಣಾವ್ರೇ ದಾರಿ ಎಂದು ಹೇಳಿದ್ದರು.

ಹಂಸಲೇಖ ಮನೆ ಮನೆ ಮಾತಾಗಿದ್ದು ರವಿಚಂದ್ರನ್ ಜೊತೆ ಸೇರಿ ಮಾಡಿದ 'ಪ್ರೇಮ ಲೋಕ' ಸಿನಿಮಾದಿಂದ, ವಿ.ರವಿಚಂದ್ರನ್ ಅವರು ಸಿನಿಮಾ ನಿರ್ದೇಶನಕ್ಕೆ ಜಿಗಿದಾಗ ಒಮ್ಮೆ ಹಂಸಲೇಖರ ಬಳಿ 'ಅಲ್ಲ ಡಾ. ರಾಜ್‌ಕುಮಾರ್ ಅವರು ಸುಮ್ಮನೆ ನಿಂತು ಹೊಸ ಬೆಳಕು ಮೂಡುತಿದೆ ಅಂತ ಹಾಡುದ್ರೆ ಅದನ್ನ ಕೇಳೋಕ್ಕೆ ಇಡೀ ಫ್ಯಾಮಿಲಿ ಕೂತು ನೋಡ್ತಾರಲ್ಲಾ' ಎಂದು ಹೇಳಿದ್ದರಂತೆ, ಅಣ್ಣಾವ್ರ ಜನಪ್ರಿಯತೆ ಉತ್ತುಂಗದ ಕಾಲವದು, ಒಂದೇ ವರ್ಷದಲ್ಲಿ ಮೂರು ನಾಲ್ಕು ಹಿಟ್ ಸಿನಿಮಾ ಕೊಡುತ್ತಿದ್ದ ಕಾಲವದು, ಇದನ್ನ ಹಂಸಲೇಖಾರೇ ಒಂದು ಸಂದರ್ಶನದಲ್ಲಿ ಹೇಳಿದ್ದರು.

ಡಾ. ರಾಜ್‌ಕುಮಾರ್ ಅವರಿಗೆ ಒಂದು ವಿಶೇಷ ಅಭ್ಯಾಸವಿತ್ತು. ಸಿನಿಮಾ ರಂಗಭೂಮಿ ಟಿವಿ ಮಾಧ್ಯಮದಲ್ಲಿ ಯಾರಾದರೂ ಇಷ್ಟವಾದರೆ ಅವರನ್ನು ಮನೆಗೆ ಕರೆಸಿ ಗೌರವಿಸುವ, ಇಲ್ಲವೆಂದರೆ ಕನಿಷ್ಠ ಫೋನ್ ಮಾಡಿ ನಿಮ್ಮ ಕೆಲಸ ಇಷ್ಟವಾಯಿತು ಎಂದು ಹೇಳುವ ಅಭ್ಯಾಸವಿತ್ತು. ಎಷ್ಟೋ ಜನ ಅವರ ಈ ಗುಣವನ್ನ ಹೇಳಿಕೊಂಡಿದ್ದಾರೆ, ಮನೆಗೆ ಕರೆಸಿದವರನ್ನು ಊಟ ಮಾಡಿಸಿ ಮನೆ ಬಾಗಿಲವರೆಗೂ ಅವರ ಜೊತೆ ಬಂದು ಕಳುಹಿಸಿಕೊಡುವ ಸಜ್ಜನಿಕೆ ಅವರಲ್ಲಿತ್ತು. 'ನಾನು ಬೇರೆಯವರ ಸಿನಿಮಾಗಳಿಗಾದರೆ ಹೋಟೆಲಿನಲ್ಲಿ ಕುಳಿತು ಕೆಲಸ ಮಾಡಿ ಕೊಡುತ್ತಿದ್ದೆ, ಆದರೆ ರವಿಚಂದ್ರನ್ ಮತ್ತು ರಾಜ್‌ಕುಮಾರ್ ಸಿನಿಮಾಗಳಿಗೆ ಮಾತ್ರ ಅವರ ಮನೆಯಲ್ಲಿ ಕೂತು ಕೆಲಸ ಮಾಡುತ್ತಿದ್ದೆ' ಎಂದು ಒಂದು ಸಂದರ್ಶನದಲ್ಲಿ ಹಂಸಲೇಖ ಹೇಳಿಕೊಂಡಿದ್ದಾರೆ, ಡಾ. ರಾಜ್‌ಕುಮಾರ್ ಅವರಿಗೆ ಹಂಸಲೇಖರು ವಿಶೇಷ ಸ್ಥಾನ ಕೊಟ್ಟಿದ್ದರು ಅಲ್ಲದೆ ಅವರ ಬಗ್ಗೆ ಪ್ರೀತಿ ಆತ್ಮೀಯತೆ ಇಟ್ಟುಕೊಂಡಿದ್ದರು.

ಡಾ. ರಾಜ್ಕುಮಾರ್, ಪಾರ್ವತಮ್ಮ ಮತ್ತು ವರದಣ್ಣ ಅವರ ಜೊತೆ ಕೂತು ಸಿನಿಮಾದ ವ್ಯಾಕರಣ ಕಲಿತವರೆಲ್ಲಾ ರಾಜ್ ಮನೆಯ ಆತಿಥ್ಯ ಪ್ರೀತಿ ಮತ್ತು ಸಿನಿಮಾದ ಬಗ್ಗೆ ಅವರಿಗಿರುವ ಒಳ ಅರಿವಿನ ಬಗ್ಗೆ ತುಂಬಾ ಜನ ಹೇಳಿಕೊಂಡಿದ್ದಾರೆ, ಅದಕ್ಕೆ ಆ ಮನೆಯನ್ನ ಒಮ್ಮೆ 'ಯೂನಿವರ್ಸಿಟಿ' ಎಂದು ಕರೆಯೋದು. ಇದರ ಬಗ್ಗೆ ಹಂಸಲೇಖ ಅಲ್ಲಲ್ಲಿ ಕೆಲವು ಕಾರ್ಯಕ್ರಮಗಳಲ್ಲಿ ಮಾತಾಡಿದ್ದಾರೆ.

'ಹುಟ್ಟಿದರೆ ಕನ್ನಡ ನಾಡಲ್ಲಿ ಹುಟ್ಟಬೇಕು' ಹಾಡಿನ ಹುಟ್ಟು ಬಗ್ಗೆ ಹಂಸಲೇಖ ಮಾತಾಡಿರುವುದನ್ನ ಅವರ ಬಾಯಲ್ಲೇ ಕೇಳಬೇಕು, ಯೂಟ್ಯೂಬ್ ನಲ್ಲಿ ಸಿಗುವುದು, ನಾಗಾಭರಣ ತರಾಸು ಅವರ ಮೂರು ಕೃತಿಗಳನ್ನ ಆಧರಿಸಿ ಸಿನಿಮಾ ಮಾಡಲು ರಾಜ್‌ಕುಮಾರ್ ಅವರನ್ನು ಒಪ್ಪಿಸಿರುತ್ತಾರೆ, ಅದಕ್ಕೆ ಹಂಸಲೇಖಾರೇ ಸಂಗೀತ ನೀಡಬೇಕೆಂದು ರಾಜ್‌ಕುಮಾರ್ ಅಭಿಪ್ರಾಯ ವ್ಯಕ್ತಪಡಿಸುತ್ತಾರೆ, ಹಂಸಲೇಖ ಅವರು ಸಿನಿಮಾದ ಟ್ಯೂನ್ ಮಾಡಲು ಅವರ

ಮನೆಗೆ ಹೋಗಿದ್ದಾಗ, ಆಗಷ್ಟೇ ಯೋಗ ಧ್ಯಾನ ಮುಗಿಸಿ ಸ್ನಾನ ಮಾಡಿ ಬಿಳಿ ಬಟ್ಟೆ ಹಾಕಿಕೊಂಡು ಬಂದು ಹಂಸಲೇಖರ ಮುಂದೆ ನಿಂತು ಒಂದು ನಗುವನ್ನ ಅಣ್ಣಾವ್ರು ಚೆಲ್ಲುತ್ತಾರೆ, ಅವರನ್ನ ನೋಡಿದ ಹಂಸಲೇಖರಿಗೆ ಆಗ ತಟ್ಟನೆ ಅನಿಸೋದು 'ಹುಟ್ಟಿದ್ರೆ ಈ ಮನುಷ್ಯನ ಥರಾ ಹುಟ್ಟಬೇಕು ಕಣ್ರೀ' ಎಂದು. ಆಕಸ್ಮಿಕ ಸಿನಿಮಾದಲ್ಲಿ ಮಾಸ್ ಸಾಂಗಿಗೆ ಅವಕಾಶವೇ ಇರಲಿಲ್ಲ, ಹಂಸಲೇಖ ಅವರು ಅಣ್ಣಾವ್ರಿಗೆ ಟ್ಯೂನ್ ಮತ್ತೆ ಹಾಡಿನ ಮೊದಲ ಸಾಲು ಹೇಳಿದಾಗ ಅಣ್ಣಾವ್ರು ಮೆಚ್ಚಿದರೂ ಈ ಹಾಡು ಎಲ್ಲಿ ಪ್ಲೇಸ್ ಮಾಡ್ತೀರಾ ಅಂದಾಗ, ಹಂಸಲೇಖಾರೇ ಆ ಹಾಡನ್ನ ಎಲ್ಲಿ ಪ್ಲೇಸ್ ಮಾಡಬಹುದು ಎಂದು ಹೇಳಿದ್ದರು. ಆಮೇಲೆ ಆಗಿದ್ದು ಪವಾಡ ಮತ್ತು ಇತಿಹಾಸ, ಇವತ್ತಿಗೂ ಕನ್ನಡ ನಾಡಿನ ಅನಧಿಕೃತ ನಾಡಗೀತೆ ಆಗಿರೋದು ಅದೇ 'ಹುಟ್ಟಿದರೆ ಕನ್ನಡ ನಾಡಲ್ಲಿ ಹುಟ್ಟಬೇಕು, ಮೆಟ್ಟಿದರೆ ಕನ್ನಡ ಮಣ್ಣನ್ನ ಮೆಟ್ಟಬೇಕು'

ಹಂಸಲೇಖ ಅಣ್ಣಾವ್ರು ಸಿನಿಮಾಗಳಿಗೆ ಅಲ್ಲದೇ, ಅಣ್ಣಾವ್ರ ಮನೆಯಿಂದ ಬಂದ ಶಿವರಾಪ್‌ಕುಮಾರ್ ರಾಘವೇಂದ್ರ ರಾಜ್‌ಕುಮಾರ್ ಅವರ ಸಿನಿಮಾಗಳಿಗೂ ಸಂಗೀತ ನೀಡಿದ್ದರು. ಅಣ್ಣಾವ್ರು ತುಂಬಾ ಇಷ್ಟಪಟ್ಟು ಅಭಿನಯಿಸಬೇಕಿದ್ದ 'ಭಕ್ತ ಅಂಬರೀಷ' ಸಿನಿಮಾ ಸೆಟ್ಟೇರಿದರೂ ಅಪೂರ್ಣವಾಗಿ ಉಳಿದುಹೋಯ್ತು, ಆ ಸಿನಿಮಾಕ್ಕೆ ಹಂಸಲೇಖ ಸಂಗೀತ ಸಾಹಿತ್ಯ ಒದಗಿಸಿದ್ದರು, ಒಟ್ಟು ಹಾಡುಗಳ ರೆಕಾರ್ಡಿಂಗ್ ಕೂಡ ಇತ್ತು, ಅದರ ಬಗ್ಗೆ ತುಂಬಾ ಭಾವುಕವಾದ ಇಂಟರೆಸ್ಟಿಂಗ್ ಆದ ವಿಷಯವನ್ನ ಸರಿಗಮಪ ಕಾರ್ಯಕ್ರಮದಲ್ಲಿ ಹೇಳಿದ್ದಾರೆ. ತಮ್ಮ ಸಂಗೀತದ ಕಂಪ್ಯಾನಿಯನ್ ಎಂದು ಹೇಳಿಕೊಂಡ ಎಸ್.ಪಿ.ಬಿ.ಯವರನ್ನ ಒಮ್ಮೆ ಹಂಸಲೇಖ ಕೇಳುತ್ತಾರೆ 'ವೇರ್ ಡು ಯು ಕ್ರೈ' (ಎಲ್ಲಿ ಅಳ್ತೀರಿ ನೀವು) ಎಂದು, ಅದಕ್ಕೆ ಎಸ್.ಪಿ.ಬಿ. ಅವರು ಪಂಚಮದಲ್ಲಿ ಶ್ರುತಿಗೆ ಧ್ವನಿ ಸೇರಿ ಸಸ್ಪೈನ್ ಆದಾಗ ನನ್ನ ಕಣ್ಣಲ್ಲಿ ನೀರು ಬರುತ್ತೆ ಎಂದು ಉತ್ತರ ಕೊಟ್ಟಿದ್ದರಂತೆ, ಕಾಣದ ಶ್ರುತಿಯಲ್ಲಿ ಧ್ವನಿ ಸೇರಿ ಶ್ರುತಿ ಹಾಡಿದಾಗ ಕಣ್ಣೀರು ಬರುತ್ತೆ ಎಂದು ಹೇಳುತ್ತಾ ಭಕ್ತ ಅಂಬರೀಷ ಸಿನಿಮಾ ಬಗ್ಗೆ ಮಾತಾಡಿದ್ದರು, ಭಕ್ತ ಅಂಬರೀಷ ರೆಕಾರ್ಡಿಂಗ್ ಸಮಯದಲ್ಲಿ ಪ್ರತಿ ಹಾಡು ಅಣ್ಣಾವ್ರು ಹಾಡಿ ಮುಗಿಸಿದಾಗ ಅಣ್ಣಾವ್ರ ಕಣ್ಣಲ್ಲಿ ಕಣ್ಣೀರು ಹರಿದು ಹೋಗುತ್ತಿತ್ತಂತೆ. ರೆಕಾರ್ಡಿಂಗ್ ಎಲ್ಲಾ ಮುಗಿದ ಮೇಲೆ ಹಂಸಲೇಖರ ಹುಟ್ಟುಹಬ್ಬದ ದಿನ ಅಣ್ಣಾವ್ರು ಹಂಸಲೇಖಾರನ್ನ ನೋಡಲು ಬಂದಿದ್ದರಂತೆ, ಆದರೆ ರೆಕಾರ್ಡಿಂಗ್ ಸ್ಟುಡಿಯೋದಲ್ಲಿ ಅಣ್ಣಾವ್ರು ಅತ್ತಿದ್ದನ್ನ ಕೇಳಿದ ಹಂಸಲೇಖರು ಅಣ್ಣಾವ್ರನ್ನ ನೋಡಲು ಆಗದೇ ತಪ್ಪಿಸ್ಕೊಂಡರಂತೆ, ಅಣ್ಣಾವ್ರು ಆ ದಿನ ಮಲ್ಲಿಗೆ ಹೂವ ಹಿಡಿದು ತುಂಬಾ ಹೊತ್ತು ಕಾದು ವಾಪಸ್ ಹೋದರಂತೆ, ಇನ್ನೂ ಅವರು ಬರೋಲ್ಲ ಎಂದು ಲೇಟಾಗಿ ಮನೆ ತಲುಪಿದರೆ

ಅಣ್ಣಾವ್ರು ಹೊಸದೊಂದು ಮಲ್ಲಿಗೆ ಹಾರ ಹಿಡಿದು ಹಂಸಲೇಖರಿಗೆ ಕಾದು ನಿಂತಿದ್ದರಂತೆ. ಹಂಸಲೇಖ ಬಂದೊಡನೆ ಅವರ ಕೊರಳಿಗೆ ಮಲ್ಲಿಗೆ ಹಾರ ಹಾಕುತ್ತಲೇ ಮತ್ತೆ ಅವರ ಭುಜ ಹಿಡಿದು ಮಕ್ಕಳಂತೆ ಅತ್ತುಬಿಟ್ಟರಂತೆ, ಆ ಸಿನಿಮಾಕ್ಕೆ ಹಂಸಲೇಖ ಅಂತಹ ಹಾಡುಗಳನ್ನು ಸೃಷ್ಟಿಸಿದ್ದರು.

ಅಣ್ಣಾವ್ರುಗೆ ನ್ಯಾಷನಲ್ ಅವಾರ್ಡ್ ಬರದಿದ್ದರೂ ಹಂಸಲೇಖರ ಸಂಗೀತದಲ್ಲಿ 'ಮೇಘ ಬಂತು ಮೇಘ' 'ಮೇಘಮಾಲೆ ಮೇಘಮಾಲೆ' 'ಹೇ ದಿನಕರ ಶುಭಕರ' 'ಬಾಳುವಂಥ ಹೂವೇ' 'ಓ ಗುಲಾಬಿಯೇ' ಹೀಗೆ ಅತ್ಯದ್ಭುತ ಹಾಡುಗಳನ್ನ ಅಣ್ಣಾವ್ರ ಧ್ವನಿಯಲ್ಲಿ ಹಾಡಿಸಿದ್ದರು.

ಇನ್ನೂ ಕುತೂಹಲದ ಭಾವುಕದ ಪ್ರೀತಿಯ ನೆನಪುಗಳು ಇವೆ. ಸದ್ಯಕ್ಕಿಷ್ಟು ಸಾಕು. ಅಣ್ಣಾವ್ರ ಮತ್ತು ಹಂಸಲೇಖರ ಆತ್ಮೀಯತೆ ಪರಸ್ಪರ ಪ್ರೀತಿ ಗೌರವದ ಬಗ್ಗೆ ಹೇಳದೆ ಪುಸ್ತಕ ಮುಗಿದರೆ ಅದು ಅಪೂರ್ಣವೆಂದು ಇಷ್ಟೆಲ್ಲಾ ಹೇಳಬೇಕಾಯಿತು.

ಈಗ ಹಂಸಲೇಖರು ರಚಿಸಿದ ಮೂರು ಹಾಡುಗಳ ಬಗ್ಗೆ ನೋಡೋಣ, ಈ ಮೂರು ಹಾಡುಗಳು ಅಣ್ಣಾವ್ರ ಧ್ವನಿಯಲ್ಲಿ ಬಂದಿರುವುದು ವಿಶೇಷ, ಸೋತ ಹೃದಯಗಳಿಗೆ ಆತ್ಮವಿಶ್ವಾಸ ಮೂಡಿಸುತ್ತಿದ್ದ ಧ್ವನಿ ಅಣ್ಣಾವ್ರದು, ಈ ಮೂರು ಅಂಥದ್ದೇ ಹಾಡುಗಳು ಸೋತವರಿಗೆ ಸೋಲೇ ಗೆಲುವಿನ ಮೆಟ್ಟಿಲು ಎಂದು ಹೇಳಿ ಎದ್ದು ನಿಲ್ಲಿಸುವ ಸಾಲುಗಳು. ಈ ಮೂರು ಹಾಡು ಬಿಟ್ಟು ಅಣ್ಣಾವ್ರ ಧ್ವನಿಯಲ್ಲಿ ತುಂಬಾ ಒಳ್ಳೆ ಒಳ್ಳೆ ಹಾಡುಗಳನ್ನು ಹಂಸಲೇಖರು ಹಾಡಿಸಿದ್ದಾರೆ. ಆದರೆ ಈ ಹಾಡುಗಳಲ್ಲಿ ಅಣ್ಣಾವ್ರ ಧ್ವನಿಯಲ್ಲಿ ಹಂಸಲೇಖರ ಸಾಹಿತ್ಯದಲ್ಲಿ ನೊಂದ ಮನಸ್ಸಿಗೆ ಸಾಂತ್ವನ ಹೇಳುವ ಧೈರ್ಯ ತುಂಬುವ ಸಮಾಧಾನ ಮಾಡುವ ಶಕ್ತಿಯಿದೆ. ಈ ಮೂರು ಹಾಡುಗಳನ್ನು ನಾನು ಕುಸಿದಾಗ, ದಿಕ್ಕೇ ತೋಚದೇ ಇದ್ದಾಗ, ಏನೂ ಮಾಡಲು ಅಸಹಾಯಕನಾದಾಗ ಕೇಳಿದ್ದೇನೆ ಅದೆಲ್ಲಾ ಈ ಹಾಡುಗಳು ನನಗೆ ಮದ್ದು. ಹಾಗಾಗಿ ಈ ಹಾಡುಗಳನ್ನೇ ಆಯ್ಕೆ ಮಾಡಿಕೊಂಡೆ.

ಬಾಳುವಂತ ಹೂವೆ ಬಾಡುವಾಸೆ ಏಕೆ

ಆಕಸ್ಮಿಕ, 1993ರಲ್ಲಿ ಬಂದ ಈ ಸಿನಿಮಾದ ಎಲ್ಲಾ ಹಾಡುಗಳು ಸೂಪರ್ ಹಿಟ್. ಜೀವನದಲ್ಲಿ ನೊಂದು ಮದ್ಯವ್ಯಸನಿಯಾದ ಕ್ಲಾರಾಳನ್ನು ಒಂದು ಅಪಘಾತದಿಂದ ಬಚಾವು ಮಾಡಿ ವಸತಿಗೃಹಕ್ಕೆ ನಾಯಕ ಕರೆದುಕೊಂಡು ಹೋದಾಗ ಅವಳ ವ್ಯಸನಕ್ಕೆ ಕಾರಣ ಗೊತ್ತಾಗುತ್ತದೆ, ಆಗ ಈ ಹಾಡು ಬರುತ್ತದೆ. ಈ ಹಾಡು ಬಂದಾಗ ಹಂಸಲೇಖರ ವಿಳಾಸಕ್ಕೆ ನಾನಾ ಕಡೆಗಳಿಂದ ಪತ್ರಗಳು ಬರುತ್ತಿದ್ದವಂತೆ ಆ ಪತ್ರಗಳಲ್ಲಿ 'ನಿಮ್ಮ ಈ ಹಾಡು

ನಮ್ಮ ಬದುಕನ್ನು ಉಳಿಸಿತು' ಎಂದು ಇರುತ್ತಿತ್ತಂತೆ, ವ್ಯಸನ ಡಿಪ್ರೆಶನ್ ಇಂದ ಸಾಯಲು ಹೋದ ಆತ್ಮಹತ್ಯೆ ಮಾಡಿಕೊಳ್ಳಲು ನಿರ್ಧಾರ ತೆಗೆದುಕೊಂಡವರು ಈ ಹಾಡನ್ನು ಕೇಳಿ ಬದುಕಿದ ಎಷ್ಟೋ ಉದಾಹರಣೆಗಳಿವೆ. ಸಂಗೀತ ಸಾಹಿತ್ಯ ಮತ್ತು ಗಾಯನಕ್ಕೆ ಇದಕ್ಕಿಂತ ದೊಡ್ಡ ಉಡುಗೊರೆ ಇನ್ನೇನಿದೆ. ಬದುಕನ್ನು ರಕ್ಷಿಸುವ ಬದುಕನ್ನು ಬದಲಾಯಿಸುವ ಹಾಡೇ ಬದುಕಿನ ಹಾಡಲ್ಲವೇ?

ವ್ಯಸನದ ನಾಯಕಿಗೆ ನಾಯಕ ಹೇಳುತ್ತಾನೆ

"ಬಾಳುವಂಥ ಹೂವೆ ಬಾಡುವಾಸೆ ಏಕೆ
ಹಾಡುವಂಥ ಕೋಗಿಲೆ ಅಳುವ ಆಸೆ ಏಕೆ
ಕವಲುದಾರಿಯಲ್ಲಿ ಬಾಳು ಸಾಧ್ಯವೇ
ಅವಳಿ ದೋಣಿ ಮೇಲೆ ಯಾನ ಯೋಗ್ಯವೇ"

ಇನ್ನೂ ಪ್ರಾಯದಲ್ಲಿರುವ, ಬದುಕಿ ಬಾಳಬೇಕಾದ ಹೂವೇ, ಈಗಲೇ ಬಾಡುವ ಆಸೆ ಏಕೆ? ಹಾಡುವಂಥ ಕೋಗಿಲೆ ನೀ ಹಾಡುತ್ತ ಆರಾಮಾಗಿ ಬದುಕಬೇಕು, ಅಳುವ ಆಸೆ ಏಕೆ? ಅಲ್ಲೂ ಅಲ್ಲದ ಇಲ್ಲೂ ಅಲ್ಲದ ನೇರವಲ್ಲದ ಕವಲುದಾರಿಯಲ್ಲಿ ನಿಂತು ಅಡ್ಡದಾರಿಯನ್ನೇ ಆಯ್ಕೆ ಮಾಡಿಕೊಂಡ ನಿಂಗೆ ಕವಲುದಾರಿಯಲ್ಲಿ ಬಾಳೋದಕ್ಕೆ ಸಾಧ್ಯವೇ? ಬದುಕಿನ ನದಿಯಲ್ಲಿ ಒಂದೇ ದೋಣಿ ಏರಿ ಹೋಗಬೇಕು, ಅವಳಿ ದೋಣಿಗಳ ಮೇಲೆ ಕಾಲನ್ನಿಟ್ಟು ಪಯಣಿಸಲು ಸಾಧ್ಯವೇ? ಎಂದು ಕೇಳುತ್ತಾನೆ, ಕೇಳುವುದರ ಜೊತೆಗೆ ಬುದ್ಧಿಮಾತು ಕೂಡ ಹೇಳುತ್ತಾನೆ. ಹುಟ್ಟಿದ ಮೇಲೆ ಯಾರಿಗೆ ತಾನೇ ನೋವಿಲ್ಲ ಸಾವಿಲ್ಲ ಎಂದು ಮುಂದಿನ ಸಾಲುಗಳಲ್ಲಿ ಹೇಳುತ್ತಾನೆ

"ಯಾರಿಗಿಲ್ಲ ನೋವು, ಯಾರಿಗಿಲ್ಲ ಸಾವು
ವ್ಯರ್ಥ ವ್ಯಸನದಿಂದ, ಸಿಹಿಯು ಕೂಡ ಬೇವು
ಬಾಳು ಒಂದು ಸಂತೆ, ಸಂತೆ ತುಂಬ ಚಿಂತೆ
ಮದ್ಯ ಮದಗಳಿಂದ, ಚಿಂತೆ ಬೆಳೆವುದಂತೆ"

ಯಾರಿಗೆ ತಾನೇ ಈ ಜಗತ್ತಿನಲ್ಲಿ ನೋವಿಲ್ಲ? ಯಾರಿಗೆ ತಾನೇ ಹುಟ್ಟಿದ ಮೇಲೆ ಸಾವಿಲ್ಲ? ಇಲ್ಲಿ ನಾವೆಲ್ಲರೂ ನೋವು ಉಣ್ಣುವವರೇ ಒಂದಲ್ಲ ಒಂದು ದಿನ ಮಣ್ಣು ಸೇರುವವರೇ. ಅದಕ್ಕೆ ಇರುವ ಈ ಸಣ್ಣ ಬದುಕಿನಲ್ಲಿ ಒಳ್ಳೆಯ ವ್ಯಸನಗಳಿಗೆ ನಮ್ಮನ್ನ ಅರ್ಪಿಸಿಕೊಳ್ಳಬೇಕು, ಉಪಯೋಗಕ್ಕೆ ಬಾರದ ನಮ್ಮ ಬದುಕನ್ನು ಕನಸುಗಳನ್ನು ಸವೆಸುವ ವ್ಯರ್ಥ ವ್ಯಸನಗಳಿಂದ ಸುಂದರವಾಗಿರುವ ನಮ್ಮ ಈ ಬದುಕು ಘನಘೋರವಾಗಿಬಿಡುತ್ತದೆ, ಸಿಹಿಯು ಕೂಡ ಬೇವಾಗುತ್ತದೆ. ಈ ಬಾಳುವೆಯೇ ಒಂದು ಸಂತೆ, ಅದ್ರಲ್ಲಿ ದಿನನಿತ್ಯವೂ ಚಿಂತೆಯೇ, ಇಂಥಾ ಸಂತೆಗಳಲ್ಲಿ ಮದ್ಯ ಮದಗಳಿಂದ ಯಾವ ಪ್ರಯೋಜನವಿಲ್ಲ, ಹೆಚ್ಚೆಂದರೆ ಇವುಗಳಿಂದ ಮತ್ತಷ್ಟು ಚಿಂತೆಯೇ ಬೆಳೆಯುತ್ತದೆ ಹೊರತು ಚಿಂತೆ ಕಳೆಯುವುದಿಲ್ಲ. ಇಷ್ಟೊತ್ತು ಬದುಕಿನ ಬಗ್ಗೆ ನೋವಿನ ಬಗ್ಗೆ ಮದ್ಯದಿಂದ ವ್ಯಸನದಿಂದ ಆಗುವ ಅನಾಹುತದ ಬಗ್ಗೆ ಹೇಳಿದ ನಾಯಕ ಈಗ ನಮ್ಮನ್ನು ನಾವು ಯಾವತ್ತೂ ನೋವು ಮಾಡಿಕೊಳ್ಳಬಾರದೆಂದು ಹೇಳುತ್ತಾನೆ ಅದು ಹೀಗೆ.

"ಅಂಕೆ ಇರದ ಮನಸನು, ದಂಡಿಸುವುದು ನ್ಯಾಯ
ಮೂಕ ಮುಗ್ಧ ದೇಹವ, ಹಿಂಸಿಸುವುದು ಹೇಯ
ಸಣ್ಣ ಬಿರುಕು ಸಾಲದೇ, ತುಂಬು ದೋಣಿ ತಳ ಸೇರಲು
ಸಣ್ಣ ಅಳುಕು ಸಾಲದೇ, ತುಂಬು ಬದುಕು ಬರಡಾಗಲು"

ಮನಸ್ಸಿನ ಮೇಲೆ ನಿಯಂತ್ರಣ ಇಲ್ಲದ ಅಂಕೆಯಿರದ ಮನಸ್ಸನ್ನು ನಾವು ದಂಡಿಸಬೇಕು, ಯೋಗ ಧ್ಯಾನ ಪ್ರಾಣಾಯಾಮಗಳಿಂದ, ಒಳ್ಳೆಯ ಅಭ್ಯಾಸಗಳಿಂದ, ಅಂಕೆಯಿಲ್ಲದ ಮನಸ್ಸನ್ನು ದಂಡಿಸುವುದರಲ್ಲಿ ಅರ್ಥವಿದೆ, ಆದರೆ ಮೂಕ ಮುಗ್ಧ ಈ ದೇಹವನ್ನ ನಾವು ಹಿಂಸಿಸಬಾರದು ಅದು ಹೇಯ, ಪಾಪ. ದೇಹ ನಾವು ಏನು ಕೊಡುತ್ತೀವೋ ಅದರ ಮೇಲೆ ಅದು ಪ್ರತಿಕ್ರಿಯಿಸುತ್ತದೆ ಅಂತಹ ಮುಗ್ಧ ದೇಹವನ್ನ ಈ ಥರಾ ಹಿಂಸಿಸೋದು ಸರಿಯೇ? ದಡ ಸೇರಬೇಕಾದ ತುಂಬು ದೋಣಿಯಲ್ಲಿ ಒಂದು ಸಣ್ಣ ಬಿರುಕಾದರೆ ಅದು ತಳ ಸೇರಿ ಮುಳುಗಿಬಿಡುತ್ತದೆ, ಒಂದು ಸಣ್ಣ ಅಧೈರ್ಯ ಸಾಕು ನಮ್ಮ ತುಂಬಿದ ಬದುಕನ್ನು ಬರಡು ಮಾಡೋಕ್ಕೆ ಎಂದು ಬುದ್ಧಿ

ಹೇಳುತ್ತಾನೆ, ಬದುಕಲ್ಲಿ ಸಣ್ಣ ಸಣ್ಣ ವಿಷಯಗಳು ಎಷ್ಟು ಮುಖ್ಯ ಎನ್ನುವುದು ಮನವರಿಕೆ ಮಾಡಿಕೊಡಲು ಪ್ರಯತ್ನಿಸುತ್ತಿದ್ದಾನೆ.

"ಬಾಳ ಕದನದಲ್ಲಿ ಭರವಸೆಗಳು ಬೇಕು
ನಾಳೆ ನನ್ನದೆನ್ನುವ ನಂಬಿಕೆಗಳು ಬೇಕು
ಜೀವರಾಶಿಯಲ್ಲಿ ಮಾನವರಿಗೆ ಆದ್ಯತೆ
ನಾವೇ ಮೂಢರಾದರೆ ಜ್ಞಾನಕ್ಕೆಲ್ಲಿ ಪೂಜ್ಯತೆ"

ಬದುಕೇ ಯುದ್ಧಕಾಂಡ ಎಂದು ಬರೆದ ಹಂಸಲೇಖ ಇಲ್ಲಿ ಬಾಳು ಒಂದು ಕದನ ಎಂದು ಸಮಾನವಾದ ಸಾಲು ಬರೆದು, ಬಾಳು ಒಂದು ಕದನ ಇದ್ದಂತೆ ಅದ್ರಲ್ಲಿ ಗೆಲ್ಲುವ ಭರವಸೆಗಳು ನಮಗೆ ಯಾವತ್ತಿಗೂ ಬೇಕು, ಭರವಸೆಯೇ ಬದುಕು, ಇವತ್ತು ಒಂದು ಸಣ್ಣ ಸೋಲು ನಮ್ಮನ್ನು ಕುಗ್ಗಿಸಬಹುದು ಆ ಸೋಲನ್ನೇ ಧ್ಯಾನಿಸುತ್ತಿದ್ದರೆ ನಾಳೆಗಳು ಕಳೆದುಹೋಗಿಬಿಡುತ್ತವೆ, ಈ ಬಾಳ ಕದನದಲ್ಲಿ ನಾಳೆಗಳು ನನ್ನವು ಎನ್ನುವ ನಂಬಿಕೆಗಳು ಬೇಕು. ಬಿದ್ದಮೇಲೆ ಎದ್ದೇ ಏಳುತ್ತೇವೆ ಎನ್ನುವ ನಂಬಿಕೆಗಳು ಬೇಕು. ಎಷ್ಟೋ ಮಿಲಿಯನ್ ವರ್ಷಗಳ ಹಿಂದೆ ಜಲರಾಶಿಯಲ್ಲಿ ಬದುಕು ಕಂಡುಕೊಂಡ ಜೀವರಾಶಿಯ ಒಂದು ಭಾಗವಾದ ಮನುಷ್ಯ ಇವತ್ತು ಮಂಗಳ ಗ್ರಹದಲ್ಲಿ ಹೋಗಿ ಬದುಕುವ ಕನಸು ಕಾಣುತ್ತಿದ್ದಾನೆ, ಇಂತಹ ಜೀವರಾಶಿಯಲ್ಲಿ ಮನುಷ್ಯನಿಗೆ ದೊಡ್ಡ ಆದ್ಯತೆ ಯಾಕೆಂದರೆ ಅವನ ಮೆದುಳು ಬೆಳೆದಿದೆ ಬದುಕು ಕೂಡ ಬೆಳೆದಿದೆ, ಅಂಥಾ ಮನುಷ್ಯರಾದ ನಾವು ಮೂಢರಾಗಿಬಿಟ್ಟರೆ ಇಷ್ಟೆಲ್ಲಾ ದಕ್ಕಿಸಿಕೊಂಡ ಜ್ಞಾನಕ್ಕೆ ಪೂಜ್ಯತೆ ಆದರೂ ಎಲ್ಲಿದೆ ಎಂದು ನಾಯಕಿಗೆ ಹೇಳುವನು, ಇಷ್ಟೊತ್ತು ಬದುಕಿನ ನೋವು ಯಾರಿಗೂ ತಪ್ಪಿಲ್ಲ, ಸಣ್ಣ ಸಣ್ಣ ಅಭ್ಯಾಸಗಳು ಸಣ್ಣ ಸಣ್ಣ ಸೋಲುಗಳು ನಮ್ಮನ್ನು ಎಷ್ಟು ಭಾಧಿಸುತ್ತವೆ ಎಂದು ಹೇಳಿದ ನಾಯಕ ಈಗ ಬದುಕು ಎಷ್ಟು ದೊಡ್ಡದು ಅದನ್ನ ಹೇಗೆ ಎದುರಿಸಬೇಕು ಎನ್ನುವುದನ್ನು ಎಷ್ಟು ಸರಳವಾಗಿ ಹೇಳುತ್ತಾನೆ ನೋಡಿ.

"ಇಲ್ಲಿ ಈಸಬೇಕು ಇದ್ದು ಜಯಿಸಬೇಕು
ನಾಗರಿಕರಾದ ಮೇಲೆ ಸುಗುಣರಾಗಬೇಕು
ನಿನ್ನ ಹಳದಿ ಕಣ್ಣಲಿ ಜನರನೇಕೆ ನೀ ನೋಡುವೆ
ಮನದ ಡೊಂಕು ಕಾಣದೆ ಜಗವನೇಕೆ ನೀ ದೂರುವೆ"

ಈಸಬೇಕು ಇದ್ದು ಜಯಿಸಬೇಕು ಎನ್ನುವ ದಾಸರ ನುಡಿಯನ್ನ ಹೇಳುತ್ತಾನೆ, ಅಷ್ಟೇ ಅಲ್ಲ ನಾವೀಗ ನಾಗರೀಕರು ಮಂಗನಿಂದ ಮಾನವರಾಗಿ ನಾಗರೀಕತೆ ಹಾದು ನಾಗರೀಕರಾದವರು, ನಾಗರೀಕರಾದ ಮೇಲೆ ಸುಗುಣರಾಗಿರಬೇಕು

ಅಂದರೆ ಒಳ್ಳೆಯ ಗುಣಗಳನ್ನು ಬೆಳೆಸಿಕೊಳ್ಳಬೇಕು, ಈ ಪ್ರಪಂಚ ಕೆಟ್ಟದ್ದು ಜನ ಸರಿ ಇಲ್ಲ ಅಂತ ನಿನಗಿರುವ ಅನುಭವದ ಮೇಲೆ ಇಡೀ ಜಗತ್ತನ್ನು ಮನುಷ್ಯ ಕುಲವನ್ನು ಹಳದಿ ಕಣ್ಣಲ್ಲಿ ನೋಡಬೇಡ, ಇದೆಲ್ಲಾ ನಿನ್ನ ಮನಸಿನ ಡೊಂಕು ಅದನ್ನು ಮೊದಲು ನೋಡು ನಿನ್ನನ್ನು ನೀನು ಅರಿ, ಹೀಗೆ ಅರಿಯದೇ ಮನದ ಡೊಂಕು ಕಾಣದೇ ಬರೀ ಜಗತ್ತನ್ನ ಯಾಕೆ ದೂರುತ್ತಾ ಕೂರ್ತೀಯ ಎಂದು ಬುದ್ಧಿ ಹೇಳುವನು.

ಹಾಡು ಮುಗಿಯುತ್ತದೆ, ಮುಗಿದ ಮೇಲೆ ಹಾಡನ್ನು ಕೇಳಿದ ಕ್ಲಾರಾ ಪಾತ್ರ ಕೂಡ ಬದಲಾಗಿ ನಾಯಕನನ್ನು ಮದುವೆಯಾಗುತ್ತಾಳೆ, ಸಿನಿಮಾದಲ್ಲಿ ವ್ಯಸನಗಳಿಂದ ಆತ್ಮಹತ್ಯೆಯಿಂದ ಬದುಕಿಸಿದ ಈ ಹಾಡು ಸಿನಿಮಾದಾಚೆಗೂ ನಿಂತು ಹಲವರ ಬದುಕನ್ನು ಬದಲಿಸಿದೆ ಅದಕ್ಕೆ ಎರಡು ಶಕ್ತಿಗಳು ಕಾರಣ ಒಂದು ಹಂಸಲೇಖರ ಸಂಗೀತ ಸಾಹಿತ್ಯದ ಶಕ್ತಿ, ಮತ್ತೊಂದು ಅಣ್ಣಾವ್ರ ಧ್ವನಿ ಶಕ್ತಿ.

ಓ ಗುಲಾಬಿಯೇ! ಓಹೋ ಗುಲಾಬಿಯೇ

ಓಂ 1999ರಲ್ಲಿ ಕಂಡ ಸೂಪರ್ ಡೂಪರ್ ಚಿತ್ರ, ಹಲವು ಮೈಲುಗಲ್ಲುಗಳಿಗೆ ನಾಂದಿ ಹಾಡಿದ ಚಿತ್ರ, ಶಿವಣ್ಣ ಅವರ ಚಿತ್ರ ಜೀವನದಲ್ಲಿ ಸಕತ್ ಸೌಂಡ್ ಮಾಡಿದ ಚಿತ್ರ. ರೌಡಿಸಂ ಕ್ರೌರ್ಯದ ಮಧ್ಯೆ ಒಂದು ನವಿರಾದ ಪ್ರೇಮಕತೆ, ಅದರಾಚೆ ನಿಂತ ಸೇಡಿನ ಕತೆ. ಸೇಡು ತೀರಿಸಿಕೊಳ್ಳಲು ಹೋಗುವ ನಾಯಕಿ ನಾಯಕನ ಪ್ರೀತಿಯನ್ನ ನಿರಾಕರಿಸುತ್ತಾ, ಕೊನೆಗೆ ಒಂದು ತಿರುವಿನಲ್ಲಿ ತನ್ನ ಜೀವನವನ್ನ ಅವಲೋಕಿಸಿಕೊಳ್ಳುವ ಹೊತ್ತಿನಲ್ಲಿ ಬರುವ ಹಾಡಿದು. ಈ ಹಾಡಿನಲ್ಲಿ ಅಣ್ಣಾವ್ರ ಧ್ವನಿ ಎಷ್ಟು ಚೆನ್ನಾಗಿ ಸೂಟ್ ಆಗುತ್ತದೆ

ಅಂದರೆ ಅವರ 'ಓ ಗುಲಾಬಿಯೇ' ಎನ್ನುವ ಧ್ವನಿಯಲ್ಲಿಯೇ ಒಂದು ಸಾಂತ್ವಾನ ಇದೆ.

ಹಾಡು ಹೀಗೆ ಶುರುವಾಗುತ್ತದೆ.

"ಓ ಗುಲಾಬಿಯೇ! ಓಹೋ ಗುಲಾಬಿಯೇ
ನಿನ್ನಂದ, ಚೆಲುವಿಂದ, ಸೆಳೆಯೋದೇ ಪ್ರೇಮವೇ?
ಮುಳ್ಳಿಂದ, ಬಾಳಂದ, ಕೆಡಿಸೋದು ನ್ಯಾಯವೇ?
ದ್ವೇಷವಾ ಸಾಧಿಸಿ, ಪ್ರೇಮದಾ ಅಸ್ತ್ರದಿ
ಸೇಡಿನ ಹಾಡಿಗೆ, ಹಾಡಿನ ಧಾಟಿಗೆ
ವಿನಯದ ತಾಳವೇ ಭಾವಕೆ ವಿಷದಾ ಲೇಪವೇ?"

ಅತೀ ಪ್ರೀತಿ ತೋರಿ, ಪ್ರೀತಿಸುತ್ತಾ ಇರುವ ನಾಯಕನಿಗೆ ಹಳೆಯ ದ್ವೇಷವನ್ನ ಮನಸಲ್ಲಿಟ್ಟುಕೊಂಡು ಚೂರಿಯಿಂದ ಇರಿದು ಅವನು ಬದುಕಿ ಆಸ್ಪತ್ರೆಯಲ್ಲಿರುವ ಸಮಯದಲ್ಲಿ ಈ ಹಾಡು ಬರುತ್ತದೆ, ಅವಳ ಮನಸಿನ ತಳಮಳಕ್ಕೆ ಗೊಂದಲಕ್ಕೆ ಕನ್ನಡಿ ಹಿಡಿದಂತೆ ಈ ಸಾಲುಗಳು ಬರುತ್ತವೆ 'ಓ ಗುಲಾಬಿಯೇ'. ಗುಲಾಬಿಯಂಥ ಹೆಣ್ಣೇ, ನಿನ್ನ ಅಂದಕ್ಕೆ ಚೆಲುವಿಗೆ ಮರುಳಾಗಿ ನಾಯಕ ನಿನ್ನನ್ನು ಪ್ರೀತಿಸಿದ್ದು ನಿಜ, ಆದರೆ ಗುಲಾಬಿಯಂಥ ನಿನ್ನ ಅಂದದ ಹಿಂದೆ ಮುಳ್ಳಿನ ಸೇಡಿನ ದ್ವೇಷದ ಅರಿವು ಅವನಿಗಿಲ್ಲ, ನಿನ್ನ ಸೇಡಿನ ಮುಳ್ಳಿನಿಂದ ಅವನ ಬಾಳಿನ ಅಂದವನ್ನು ಕೆಡಿಸೋದು ನ್ಯಾಯವಾ ಹೇಳು? ಪ್ರೇಮ ಎಂಬ ಅಸ್ತ್ರವನ್ನು ಹಿಡಿದುಕೊಂಡು ನೀನು ದ್ವೇಷವ ಸಾಧಿಸಿದ್ದೀಯ. ನಿನ್ನ ಸೇಡಿನ ಹಾಡಿಗೆ ಅದರ ಧಾಟಿಗೆ ವಿನಯದ ತಾಳ ಹಾಕಿ ಭಾವದ ವಿಷದ ಲೇಪಿಸಿದ್ದೀಯ ಇದು ಸರಿಯೇ? ಎಂದು ಕೇಳುವರು. ಸಿನಿಮಾವನ್ನು ನೋಡಿದವರಿಗೆ ಈ ಹಾಡಿನ ಗಾಢ ಅರ್ಥ ಇನ್ನೂ ಆಳವಾಗಿ ತಟ್ಟುವುದು.

ಮುಂದಿನ ಚರಣದ ಸಾಲುಗಳು ಹೀಗಿವೆ.

"ಹೆಣ್ಣು ಒಂದು ಮಾಯೆಯ ರೂಪ ಎಂಬ ಮಾತಿದೆ
ಹೆಣ್ಣು ಕ್ಷಮಿಸೋ ಭೂಮಿಯ ರೂಪ ಎಂದು ಹೇಳಿದೆ
ಯಾವುದು ಯಾವುದು ನಿನಗೆ ಹೋಲುವುದಾವುದು?
ಯಾವುದು ಯಾವುದು ನಿನಗೆ ಹೋಲುವುದಾವುದು?
ಮನ್ನಿಸು ಮನ್ನಿಸು ಎಲ್ಲವಾ ಮನ್ನಿಸು
ನೊಂದಿರೋ ಮನಸಿಗೆ ಬೆಂದಿರೋ ಕನಸಿಗೆ
ಮಮತೆಯ ಚಿಮುಕಿಸು, ನಿನ್ನಯ ಪ್ರೀತಿಯ ಒಪ್ಪಿಸು"

ಹೆಣ್ಣು ಒಂದು ಮಾಯೆ ಅಂತಾರೆ, ಮತ್ತೊಂದು ಕಡೆ ಹೆಣ್ಣು ಭೂಮಿ ಅಂತಾರೆ, ಭೂಮಿ ಅಂದರೆ ಕ್ಷಮಯಾಧರಿತ್ರಿ, ಎಂತಹ ತಪ್ಪನ್ನಾದರೂ ಹೊಟ್ಟೆಗೆ ಹಾಕಿಕೊಂಡು ಕ್ಷಮಿಸುವ ಸಹನೆಯಂತವಳು ಅಂತಾರೆ, ಎರಡು ತರಹದ ರೂಪಗಳು ಹೆಣ್ಣಿಗೆ ಅಂಟಿವೆ, ಇದರಲ್ಲಿ ನಿನಗೆ ಹೋಲುವ ಹೋಲಿಕೆಯಾದರೂ ಯಾವುದು? ನಾಯಕನನ್ನು ಆವರಿಸಿದ ಮಾಯೆ ನೀನಾಗಿರುವಾಗ ಅವನ ತಪ್ಪನ್ನು ಕ್ಷಮಿಸುವ ಭೂಮಿ ನೀನು ಯಾಕೆ ಆಗಬಾರದು? ಅದಕ್ಕೆ ಅವನನ್ನು ಮನ್ನಿಸು, ಅವನನ್ನು ಅಷ್ಟೇ ಅಲ್ಲ ಮನ್ನಿಸು ಮನ್ನಿಸು ಎಲ್ಲವ, ಅವನ ನೊಂದಿರೋ ಮನಸಿಗೆ ಬೆಂದಿರೋ ಕನಸುಗಳಿಗೆ ನಿನ್ನ ಮಮತೆಯನ್ನು ಚಿಮುಕಿಸು, ನಿನ್ನ ಎದೆಯಾಳದಲ್ಲಿ ಉಳಿದಿರುವ ನಿಜ ಪ್ರೀತಿಯನ್ನ ಅವನಿಗೆ ಒಪ್ಪಿಸು ಎನ್ನುವರು.

"ಒಂದು ಬಾರಿ ಪ್ರೀತಿಸಿ, ಒಲ್ಲೆ ಎಂದು ಹೇಳುವೆ
ಪ್ರೀತಿ ಮರೆತು ಹೋಗಲೂ, ಹೆಣ್ಣೆ ನೀನು ಸೋಲುವೆ
ಏನಿದೆ ಏನಿದೆ, ನಿನ್ನಯ ಮನದೊಳಗೇನಿದೆ?
ಏನಿದೆ ಏನಿದೆ, ನಿನ್ನಯ ಮನದೊಳಗೇನಿದೆ?"

ಈಗಾಗಲೇ ಯಾವುದೋ ದ್ವೇಷ ಇಟ್ಟುಕೊಂಡು ಒಂದು ಸಾರಿ ಅವನನ್ನು ಪ್ರೀತಿಸಿಯಾಗಿದೆ, ಪ್ರೀತಿಸಿ ಮತ್ತೆ ಬೇಡ ಎಂದು ಆಗಿದೆ, ಹೇ ಹೆಣ್ಣೇ ಪ್ರೀತಿ ಮರೆತು ಹೋದರೆ ನೀನು ಗೆಲ್ಲೋಲ್ಲ ಸೋಲುತ್ತೀಯ ಮರೆಯಬೇಡ. ಎಲ್ಲವನ್ನು ಗೆಲ್ಲೋದು ಕೊನೆಗೆ ಪ್ರೀತಿಯೊಂದೇ ಎನ್ನುವರು. ಹೀಗೆ ಹೊರ ಜಗತ್ತಿಗೆ ಕಾಣದ ನಿನ್ನ ಮನಸಿನೊಳಗೆ ಏನಿದೆ ಎಂಬ ಪ್ರಶ್ನೆಯೊಂದಿಗೆ ಹಾಡು ಅಂತ್ಯವಾಗುತ್ತದೆ. ಹಾಡು ಮುಗಿದ ಮೇಲೆ ನಾಯಕಿಗೆ ತನ್ನ ತಪ್ಪಿನ ಅರಿವಾಗುತ್ತದೆ, ಅರಿಯದೇ ಮಾಡಿದ ನಾಯಕನ ತಪ್ಪನ್ನ ಕ್ಷಮಿಸುತ್ತಾಳೆ

ಜಗವೇ ಒಂದು ರಣರಂಗ

ಶಿವಣ್ಣನ ಮೊದಲ ಆಕ್ಷನ್ ಪ್ಯಾಕ್ ಚಿತ್ರವಲ್ಲದೇ ಶಿವಣ್ಣ ಗಾಯಕರಾಗಿ ಪರಿಚಯವಾದ ಮೊದಲ ಚಿತ್ರ ಕೂಡ. 1988ರಲ್ಲಿ ಬಿಡುಗಡೆಯಾದ ಈ ಚಿತ್ರಕ್ಕೆ ಹಂಸಲೇಖರ ಪವರ್ ಫುಲ್ ಸಾಹಿತ್ಯ ಮತ್ತು ಸಂಗೀತ ಇತ್ತು. ***ಇವ ಯಾವ ಸೀಮೆ ಗಂಡು ಕಾಣಮ್ಮೋ*** ಎಂಬ ಟೀಸಿಂಗ್ ಗೀತೆ, ***ಮುಸ್ಸಂಜೇಲಿ ನಮ್ಮೂರಲ್ಲಿ ತಂಗಾಳಿ ಸೇವೆಗೆಂದು*** ಎನ್ನುವ ಕಾಮಣ್ಣರ ಗೀತೆ, ***ನಿನ್ನ ಕಣ್ಣುಗಳು ಓಡೋ ಜಿಂಕೆಗಳು*** ಎನ್ನುವ ಪ್ರೀತಿಯ ಗೀತೆ, ಶಿವಣ್ಣ ಹಾಡಿದ ಮೊದಲ ಹಾಡು ***ಓಹ್ ಮೇಘವೇ ನಿಧಾನವಾಗಿ ಬಾ***, ಅಣ್ಣಾವ್ರ ***ಜಗವೇ ಒಂದು ರಣರಂಗ***, ***'ಬಲಗಾರ ಬಡವನಿಗೆ ಒದ್ರೆ ಭಗವಂತನಿಗಿಲ್ಲ ನಿದ್ರೆ, ಭಗವಂತ ಮೇಲಕ್ಕೆ ಎದ್ರೆ ಬಲಗಾರನಿಗೆ***

ಪೂರ್ತಿ ನಿದ್ರೆ ಎನ್ನುವ ಅದ್ಭುತ ಸಾಲುಗಳುಳ್ಳ **'*ಮರೀಬೇಡವೋ ಶಕುನಿ ಮನುಜ*'** ಎನ್ನುವ ನೀತಿ ಗೀತೆ ಈ ಚಿತ್ರದ ಆಲ್ಬಮ್‌ನಲ್ಲಿತ್ತು. ಅಣ್ಣಾವ್ರ ನಂಟಿಗೆ ಹಂಸಲೇಖರ ಮೊದಲ ಸಿನಿಮಾವು ಇದಾಗಿತ್ತು.

ಈ ಚಿತ್ರದಲ್ಲಿ ಅನ್ಯಾಯದ ವಿರುದ್ಧ ಹೋರಾಡುವ ನಾಯಕ, ಕಂಗಾಲಾಗಿ ಕೂತಾಗ ಬರುವ ಹಾಡಿದು, ಭಗವದ್ಗೀತೆಯನ್ನು ಕೃಷ್ಣ ಅರ್ಜುನನಿಗೆ ಹೇಳುವ ರೀತಿ ಈ ನಾಯಕನಿಗೆ ಈ ಹಾಡು ಇದೆ, ಅಣ್ಣಾವ್ರ ಧ್ವನಿಯಲ್ಲಿ ಇನ್ನೂ ಅದ್ಭುತವಾಗಿ ಕೇಳಿಸುತ್ತದೆ. ಬದುಕೇ ಯುದ್ಧಕಾಂಡ, ಬಾಳು ಒಂದು ಕದನ ಬರೆದ ಹಂಸಲೇಖರು ಇಲ್ಲಿ 'ಜಗವೇ ಒಂದು ರಣರಂಗ' ಎಂದು ಬರೆದಿದ್ದಾರೆ.

ಜಗವೇ ಒಂದು ರಣರಂಗ,
ಧೈರ್ಯ ಇರಲಿ ನಿನ್ನ ಸಂಗ
ಬಾರೋ, ಬಾರೊ ನನ್ನ ರಾಜ
ನಿನಗೆ ನೀನೇ ಮಹಾರಾಜ
ಹಿಡಿಯೋ, ಆತ್ಮಬಲದಸ್ತ್ರ
ಅದುವೇ, ಜಯದ ಮಹಾಮಂತ್ರ
ನಿನ್ನ ದಾರಿಯಲ್ಲಿ, ಎಲ್ಲೂ ಸೋಲೇ ಇಲ್ಲ
ಬಾಳ ಯುದ್ಧದಲ್ಲಿ ನಿನ್ನ ಗೆಲ್ಲೋರಿಲ್ಲ
ಛಲವೇ, ಬಲವೋ, ಮುಂದೆ ನುಗ್ಗಿ ನುಗ್ಗಿ ಬಾ

ಜಗತ್ತೇ ಒಂದು ರಣರಂಗ, ನೀನು ಯುದ್ಧ ಮಾಡಲೇಬೇಕು, ಯುದ್ಧ ಮಾಡಲು ಧೈರ್ಯ ಇರಲೇಬೇಕು, ಆ ಧೈರ್ಯ ನಿನ್ನ ಜೊತೆ ಇರಲಿ, ಈ

ಜಗತ್ತಲ್ಲಿ ನೀನೇ ಮಹಾರಾಜಾ, ನೀನು ಬದುಕುವ ನೆಲವೇ ನಿನ್ನ ಸಾಮ್ರಾಜ್ಯ ನಿನ್ನ ಕುಟುಂಬ ನಿನ್ನ ನೆಲ ನಿನ್ನವರನ್ನು ಕಾಪಾಡಲು ನೀನು ಯುದ್ಧ ಮಾಡಲೇಬೇಕು, ಆ ಯುದ್ಧಕ್ಕೆ ಧೈರ್ಯದ ಜೊತೆಗೆ ಆತ್ಮಬಲದ ಅಸ್ತ್ರ ಇಟ್ಟುಕೋ, ಧೈರ್ಯ ಮತ್ತು ಆತ್ಮಬಲವಿದ್ದರೆ ಯಾರನ್ನಾದರೂ ಎದುರಿಸಬಹುದು, ಯಾರ ಜೊತೆಯಾದರೂ ಸೆಣಸಾಡಬಹುದು, ನಿನ್ನ ದಾರಿಲಿ ಸೋಲು ಅನ್ನೋದೇ ಬರೋಲ್ಲ, ಬಾಳಿನ ಈ ಯುದ್ಧದಲ್ಲಿ ನಿನ್ನ ಗೆಲ್ಲೋರೇ ಇರೋಲ್ಲ, ಛಲನೋ ಬಲನೋ ಒಟ್ನಲ್ಲಿ ಮುಂದೆ ನುಗ್ಗಿ ನುಗ್ಗಿ ಬಾ ಎನ್ನುವರು. ಬಾರೋ ಬಾರೋ ನನ್ನ ರಾಜ ಎನ್ನೋದು ಎಷ್ಟು ಸಿಹಿಯಾಗಿ ಕೇಳಿಸುತ್ತದೆ ಅಣ್ಣಾವ್ರ ಧ್ವನಿಯಲ್ಲಿ

ತಿರುಗೋ ಭೂಮಿಯಲ್ಲಿ, ನಡೆವ ಬಾಳಿನಲ್ಲಿ
ಏನೂ ನಿಲ್ಲದಮ್ಮ ರಾಜ
ಜನನ ಎಂಬುದಿಲ್ಲಿ ಮರಣ ಎಂಬುದನ್ನ
ಎಂದೂ ಗೆಲ್ಲದಮ್ಮ ರಾಜ
ಜನ ಇರುವ ಗೋಲವೋ ಇದು
ದಿನ ಕಳೆವ ಜಾಲವೋ ಇದು
ಜಯ ಭಯದ ಚಿಂತೆ ಮಾಡದೇ
ಸೆಣಸಾಡೋ ರಂಗವೋ ಇದು
ಇಲ್ಲಿ ದಾನವರ ಕೆಟ್ಟ ಮಾಯವಿದೆ
ಇಲ್ಲಿ ಮಾನವರ ಸುಟ್ಟ ಗಾಯವಿದೆ
ಇದ್ದರೆ ಗೆದ್ದರೆ ನ್ಯಾಯವನ್ನು ಉಳಿಸು ಬಾ

ಭೂಮಿ ಒಂದು ಕ್ಷಣ ನಿಲ್ಲೋಲ್ಲ, ಭೂಮಿ ಒಂದು ಕ್ಷಣ ನಿಂತರೂ ನಾವೆಲ್ಲಾ ದಿಕ್ಪಾಪಾಲು, ಸದಾ ತಿರುಗುವ ಭೂಮಿಯಂತೆ ನಮ್ಮ ಬಾಳು ಸಹ ಅದು ನಡೆಯುತ್ತಲೇ ಇರಬೇಕು, ಈ ಭೂಮಿಯಲ್ಲಿ ನಮ್ಮ ಬಾಳಿನಲ್ಲಿ ಯಾವುದೋ ನಿಲ್ಲುವುದಿಲ್ಲ, ನಿಂತವೆಲ್ಲವೂ ಜಡವೇ. ಹುಟ್ಟು ಸಾವನ್ನು ಗೆಲ್ಲೋಕೆ ಸಾಧ್ಯವೇ ಇಲ್ಲ, ಇಡೀ ಗೋಲ ಪೂರ್ತಿ ಜನರೇ, ಭೂಮಿ ನಮ್ಮನ್ನೆಲ್ಲಾ ಆವರಿಸಿರುವ ಒಂದು ಮಾಯಾಜಾಲ ಆ ಜಾಲದಲ್ಲಿ ದಿನಗಳು ಉರುಳಿಹೋಗುತ್ತಿರುತ್ತವೆ, ನಾವು ಕಳೆದುಹೋಗುತ್ತಿರುತ್ತೇವೆ. ಈ ಜನರ ಈ ಜಗದ ಚಿಂತೆ ಮಾಡುತ್ತಾ ಕೂರಬೇಡ ಇದು ರಣರಂಗ ನೀನು ಸೆಣಸಾಡಲೇಬೇಕು ಯಾಕೆಂದರೆ ಇಲ್ಲಿ ದಾನವರ ಅಟ್ಟಹಾಸವಿದೆ, ಆ ಅಟ್ಟಹಾಸಕ್ಕೆ ಮಾನವರ ಸುಟ್ಟ ಗಾಯಗಳಿವೆ, ಆ ಸುಟ್ಟ ಗಾಯಗಳಿಗೆ ನೀನೇ ಮುಲಾಮು, ನೀನು ಬದುಕಿರುವವರೆಗೂ ಈ ರಣರಂಗದಲ್ಲಿ ಹೋರಾಡುತ್ತಾ ಗೆದ್ದು ನ್ಯಾಯವನ್ನು ಉಳಿಸು ಬಾ ಎಂದು ಚೀರ್ ಅಪ್ ಮಾಡುತ್ತಾರೆ.

ಹಂಸಲೇಖರ ಹಾಡುಗಳು ಯಾವತ್ತೂ ಚಿತ್ರದ ಚೌಕಟ್ಟಿನಿಂದ ಆಚೆ ಉಳಿದಿಲ್ಲ, ಇಲ್ಲಿನ ನಾಯಕ ತನ್ನವರನ್ನು ಕಾಪಾಡಿಕೊಳ್ಳಲು ಅನ್ಯಾಯದ ವಿರುದ್ಧ ಹೋರಾಡಲು ಕಾನೂನು ವಿದ್ಯಾರ್ಥಿ ಆಗುತ್ತಾನೆ, ಅದಕ್ಕಾಗಿ ಇಲ್ಲಿ ಅವರು ನ್ಯಾಯವನ್ನು ಉಳಿಸು ಬಾ ಎಂದು ಬರೆದಿದ್ದಾರೆ.

ದೇಹೀ ಎನ್ನುವಾಗ ನಿದ್ದೆ ಮಾಡುವಾಗ, ಕತ್ತಿ ಎತ್ತಬೇಡ ರಾಜ
ಶತ್ರು ಬೀಳುವಾಗ ಯುದ್ಧ ಮಾಡುವಾಗ, ಕರುಣೆ ಕಟ್ಟಿ ಇಡು ರಾಜ

ಇಷ್ಟೊತ್ತು ಯುದ್ಧಕ್ಕೆ ಧೈರ್ಯ ಮತ್ತು ಆತ್ಮಬಲದ ಅಸ್ತ್ರ ಇಟ್ಟುಕೊಂಡು ಜಗತ್ತಿನ ರಣರಂಗಕ್ಕೆ ಧುಮುಕು ಅನ್ನುತ್ತಿದ್ದವರು ಯುದ್ಧಕ್ಕೆ ಇಳಿದಾಗ ಹೇಗಿರಬೇಕು ಎಂದು ಈ ಸಾಲಿನಲ್ಲಿ ಹೇಳುತ್ತಾರೆ. ದೇಹಿ ಎನ್ನುವಾಗ ಅಂದರೆ ಭಿಕ್ಷೆ ಬೇಡಿದರೆ, ನಿದ್ದೆ ಮಾಡುತ್ತಿದ್ದರೆ ಕತ್ತಿ ಯಾವತ್ತೂ ಎತ್ತಬೇಡ. ಯಾಕೆಂದರೆ ಭಿಕ್ಷೆ ಬೇಡುವವರು ನಿನಗಿಂತ ದುರ್ಬಲರಾಗಿರುತ್ತಾರೆ ಅವರನ್ನು ಗೆದ್ದರೆ ನೀನು ಸೋತ ಹಾಗೆ, ನಿದ್ದೆ ಮಾಡುವವರ ಗೆದ್ದು ಪ್ರಯೋಜನ ಏನು, ಯಾವಾಗಲೂ ಹೋರಾಡಿ ಗೆಲ್ಲಬೇಕು. ಹಾಗೆ ನಿನ್ನ ಎದುರು ನಿನ್ನ ಶತ್ರು ಕುಸಿದು ಬೀಳುವಾಗ ಯುದ್ಧ ಮಾಡುವಾಗ ಕರುಣೆ ಎಲ್ಲಾ ತೋರಿಸಬೇಡ ಅವರು ನಿನ್ನನ್ನು ಸೋಲಿಸಲು ಬಂದವರು ಮುಗಿಸಲು ಬಂದವರು ಹಾಗಾಗಿ ಯಾವುದೇ ಕಾರಣಕ್ಕೂ ಕರುಣೆ ತೋರಿಸಬೇಡ ಎನ್ನುತ್ತಾರೆ.

ಭೂಮೀಲಿ ಹುಟ್ಟಿ ಬಂದರೆ ಆ ಋಣವ ಕಟ್ಟಬೇಡವೇ?
ಅನ್ಯಾಯ ಗೆಲ್ಲುತಿದ್ದರೆ ಸಿಡಿದೆದ್ದು ನಿಲ್ಲಬೇಡವೇ?
ಇಲ್ಲಿ ಕ್ರೂರತನ ಅಟ್ಟದಲ್ಲಿ ಇದೆ
ನಿನ್ನ ಜಾಣತನ ಮೆಟ್ಟುವಲ್ಲಿ ಇದೆ
ಮೆಟ್ಟು ಬಾ, ಅಟ್ಟು ಬಾ, ದಿಟ್ಟ ಹೆಜ್ಜೆ ಇಟ್ಟು ಬಾ

ಶಿವರಾಮಕಾರಂತರ ಅಳಿದ ಮೇಲೆ ಕಾದಂಬರಿಯಲ್ಲಿ ನಾವೆಲ್ಲಾ ಅಳಿದ ಮೇಲೆ ಉಳಿಯೋದು ನಾವು ಮಾಡಿದ ಕೆಲಸಗಳು ಎಂದು ಹೇಳುತ್ತದೆ, ಈ ಭೂಮಿಯಲ್ಲಿ ಹುಟ್ಟಿ ಏನೆಲ್ಲಾ ಪಡೆದುಕೊಂಡ ಮೇಲೆ ಆ ಋಣ ತೀರಿಸಬೇಕೆಂಬ ಕಾದಂಬರಿ ಅದು, ಅದನ್ನೇ ಇಲ್ಲಿ ನಿರೂಪಕ ನಾಯಕನಿಗೆ ಹೇಳುತ್ತಾನೆ, ಈ ಭೂಮಿಲಿ ಹುಟ್ಟಿದ ಮೇಲೆ ಆ ಋಣನ ಕಟ್ಟೋದು ಬೇಡ್ವಾ? ನಿನ್ನ ಕಣ್ಣು ಮುಂದೆಯೇ ಅನ್ಯಾಯ ಆಗ್ತಾ ಇದ್ರೆ ಸಿಡಿದೆದ್ದು ನಿಲ್ಲೋದು ಬೇಡ್ವಾ? ಎಂದು ಬಡಿದೆಬ್ಬಿಸುತ್ತಾರೆ. ನಾಯಕ ಯುದ್ಧಕ್ಕೆ ಇಳಿಯಲೇಬೇಕು ಯಾಕೆಂದರೆ ಇಲ್ಲಿ ಕ್ರೂರತನ ಮಿತಿಮೀರಿ ಅಟ್ಟಕ್ಕೇರಿದೆ, ಅದನ್ನು ಮಟ್ಟ ಮಾಡಿ ಕೆಳಗಿಸುವ ಜವಾಬ್ದಾರಿ ನಾಯಕನ ಮೇಲಿದೆ, ಕ್ರೂರತನ ಮಟ್ಟ ಮಾಡುವುದರಲ್ಲಿ ಅವನು

ಜಾಣನಾಗಿದ್ದರೆ ಸಾಧ್ಯ, ಭಂಡ ಧೈರ್ಯದಿಂದ ಯುದ್ಧ ಮಾಡಬಹುದು ಆದರೆ ಗೆಲ್ಲೋಕ್ಕೆ ಆಗೋಲ್ಲ, ಗೆಲ್ಲೋಕ್ಕೆ ಧೈರ್ಯ ಆತ್ಮಬಲದ ಜೊತೆಗೆ ಜಾಣತನವೂ ಬೇಕು. ಧೈರ್ಯ ಆತ್ಮಬಲ ಜಾಣತನ ಮೂರನ್ನ ಇಟ್ಟುಕೊಂಡ ನೀನು ಈ ಕ್ರೂರತನ ಮೆಟ್ಟಿ, ಅದನ್ನ ಇಲ್ಲಿಂದ ಅಟ್ಟಲು ದಿಟ್ಟ ಹೆಜ್ಜೆ ಇಟ್ಟು ಬಾ ಎಂದು ಅವನಿಗೆ ಧೈರ್ಯ ತುಂಬುತ್ತಾರೆ. ಅಲ್ಲಿಗೆ ಯುದ್ಧವೊಂದು ಶುರುವಾಗುತ್ತದೆ, ನಾಯಕ ಕ್ರೂರತನ ಮೆಟ್ಟಿ ಅಟ್ಟುತ್ತಾನಾ? ಎಂದು ಸಿನಿಮಾ ನೋಡಿದರೆ ಗೊತ್ತಾಗುತ್ತದೆ.

ನವೀನ ನುಡಿ

ಗೆಳೆಯ ಜಯರಾಮಚಾರಿ ಅವರ ಹಂಸಲೇಖಾಭಿಮಾನ ಏನು ಅನ್ನೋದನ್ನು ನಾನು ಫೇಸ್‌ಬುಕ್ ಕ್ಲಬ್ ಹೌಸ್‌ಗಳಿಂದ ಬಲ್ಲೆ.

ಆದರೆ ಹಂಸಲೇಖ ಅವರ ಹಾಡುಗಳ ಬಗ್ಗೆ ಅವರೊಂದು ಪುಸ್ತಕ ಬರೆದಿದ್ದಾರೆ. ಅದಕ್ಕೆ ನೀವು ಮುನ್ನುಡಿ ಬರ್ಕೊಡಿ ಅಂತ ಆಪ್ತಜೀವ ಶ್ರೀನಿವಾಸ್ ಅವರು ಕೇಳಿದಾಗ ನಂಗೆ ಅನಿಸಿದ್ದೇನು ಗೊತ್ತಾ?

ನಿಜ ಹೇಳ್ತೀನಿ... ಇದು ನಾನು ಮುನ್ನುಡಿ ಬರೆಯಬೇಕಿರೋ ಪುಸ್ತಕ ಅಲ್ಲ. ಇದು ನಾನು ಬರೆಯಬೇಕಿದ್ದ ಪುಸ್ತಕ. ಹಂಸಲೇಖ ಹಾಡುಗಳ ಬಗ್ಗೆ ನಾನು ಬರೆಯಬೇಕು. ಅದಕ್ಕೆ ಇನ್ಯಾವುದಾದರೂ ಮಹನೀಯ, ನನಗಿಂತ ಸಿನಿಹುಚ್ಚ ಮುನ್ನುಡಿ ಬರೆಯಬೇಕಿತ್ತು ಅಂತ! ಬಹುಶಃ ಜಯರಾಮಚಾರಿ ಅವರನ್ನೇ ಮುನ್ನುಡಿ ಬರೆದುಕೊಡಿ ಅಂತ ಕೇಳ್ಕೊಳ್ತಿದ್ನೋ ಏನೋ!

ಬರಹವೇ ಗೊತ್ತಿರದವ್ನು ಕೂಡ ಹಂಸಲೇಖ ಹಾಡುಗಳ ಬಗ್ಗೆ ಪುಸ್ತಕ ಬರೆಯಬಲ್ಲ. ಅವರ ಹಾಡುಗಳ ಬಗ್ಗೆ ಪಿಹೆಚ್.ಡಿ. ಮಾಡಬಲ್ಲ ಅನ್ನೋದು ನನ್ನ ಅನಿಸಿಕೆ. ಯಾಕಂದ್ರೆ ಅವರ ಹಾಡುಗಳು ಅಧ್ಯಯನಕ್ಕೆ ಅರ್ಹ ವಸ್ತುವೂ ಹೌದು.. ಜೊತೆಗೆ ಎಂಥವರೂ ಅಧ್ಯಯನ ಮಾಡಬಲ್ಲಷ್ಟು ಸರಳವೆನಿಸೋ ಸಾಹಿತ್ಯ ಅವರದು.

ಆದರೆ ಅದರಲ್ಲಿ ಅಡಗಿರೋ ಲೇಯರ್‌ಗಳು ಮಾತ್ರ ಸಹಸ್ರಾರು. ಒಡೆದಷ್ಟೂ ಹೊಸ ಹೊಸ ಅರ್ಥ ಕೊಡುವ ಸಾಲುಗಳು, ಪದಗಳು...!

ಹಂಸಲೇಖ ಅವರ ಹಾಡುಗಳು ಯಾವ ಪರಿ ನಮ್ಮ ಜೀವನದ ಅವಿಭಾಜ್ಯ ಅಂಗ ಆಗಿ ಹೋಗಿದೆ ಅಂದ್ರೆ... ನಮಗೆ ಏನೇ ಕಂಡರೂ ಅದಕ್ಕೊಂದು ಹಂಸಲೇಖ ಸಾಂಗ್ ಲಿಂಕ್ ಆಗಿ ಹೋಗುತ್ತದೆ.

ಆಕಾಶದ ಕಡೆ ನೋಡಿದ್ರೆ.. ಆಕಾಶದಾಗೆ ಯಾರೋ ಮಾಯಗಾರನೂ... ಅಂತ ಸಾಂಗ್ ಬರತ್ತೆ...

ಭೂಮಿ ಕಡೆ ನೋಡಿದ್ರೆ.. ಈ ಭೂಮಿ ಬಣ್ಣದ ಬುಗುರಿ ಅನ್ನೋ ಗೀತೆ ಬಿಚ್ಚಿಕೊಳ್ಳುತ್ತೆ..

ನೀರು, ದೇವರು, ಹಬ್ಬ, ವಿರಹ, ಸರಸ, ವಿರಸ, ಕ್ರೋಧ, ಮೋಸ, ಕಾಮ, ದಾಂಪತ್ಯ, ನದಿ, ಮರ ಗಿಡ, ಮಳೆ, ಗಾಳಿ, ಲಾಲಿ,ಜಾಲಿ, ಪೋಲಿ,

ಹೋಳಿ, ಕೋಳಿ, ಕೇಳಿ, ಜನಪದ, ಪುರಾಣ, ರಾಜಕೀಯ.. ಯಾವ ಟಾಪಿಕ್ ಬಂದ್ರೂ ಹಂಸಲೇಖ ಅವ್ರದ್ದೊಂದು ಹೆಜ್ಜೆ ಗುರುತು ಅಲ್ಲಿರುತ್ತೆ.

ಇದೇ ಕಾರಣಕ್ಕೆ ಹಂಸಲೇಖ ಅವರ ಹಾಡುಗಳ ಬಗ್ಗೆ ಎಲ್ರಿಗೂ ಒಂದು ಪುಸ್ತಕ ಬರೆಯೋಷ್ಟು ಸರಕು ತಮ್ಮಲ್ಲಿದೆ ಅನ್ನೋ ಭಾವ.

ಆದರೆ ಅದನ್ನ ಪುಸ್ತಕದಲ್ಲಿ ಕಟ್ಟಿಕೊಡೋದು ಅಷ್ಟು ಸುಲಭ ಇಲ್ಲ ಅನ್ನೋದು ಬರೀತಾ ಹೋದಾಗ, ಅವರ ಹಾಡುಗಳ ಪಟ್ಟಿ ತೆರೆದುಕೊಂಡು ಕೂತಾಗಲೇ ಅನುಭವ ಆಗೋದು. ಜಯರಾಮಚಾರಿ ಕೂಡ ಅದನ್ನೇ ಹೇಳಿರೋದು. ನಾನು ಮೊಗೆದಿರೋದು ಜಸ್ಟ್ ಒಂದು ಬೊಗಸೆ ನೀರು ಅಂತ!

ಹಂಸಲೇಖಗೆ ಹಾಡು ಬರೆಯೋದು ಇಷ್ಟು ಸಲೀಸಾಗೋಗಿತ್ತಾ ಅಂತ ಎಷ್ಟೊ ಸಲ ಅನುಮಾನಗಳು ಬರ್ತವೆ.

ಅಲ್ಲಿ ಯಾವ ಅಕ್ಷರ ಯಾವ ಪದ ಕೂಡ ಫೋರ್ಸಾಗಿ ಪೋಣಿಸಿದಾರೆ ಅನಿಸೋದಿಲ್ಲ. ಪನ್‌ಗಳು ಕೂಡ ತೀರ ಸಹಜವಾಗಿ ಹಾಡಲ್ಲಿ ಬೆರೆತು ಹೋಗಿರ್ತವೆ. ಜೊತೆಗೆ ಉಲ್ಲೇಖಗಳು..! ಅದು ಹೇಗೆ ಯಾವುದೋ ಸಾಂಗಲ್ಲಿ ಜನಪದ ಪುರಾಣಗಳನ್ನ ತಂದು ಅದರ ಮೂಲಕ ಹಾಡಿಗೊಂದು ಗಾಢತೆ ಕಲ್ಪಿಸಿಬಿಡ್ತಾರೋ..! ಇನ್ನು ಭಾಷೆಯ ಸೊಗಡಾದರೂ ಅಷ್ಟೆ.. ಕರ್ನಾಟಕದಲ್ಲಿ ಮಾತಾಡೋ ಎಲ್ಲ ಕನ್ನಡಗಳೂ ಅವರಿಗೆ ಗೊತ್ತೇನೋ ಅನ್ನುವ ಹಾಗೆ ತಮ್ಮ ಹಾಡುಗಳಲ್ಲಿ ಆ ಪ್ರಾದೇಶಿಕ ಪದಗಳನ್ನ ತಂದುಬಿಡ್ತಾರೆ. ಇದೇ ಕಾರಣಕ್ಕೆ ಹಂಸಲೇಖಾ ಹುಬ್ಳಿ ಬೀದರದಿಂದ ಮಂಗಳೂರು ಕಾಸರಗೋಡ್ ತನಕ ಎಲ್ಲರನ್ನೂ ತಲುಪಿಬಿಡ್ತಾರೆ.

ಹಂಸಲೇಖ ರವಿಚಂದ್ರನ್ ಕಾಂಬಿನೇಷನ್ನಿನ ತೂಕ ಒಂದಾದರೆ, ರವಿಚಂದ್ರನ್ ಆಚೆಗಿನ ಹಂಸಲೇಖರ ಹಾಡುಗಳದ್ದೇ ಇನ್ನೊಂದು ಅಗಾಧ ತೂಕ.

ರವಿಚಂದ್ರನ್ ನೀಡೋ ದೃಶ್ಯವೈಭವ, ಶೃಂಗಾರ, ಶ್ರೀಮಂತಿಕೆ, ನಾಯಕಿ ಇವುಗಳ ಮಧ್ಯೆ ನನ್ನ ಸಾಹಿತ್ಯಕ್ಕೆ ಸಿಗಬೇಕಾದ ಪೂರ್ತಿ ರೆಕಗ್ನಿಷನ್ ಸಿಗಲಿಲ್ವೇನೋ ಎಂಬಂತೆ ಹಂಸಲೇಖ ಇತರರಿಗೋಸ್ಕರ ಬರೆದ ಹಾಡುಗಳಲ್ಲಿ ಸಂಪೂರ್ಣ ಕ್ರೆಡಿಟ್ ತಗೊಂಡ್ರು. ಅದಕ್ಕೆ ಅವರು ಅರ್ಹರೂ ಆಗಿದ್ದರು.

ಜಯರಾಮಚಾರಿ ಈ ಪುಸ್ತಕದಲ್ಲಿ ಬರಹದ ವಸ್ತುವಾಗಿ ಬಳಸಿರೋ ಹಾಡುಗಳು, ಅದರ ಬಗೆಗಿನ ವಿಶ್ಲೇಷಣೆಗಳು ಎಲ್ಲವೂ ನನ್ನ ಪ್ರಕಾರ, ಹಂಸಲೇಖ ಕುರಿತ ಬೃಹತ್ ಪುಸ್ತಕವೊಂದಕ್ಕೆ ಆಗಬಹುದಾದ ಮುನ್ನುಡಿ ಅಷ್ಟೆ.

ಜಯರಾಮಚಾರಿ ಅವರಿಂದ ಅಂಥದ್ದೊಂದು ಪುಸ್ತಕ ಬರಬೇಕು. ಹಂಸಲೇಖ ಬರೆದ ಮೂರುಸಾವಿರ ಪ್ಲಸ್ ಹಾಡುಗಳನ್ನೂ ಒಂದೊಂದಾಗಿ

ಚರ್ಚಿಸಬೇಕು. ಹಂಸಲೇಖ ಹಾಡುಗಳನ್ನು ವಿಮರ್ಶಿಸುವುದು ಅಂದ್ರೆ ಅದರಲ್ಲಿರೋ ಪ್ಲಸ್ ಮೈನಸ್ ಗಳ ಬಗ್ಗೆ ಮಾತಾಡೋದಲ್ಲ. ಅವರ ಸಾಹಿತ್ಯದಲ್ಲಿರೋ ರಸವನ್ನ ಎಂಜಾಯ್ ಮಾಡೋದು ಅಷ್ಟೆ. ಆ ಕೆಲಸ ಆಗ್ಬೇಕು.

ಮುನ್ನುಡಿ ಬರೆಯೋ ನೆಪದಲ್ಲಿ ನಾನು ಅವರ ಒಂದೊಂದು ಹಾಡುಗಳನ್ನೂ ಉಲ್ಲೇಖಿಸಿ ಪುಸ್ತಕವನ್ನೇ ಬರೆದುಬಿಡ್ತೀನೋ ಏನೋ ಅನಿಸ್ತಿದೆ. ಮೂಗಿಗಿಂತ ಮೂಗುತಿ ಭಾರ ಆಗದಿರಲಿ ಅನ್ನೋ ಕಾರಣದಿಂದ ನನ್ನನ್ನು ನಾನು ನಿಯಂತ್ರಿಸಿಕೊಳ್ತಿದ್ದೇನೆ.

ಹಂಸಲೇಖ ನಿಜಕ್ಕೂ ಮಾಯ್ಕಾರನೇ. ಪುಸ್ತಕಕ್ಕೆ ಒಳ್ಳೆಯ ಹೆಸರನ್ನೇ ಇಟ್ಟಿದ್ದಾರೆ ಜಯರಾಮ್.

ಇದರಲ್ಲಿ ಹದಿನಾರು ಹಾಡುಗಳನ್ನ ಆಯ್ಕೆಮಾಡಿಕೊಂಡು ಜಯರಾಮ್ ಅವುಗಳಲ್ಲಿರೋ ರಸವನ್ನ ಹಿಂಡಿ ಹಿಂಡಿ ಓದುಗರಿಗೆ ಮೊಗೆಮೊಗೆದು ಕೊಡೋ ಪ್ರಯತ್ನ ಮಾಡಿದ್ದಾರೆ. ಆದರೆ ಪ್ರತಿ ಲೇಖನಕ್ಕೂ ಒಂದೊಂದು ಮುನ್ನುಡಿ ಅಥವಾ ಬೆನ್ನುಡಿ ಅಥವಾ ಮರುಮಂಥನ ಮಾಡುವಂತಿವೆ ಈ ಲೇಖನಗಳು. ಅಂದ್ರೆ ಜಸ್ಟ್ ಆ ಹಾಡುಗಳ ಬಗ್ಗೆ ಮಾತಾಡೋದೇ ಒಂದು ಮುದಕೊಡುವ ಸಂಗತಿ.

ಈ ಲೇಖನಗಳೆಲ್ಲವೂ ಹಂಸಲೇಖ ಅವರ ಮತ್ತಷ್ಟು ಹಾಡುಗಳನ್ನ ಎಳೆದು ತರುವಂತೆ ಮಾಡುತ್ತವೆ. ಫೇಸ್ ಬುಕ್ಕಲ್ಲಿ ಈ ಲೇಖನಗಳ ಅಡಿಯಲ್ಲಿ ಬರುವ ಕಮೆಂಟುಗಳೇ ಮತ್ತೊಂದು ಪುಸ್ತಕ ಆಗುವಷ್ಟು ಸತ್ವಯುತವಾಗಿ ಇರ್ತವೆ ಅಂದ್ರೆ.. ಅದು ಹಂಸಲೇಖ ಹಾಡಿನ ತಾಕತ್ತು. ಅದನ್ನು ಹೆಕ್ಕಿತೆಗೆದು ಬರೆದ ಅಭಿಮಾನಿ ಜಯರಾಮಚಾರಿಯ ತಾಕತ್ತು.

ನಾನು ಮತ್ತೊಮ್ಮೆ ಹೇಳೋದಿಷ್ಟೆ. ಈ ಪುಸ್ತಕ ಸರಣಿ ರೂಪದಲ್ಲಿ ಬರುವಂತಾಗಲಿ. ಇನ್ನಷ್ಟು ಹಾಡುಗಳು ಹೀಗೆ ತೊಳೆತೊಳೆಯಾಗಿ ಬಿಡಿಸಿ ತಿನ್ನುವಂತಾಗಲಿ.

ಈ ಪುಸ್ತಕಕ್ಕೆ ಮುನ್ನುಡಿ ಬರೆಯೋಕೆ ನನಗಿರೋ ಅರ್ಹತೆ ಮತ್ತು ಅನುಭವ ಏನು? ನಂಗೊತ್ತಿಲ್ಲ. ಅಭಿಮಾನದಿಂದಷ್ಟೇ ಬರೆದಿದ್ದೇನೆ. ಹಂಸಲೇಖ ಹಾಡುಗಳ ಬಗೆಗಿನ ಅಭಿಮಾನ ಮತ್ತು ಆಪ್ತಜೀವ ಶ್ರೀನಿವಾಸ್ ಮೇಲಿನ ಅಭಿಮಾನ ನನ್ನಿಂದ ಈ ನಾಲ್ಕು ಸಾಲು ಬರೆಸಿದೆ. ಧನ್ಯವಾದಗಳು. ಜಯರಾಮಚಾರಿಯವರಿಗೂ ಶುಭವಾಗಲಿ.

–ನವೀನ್ ಸಾಗರ್

ವೀರಲೋಕದ ಪ್ರಕಟಣೆಗಳು

1. ಕೈ ಹಿಡಿದು ನೀ ನಡೆಸು ತಂದೆ–ವಿಶ್ವೇಶ್ವರ ಭಟ್ 250/–
2. ಶ್ವಸುಂದರಿ–ಕುಂ. ವೀರಭದ್ರಪ್ಪ 160/–
3. ನಿಮಗೆಷ್ಟು ಹಣ ಬೇಕು?–ಅನಂತ ಹುದೆಂಗಜೆ 250/–
4. ಆರ್ಟ್ ಆಫ್ ಸಕ್ಸಸ್–ರಮೇಶ್ ಅರವಿಂದ್ 120/–
5. ಮನಿ ಮನಿ ಎಕಾನಮಿ–ರಂಗಸ್ವಾಮಿ ಮೂಕನಹಳ್ಳಿ 160/–
6. ಇವರು ಅವರು ದೇವರು–ಜೋಗಿ 200/–
7. ಲಾಸ್ಟ್ ಡೇಸ್ ಆಫ್ ಲೆಜೆಂಡ್ಸ್–ಗಣೇಶ್ ಕಾಸರಗೋಡು 225/–
8. ಒಳ್ಳೆಯ ಬದುಕಿನ ಸೂತ್ರಗಳು–ರವಿ ಕೃಷ್ಣಾರೆಡ್ಡಿ 150/–
9. ಸೋಲೆಂಬ ಗೆಲುವು–ದೀಪಾ ಹಿರೇಗುತ್ತಿ 150/–
10. ಬೆಳ್ಳಿತೆರೆಯ ಬಂಗಾರದ ಗೆರೆ–ಗಣೇಶ್ ಕಾಸರಗೋಡು 150/–
11. ನಟನ ಕಥೆ–ಮಂಡ್ಯ ರಮೇಶ್–ಎನ್. ಧನಂಜಯ 250/–
12. ತ್ಯಾಗಕ್ಕಿಲ್ಲ ನೂಕುನುಗ್ಗಲು–ಡಾ. ಗವಿಸ್ವಾಮಿ ಎನ್. 140/–
13. ಬದುಕೇ ಭಗವಂತ–ಡಾ. ಡಿ.ಎಸ್. ಶ್ರೀನಿವಾಸ ಪ್ರಸಾದ್ 170/–
14. ಮಾದಕ ದೊರೆ–ಸಂತೋಷಕುಮಾರ ಮೆಹೆಂದಳೆ 375/–
15. ದ್ವೈತ–ರಾಘವ್ 140/–
16. ಹೃದಯದ ಮಾತು ಕೇಳಿ–ಮಂಜುನಾಥ್ ಚಾಂದ್ 150/–
17. ಹಿಂದಿನ ನಿಲ್ದಾಣ–ಶುಭಶ್ರೀ ಭಟ್ಟ 120/–
18. ಪ್ರೀತ್‌ಸು–ರಾಜೀವ ನಾರಾಯಣ ನಾಯಕ 170/–
19. ಕೃಷಿ ಯಾಕೆ ಖುಷಿ?–ನರೇಂದ್ರ ರೈ ದೇರ್ಲ 140/–
20. ಕ್ಷಯ–ಡಾ. ವಾಸುದೇವ ಶೆಟ್ಟಿ 120/–
21. ಅರ್ಧ ಬಿಸಿಲು ಅರ್ಧ ಮಳೆ...–ಸದಾಶಿವ ಸೊರಟೂರು 120/–
22. ಯಾರೂ ಹೇಳದ ಕಥೆಗಳು–(ಸಂ.) ಸುದರ್ಶನ ಚೆನ್ನಂಗಿಹಳ್ಳಿ 150/–
23. ಕಥಾ ಸಾಗರಿ–ನಾಗವೇಣಿ ವೆಂ. ಹೆಗಡೆ ಹೆಗ್ಗರ್ಸಿಮನೆ 120/–
24. ಮೆಮರೀಸ್ ಆಫ್ ಬಾಸ್ಮಾ–ರಂಗಸ್ವಾಮಿ ಮೂಕನಹಳ್ಳಿ 160/–
25. ಮೇರುನಟ–ಡಾ. ಶರಣು ಹುಲ್ಲೂರು 120/–
26. ನಾ ಸೆರೆಹಿಡಿದ ಕನ್ಯಾಸ್ತ್ರೀ–ಶಶಿಧರ ಹಾಲಾಡಿ 200/–
27. ಟ್ರಾಯ್–ಗಾಯಿತ್ರಿ ರಾಜ್ 200/–
28. ಫಾರೆಸ್ಟರ್ ಪೊನ್ನಪ್ಪ–ನೌಶಾದ್ ಜನ್ನತ್ 300/–
29. ವಿಶ್ವಯಾನಕ್ಕೆ ಗಣಿತವಾಹನ–ಎಸ್.ವಿ. ಶ್ರೀನಿವಾಸಮೂರ್ತಿ 200/–
30. ಲೆಟ್ಸ್ ಮೇಕ್ ಎ ಶಾರ್ಟ್ ಫಿಲಂ–ಜಯರಾಮಾಚಾರಿ 120/–
31. ಕುಣಿಗಲ್ ಟು ಕಂದಹಾರ್–ಮಂಜುನಾಥ್ ಕುಣಿಗಲ್ 260/–
32. ಗದಾಯುದ್ಧಂ–ಡಾ. ಎಂ.ಎ. ಜಯರಾಮ್ ರಾವ್ 350/–
33. ಫೀನಿಕ್ಸ್–ದೀಪಾ ಹಿರೇಗುತ್ತಿ 120/–
34. ಹಿಟ್ಲರ್ ಲವ್ ಪಾಲಿಟಿಕ್ಸ್–ಸತೀಶ ಬಳೆಗಾರ 170/–
35. ಭಾನುಮತಿಯ ಪರಿವಾರ–ಕುಮಾರಸ್ವಾಮಿ ತೆಕ್ಕುಂಜ 140/–

36. ನೀ ದೂರ ಹೋದಾಗ–ಫೌಝಿಯ ಸಲೀಂ 220/–
37. ವ್ಯಗ್ರ ಮತ್ತು ಇತರ ಕಾದಂಬರಿಗಳು–ಕುಮಾರ ಬೇಂದ್ರೆ.............................180/–
38. ಸತ್ಯದ ಅನಾವರಣ–ಕೆ.ಎಸ್. ರಮಾಸುಂದರಿ...100/–
39. ಅಂತಾರಾಷ್ಟ್ರೀಯ ಕುಂಬಳಕಾಯಿ ಮತ್ತು ಇತರ ಕಥೆಗಳು–ಅಬ್ದುಲ್ ರಶೀದ್.120/–
40. ಅನಾಥ ಪ್ರೀತಿಯ ಅನುಬಂಧ–ಬಿ. ಮಂಜುನಾಥ್ ಕಾಮತ್ ಹಾಲಾಡಿ..........140/–
41. ಹಕ್ಕಿ ಮತ್ತು ಹುಡುಗಿ (ಕವನ ಸಂಕಲನ)–(ಸಂ.) ಪ್ರಜಾವಾಣಿ ಬಳಗ..............150/–
42. ಹಾವಿನ ಮನೆ–ಅನು ಬೆಳ್ಳೆ (ರಾಘವೇಂದ್ರ ಬಿ. ರಾವ್)................................ 250/–
43. ಈಗಲ್ಸ್ ಲೈನ್–ರಾಜೇಶ್ ಕುಮಾರ್ ಕಲ್ಯಾ.. 220/–
44. ನಂಬಿಕೆಯೆಂಬ ಗಾಳಿಕೊಡೆ–ಡಾ. ಪ್ರೇಮಲತ ಬಿ. 180/–
45. 10 ಕುಟುಂಬ 18 ಗೋತ್ರದ ಗೌಡ ಪರಂಪರೆ–
ಪುತ್ತೂರು ಅನಂತರಾಜ ಗೌಡ.. 300/–
46. ಗಿಳಿಯು ಬಾರದೆ ಇರದು (ಕಥಾಸಂಕಲನ)–ಪಿ.ಎಸ್. ಶ್ರೀಧರನ್ ಪಿಳ್ಳ
(ಅನುವಾದ: ಮೇರಿ ಜೋಸೆಫ್)..85/–
47. ಒಂದು ಆದಿಮ ಪ್ರೇಮ (ಕವನ ಸಂಕಲನ)–ನಂದಿನಿ ಹೆದ್ದುರ್ಗ.........................150/–
48. ಮಣ್ಣೇ ಮೊದಲು... (ಕವನ ಸಂಕಲನ)–ಪಾಮುಗುರು 120/–
49. ಬಿಂಜೆಮುಳ್ಳು (ಕವನ ಸಂಕಲನ)–ಫಾಲ್ಗುಣ ಗೌಡ ಅಚವೆ.............................120/–
50. ಅಮೋಘವರ್ಷ–ಡಾ. ಲಕ್ಷ್ಮಣ ಕೌಂಟೆ 420/–
51. ಗಾಯಗೊಂಡ ಸಾಲುಗಳು (ಕವನ ಸಂಕಲನ)–ಸದಾಶಿವ ಸೊರಟೂರು......... 110/–
52. ನಿನ್ನ ಧ್ಯಾನದ ನೂರೊಂದು ಹಣತೆ (ಕವನ ಸಂಕಲನ)–ವಾಸುದೇವ ನಾಡಿಗ್170/–
53. ಕ್ರಿಕೆಟಾಯಣ–ಎಚ್. ಪ್ರೇಮಾನಂದ ಕಾಮತ್.. 230/–
54. ಹೂವಿನಕೊಲ್ಲಿ–ಅಬ್ದುಲ್ ರಶೀದ್.. 270/–
55. ಕನಸುಗಳ ಶ್ರಾದ್ಧ–(ಅನುವಾದ) ಡಾ. ಗೀತಾ ಸುನಿಲ್ ಕಶ್ಯಪ್ 200/–
56. ವೀರ ಸಿಂಧೂರ ಲಕ್ಷ್ಮಣ–ಕೌಂಡಿನ್ಯ...190/–
57. ಸಹಭಾಷಿಕರ ಕನ್ನಡ ಪ್ರೇಮ–ಡಾ. ಡಿ.ಎಸ್. ಶ್ರೀನಿವಾಸ ಪ್ರಸಾದ್ 400/–
58. ಚಿತ್ರ–ವಿಚಿತ್ರ–ರವೀಂದ್ರ ವೆಂಶಿ.. 220/–
60. ಹಂಸಾಕ್ಷರ–ಜಯರಾಮಾಚಾರಿ...165/–
61. ನದಿಯೊಂದು ಕಡಲ ಹುಡುಕುತ್ತಾ–ಸಂತೆಬೆನ್ನೂರು ಫೈಜ್ನಟ್ರಾಜ್.....................180/–
62. ನೀಲಿ ಮತ್ತು ಸೇಬು–ಸುಧಾ ಆಡುಕಳ 180/–
63. ಕಾಗೆ ಮೇಷ್ಟ್ರು–ವಿಕ್ರಮ ಹತ್ವಾರ 110/–

www.ingramcontent.com/pod-product-compliance
Lightning Source LLC
LaVergne TN
LVHW060115051026
849517LV00007B/2311
9789394942776